वपुर्झा

वपु काळे

मेहता पब्लिशिंग हाऊस

VAPURZA by V. P. KALE

वपुर्झा : वपु काळे / ललित गद्य

© स्वाती चांदोरकर व सुहास काळे

मराठी पुस्तक प्रकाशनाचे हक्क मेहता पब्लिशिंग हाऊस, पुणे.

प्रकाशक : सुनील अनिल मेहता, मेहता पब्लिशिंग हाऊस,
१९४१, सदाशिव पेठ, माडीवाले कॉलनी, पुणे - ४११०३०.

मुखपृष्ठ : वपु काळे

प्रकाशनकाल : २५ मार्च, १९८२ / सप्टेंबर, १९८२ / जून, १९८४ / ऑगस्ट, १९८७ / सप्टेंबर, १९९० / ऑक्टोबर, १९९२ / डिसेंबर, १९९३ / ऑक्टोबर, १९९५ / मे, १९९६ / ऑक्टोबर, १९९६ / ऑगस्ट, १९९७ / ऑगस्ट, १९९८ / जानेवारी, १९९९ / एप्रिल, १९९९ / डिसेंबर, १९९९ / ऑगस्ट, २०००

एकत्रित नवीन आवृत्ती :

२६ ऑक्टोबर, २००३ / नोव्हेंबर, २००४ / ऑगस्ट, २००५ / मार्च, २००६ / नोव्हेंबर, २००६ / मे, २००७ / नोव्हेंबर, २००७ / मे, २००८ / डिसेंबर, २००८ / मे, २००९ / डिसेंबर, २००९ / जून, २०१० / मार्च, २०११ / डिसेंबर, २०११ / जुलै, २०१२ / जानेवारी, २०१३ / सप्टेंबर, २०१३ / मार्च, २०१४ / जानेवारी, २०१५ / जानेवारी, २०१६ / ऑक्टोबर, २०१६ सप्टेंबर, २०१७ / पुनर्मुद्रण : जुलै, २०१८

P Book ISBN 9788177664270

E Book ISBN 9789386454232

E Books available on : play.google.com/store/books
www.amazon.in

'शांतचित्त ज्ञाना
रोखठोक तुका.'
ह्यांचा अपूर्व संगम
म्हणजे दुर्गाबाई भागवत.
'वपुर्झा'ची ही आवृत्ती,
दुर्गाबाई भागवत ह्यांना.

—वपु

मित्रांनो,

मुखपृष्ठावरचा हा पेला रिकामा आहे.
आकाशाचा शब्द झेलण्यासाठी.
मनातली साठलेली जळमटं, जळजळ,
स्वत:बाबतच्या मोठेपणाच्या भ्रामक
कल्पना दूर केल्या, म्हणजे हा पेला
नव्या विचारांसाठी रिकामा राहतो.
त्या पेल्यात आकाश उतरतं.
अशाच अनेक कलावंतांच्या, अनेक
आविष्कारांसाठी तुम्ही तुमच्या मनाचे
गाभारे रिकामे, स्वच्छ ठेवलेत.
त्यात मलाही जागा मिळाली.
पेला पुन्हा रिता झाला.
हा पेला त्या आकाशाचे नित्यनूतन
दान स्वीकारण्यासाठी,
कायम रिताच राहावा.
असा मला आशीर्वाद द्या!

वेणूताई गेल्या आणि यशवंतरावांची जगण्याची इच्छाच नाहीशी झाली होती. यशवंतरावांच्या डोळ्यांतून अश्रू वाहतच राहिले. कुणीही जिवाभावाचे भेटले, की यशवंतरावांना भावना अनावर होत आणि आसवे ओसंडून जात. यशवंतराव नेहमीच आणि बारकाईने 'नवा काळ' वाचत. 'यशवंतरावांच्या वेणूताई' अशा मथळ्याचा अग्रलेख आम्ही लिहिला तेव्हा यशवंतरावांचा टेलिफोन आला. ते म्हणाले, 'वेणूबद्दलचा तुमचा अग्रलेख वाचला. तुम्ही फार मनापासून लिहिला आहे आणि मला मनापासून आवडला!' त्यांना अधिक बोलताच आले नाही. पतीच्या निधनानंतर पत्नीचे हाय खाऊन जाणे आपल्याला माहीत आहे. पण वेणूताईंच्या निधनानंतर जगण्याची इच्छाच नाहीशी होऊन जणू काही सतीच गेलेले यशवंतरावांसारखे पती राजकारणात आम्हाला माहीत नाहीत. किडनीच्या आजाराचे निमित्त झाले इतकेच. त्यांना जायचे होते आणि ते गेले.

वेणूताई गेल्यानंतर आम्ही त्यांना सांत्वनाचे पत्र पाठविले नव्हते. लिहिणार तरी काय? औपचारिक लिहिणे मनाला पसंत पडत नव्हते. काही महिने गेले आणि एक दिवस जुनी आठवण एकाएकी येऊन यशवंतरावांना पत्र लिहिले. त्या पत्राचा आशय असा होता :

– हे पत्र सांत्वनासाठी लिहिलेले नाही. मी तुमचे सांत्वन काय करणार? पण एक आठवण आली आणि तुम्हाला कळवावी असे वाटले. नाट्याचार्य काकासाहेब खाडिलकर यांच्या पत्नीचे निधन झाले. त्यानंतर महात्मा गांधी मुंबईत काँग्रेस वर्किंग कमिटीच्या बैठकीसाठी आले होते. अवंतिकाबाई गोखले यांचा अचानक फोन आला की, महात्माजी काकासाहेबांना भेटण्यासाठी येत आहेत. सांत्वनपर भेट आहे, ही गोष्ट उघडच होती. महात्माजी सांत्वनासाठी आले ते हसत हसतच आले. कॉटवर काकासाहेबांच्या शेजारी बसले, पण काहीच बोलले नाहीत. कारण त्या दिवशी त्यांचे मौन होते.

त्यांनी पाटीवर पेन्सिलीने लिहिले– 'आप तो ज्ञानी है! मैं आपको क्या कहूँ? अब तो हम दोनो एकसरिके हो गये.'

'आपण दोघेही आता विधुर झालो आहोत' असे हे महात्माजींचे पाटीवरील वाक्य काकासाहेबांनी वाचले आणि दोघेही खळखळून हसत राहिले. माझ्या ते पक्के

लक्षात राहिले. कारण काकासाहेबांना असे खळखळून हसताना मी प्रथमच आणि एकदाच बघितले.

यशवंतरावजी, आपणही वेणूताईंच्या निधनाने त्या दोघांसारखेच आज झाले आहात! उणीव आहे, हसत हसत आपल्या सांत्वनाला येणारा आणि खळखळून हसविणारा त्या दर्जाचा कुणी नेता उरला नाही याची! जर पंडित जवाहरलाल नेहरू असते तर असेच आपल्याला म्हणाले असते, की हम दोनो एकसरिके हो गये!

यानंतर रामभाऊ जोशीलिखित वेणूताईंचे चरित्र प्रसिद्ध झाले तेव्हा मी चकित झालो. त्यात काही सांत्वनपर पत्रेही छापली आहेत. अनेक वर्षे यशवंतरावांच्या सहवासाचा लाभ व फायदा झालेल्यांची एकापेक्षा एक कोरडी पत्रे वाचत असतानाच पाहतो तर आमचेही त्या पठडीत न बसणारे पत्र छापलेले होते! रामभाऊंना विचारले की, हे पत्र कसे छापलेत? रामभाऊ म्हणाले, हे पत्र छापाच, असे यशवंतरावांनी बजावून सांगितले होते!

यशवंतरावांची वेणूताईंबद्दल कोणती भावना होती, ती एका महत्त्वाच्या घटनेच्या वेळी फार सुंदरपणे प्रगट झाली. ही हकिगत यशवंतराव ज्या ज्या वेळी सांगत त्या प्रत्येक वेळी रंगून जात! १९६२ साली चिनी आक्रमणाने भारताची नामुष्की झाली आणि कृष्ण मेनन यांना संरक्षणमंत्रिपदावरून दूर करणे पंडित नेहरूंना भाग पडले. कृष्ण मेननच्या जागी यशवंतराव चव्हाणांना संरक्षणमंत्रिपदावर नियुक्त करण्याचे नेहरूंनी ठरविले आणि यशवंतरावांना मुंबईत टेलिफोन करून सांगितले. यशवंतरावांना ही सूचना अत्यंत अनपेक्षित होती. काही सेकंद स्तब्धतेत गेले व नेहरूंनी विचारले,

"तुमचा काय निर्णय आहे?"

"जरा सल्ला घेतो नि सांगतो!" यशवंतराव चटकन बोलून गेले.

"कुणाचा सल्ला?" नेहरूंचा चेहरा या वेळी नक्कीच लालबुंद झाला असणार! कदाचित नेहरूंना चटकन वाटले असेल की, मोरारजींचा सल्ला तर नव्हे?

यशवंतराव उत्तरले– "माझ्या पत्नीचा– वेणूताईंचा!"

यशवंतरावजींच्या या उत्तराने त्या ताणातही नेहरू दिलखुलास हसल्याचा आवाज फोनवर ऐकू आला. वेणूताईंचा सल्ला कोणता असणार? त्यांच्या निष्पाप मनाचा प्रथमपासून अखेरपर्यंत एकच सल्ला यशवंतरावांना असायचा. नेहमी नेहरू कुटुंबीयांसमवेत राहावे, कारण चांगल्या माणसांबरोबर राहिले पाहिजे, एवढेच वेणूताई सांगत!

काळ पुढे जातो. वेळ तीच राहते.
सोमवारचे आठ तेच मंगळवारचे आठ, तेच बुधवारचे, सगळ्या आठवड्यांचे. महिन्यांचे... वर्षांचेही.
कालचाच दिवस जगणाऱ्या माणसांना मग आपण विचारावं,
"कसं काय चाललंय?"
अशा माणसांचं म्हणूनच उत्तर ठरलेलं असतं. ते हसत हसत घड्याळ बघत सांगतात,
"काय चालायचंय? कालच्या पानावरून पुढे चालू."
झोप लागता लागता लेजर बुकाच्या पानाप्रमाणे 'कॅरीड फॉरवर्ड'. 'सकाळ' झाली की 'ब्रॉट फॉरवर्ड.'
मग एकदा कोणत्या तरी पानावर, 'सकाळी साडेसात वाजता चहा' असं लिहिलेलं असलं की रोज ती वेळ पकडायची. तो अगदी तोंड भाजत प्यायची आवड असेल तर तो ठराविक सेकंदांत संपवायचा. तीच बाब जेवणाची. पहिल्या वाफेचा भात, तव्यावरची पोळी. त्यापूर्वी गरम पाण्याने आंघोळ. अशाच कोणत्यातरी मिनिटाला ती वेळ विकायची. नोकरी, प्रवास, विश्रांती. कधी मित्र, कधीकधी सिनेमा. त्या सिनेमातही वर्षो न् वर्षं कालचीच कथा पाहायची. कारण अशाच कोणत्या तरी निर्मात्याच्या लेजरमध्ये कालची कथा यशस्वी ठरलेली असते. थंड पडत जाणारं आयुष्य असंच,
गार झालेल्या अन्नाप्रमाणे गरम करीत राहायचं.
आयुष्यभर. शेवटच्या श्वासापर्यंत.
शेवटचा श्वासच गरम. नंतर सगळं थंड.
प्रेतच पुन्हा गरम करता येत नाही.

स्वरांच्या निकट राहणारा कलावंत एरवीही एखाद्या स्वराइतका कोमल असावा. त्याने मैफिलीत बेसूर आणि मैफिलीबाहेर असूर नसावं.

'अंत' आणि 'एकांत' ह्यांपैकी माणूस एकांतालाच जास्त घाबरतो.
शब्द जोडण्याचा आटापिटा तेवढ्याचसाठी. आत्तापर्यंतच्या आयुष्यात एकांतवासाच्या भीतीने मी अनेक मरणं पाह्यली आणि त्याच्यावर मात करण्यासाठी अनेक माणसं जोडली. महापालिकेची सत्तावीस वर्षं नोकरी केली ती मैफल समजूनच. लेखन, कथाकथन, दौरे, सहली, नाटक-चित्रपटांतील लुडबूड, भावसरगम, स्वरयामिनी ह्या संगीत कार्यक्रमांचं निवेदन, ही सगळी उरस्फोड माणसांसाठीच.

सगळ्या चांगल्या चांगल्या माणसांची एकमेकांत ओळख व्हावी आणि सगळीकडे संवादाचा एक प्रचंड वाद्यमेळ राहावा यासाठी खूप आयुष्य उधळलं. अनेक वाद्यवृंद माझ्याभोवती निर्माण झाले. अनेक वाद्यवृंदांनी मला नेमकेपणानं वगळलंही. वाद्यवृंदांपेक्षा स्वर महत्त्वाचा. संगीतापेक्षा मी जिथं वादकांवर जास्त भाळलो, तिथं सुरांपेक्षा असुरांचे फटके जास्त खाल्ले. त्या फटक्यांनी माझ्या मनाच्या अनेक बासऱ्या पिंजून गेल्या पण मैफलीचा सूर अबाधित राहिला.

जित्याची खोड मेल्याशिवाय जात नाही. स्वरांची जखम झालेल्या माणसाची मैफलींची खोडही मेल्याशिवाय कशी जायची? पण आता वाद्यवृंदात मन रमत नाही.

आता एखाद्या आर्त सुराची हाक पुरेशी वाटते. त्या उत्कट स्वराची प्रतीक्षा करण्यात खूप वेळ चांगला जातो. तो सूर कसा असेल ह्याचं रूप स्पष्ट नाही. तो कोणत्या दिशेने येईल? कोणत्या वेळेला? मुलतानी, मारवा, पूरिया, यमन, जयजयवंती, मालकंस ह्यांपैकी कोणत्या रागाचं आणि वेळेचं बोट धरून येईल? तो स्वर मला पेलेल का? षड्ज-पंचमातून गंधाराचा साक्षात्कार होईल का?

उत्तर मिळणं अशक्य आहे, मग तोपर्यंत काय करायचं? हेच करायचं. मैफलींचा शोध घेत आणि त्यातलं मनाला भिडेल ते मित्रांनो, तुमच्यासमोर ठेवायचं. खरं तर, कुणी काही सांगावं, ह्याची तुम्हाला गरज नाही. तरीही सगळे लेखक लिहीत राहिले. वास्तविक, ज्ञानेश्वर-रामदास-तुकाराम ह्यांच्यानंतर कुणीही काहीही सांगितलं नसतं, तरी चाललं असतं.

दासबोधासारखा महान ग्रंथ, करमणूक करणारा ग्रंथ नव्हे. माणसांच्या वृत्तीतली एकही छटा तिथं निसटलेली नाही. मुंबईच्या शेअरबाजारात मध्यभागी बसून समर्थांनी सगळ्या वृत्ती टिपल्यासारख्या वाटतात. खरं तर दासबोधानंतर मराठी साहित्यात एकही ओळ कुणी लिहिली नसती तरी चाललं असतं. तरी इतकी पुस्तकं निघतात. कारण,

अहंकार,

मलाही जग समजलंय हे सांगायचा अट्टहास.

मी तरी एवढं लेखन का केलं?

मनाचे श्लोक वाचून गप्प बसायला हवं होतं.

मी कधीही आत्मचरित्र लिहिणार नाही. लिहिण्यासारखं खूप आहे. काही-काही प्रसंग तर इतके नाट्यपूर्ण आहेत की त्या प्रसंगांसाठी आत्मनिवेदनपर काहीतरी लिहावं. पण तरीही, आत्मचरित्र वगैरे काही खरं नाही. आत्मचरित्र का लिहिलं जात असावं? आपण किती बेस्ट आहोत आणि तमाम पब्लिकला ते शेवटपर्यंत कसं कळलं नाही, हा टाहो फोडण्यासाठी आत्मचरित्र लिहिलं जातं. आपल्याला काय काय सहन करावं लागलं हे सांगण्याचाही हेतू असतोच. माझ्या हातून कळत-नकळत असंच काहीतरी लिहिलं जाईल. म्हणून आत्मचरित्र नहीं मंगता है! आपण ज्याप्रमाणे काही लोकांचे अपराध पोटात घालतो, त्याप्रमाणे आपले अनेक अपराध इतर मंडळी पोटात घालत असतात. त्या इतरांनी चरित्र लिहायचं ठरवलं तर आपले तीन तेरा वाजतील. म्हणूनच, जोपर्यंत इतर मंडळी आपापली आत्मचरित्रं लिहीत नाहीत, तोपर्यंत मी माझं आत्मचरित्र का लिहावं?

'व्यवहारी माणसांत, समाजात चांगलं वागायचं ते केवळ वाईट दिसू नये म्हणून. म्हणजेच मूळ वृत्तीला विसरून रीत सांभाळायची. इथंच यातना आहेत. एखादाच बदल असा असतो की त्याचा मनानं स्वीकार केला जातो. बाकी सगळं लादलेलं असतं. प्रत्येक माणूस आयुष्यभर इतरांवर काही ना काही लादत असतो. प्रत्येक माणूस समोरच्या माणसाला स्वतःसारखं करण्याची धडपड करतो. जितक्या प्रमाणात समोरचा माणूस आपल्या मनाप्रमाणे वागेल तेवढ्याच प्रमाणात तो समोरच्या माणसावर प्रेम करतो. ह्या स्वरूपाचं प्रेम करणं हे प्रेमच नाही. ही स्वतःचीच पूजा झाली. समोरचा माणूस जसा असेल तसे स्वीकारणारे किती?'

प्रत्येक माणसाच्या मनात त्याचं एक जग असतं. ते उद्ध्वस्त होऊ नये ही त्याची धडपड. जे बाहेरचं जग मानतात ते आतून फुटतात. जे बाहेरचं जग उद्ध्वस्त झालं तरी चालेल म्हणतात ते सुखी. मान्य करा किंवा करू नका, हिटलरवर आपण तो हिटलर म्हणूनच प्रेम करतो. त्यानं केलेला संहार पटला नाही तरी. साने गुरुजींचा अतिहळवेपणा पसंत नसूनही आपण त्यांच्यावर ते साने गुरुजी म्हणूनच प्रेम करतो. त्यांनी त्यांच्या मनातलं जे जग होतं ते जपलं. साने गुरुजींनी त्यांचं भाबडं जग उद्ध्वस्त होतंय म्हटल्यावर मृत्यू जवळ केला. हिटलरच्या मनातलं जे पाशवी रूप होतं, ते प्रत्यक्षात उतरत नाही म्हटल्यावर, त्यालाही आत्महत्या करावी लागली.

एक काळ असा होता की, आपल्या आई-वडिलांचा केंद्रबिंदू आपणच होतो.
अपत्यसंगोपन हा त्यांचा विसावा, छंद आणि ध्येय होतं. आपलं मूल
आपल्याला दुरावेल का? –हा प्रश्न त्यांना कधी पडला नाही.
आपल्या मुलांसाठी आज आपण वेळ देत आहोत का?
मुलांपलीकडे आपल्या आनंदाच्या जागा कोणत्या आहेत?
त्यांचे आणि आपले आनंद एकच आहेत का?
आईबाप म्हणून आपण त्यांचा विश्वास कमावला आहे का?
तसं नसेल, तर ते अस्थिर आहेत.
अस्थिर माणसं जशी बारमध्ये सापडतात तशी सिद्धिविनायकाच्या रांगेतही.
अर्थहीन श्रद्धाही व्यसनासारखीच.
जित्याजागत्या माणसांशी संवाद संपला की हे तकलादू आधार शोधावे लागतात.
राजकारण, संप, बंद, हिंसा, भ्रष्टाचार, संघटना, टीव्ही, व्हिडीओ, पार्ट्या, ट्रिप्स हे सगळे संवाद तोडणारे शोध. गप्पा म्हणजे संवाद नव्हे. संवादाचं नातं विचारांशी. निराशेने ग्रासलेल्या ह्या देशाला ठणठणीत विचारच सावरू शकेल.
आपण आपल्या मुलांना बुद्धिनिष्ठ व्हायला शिकवाल का?
विचारांवर प्रेम करायला शिकवाल का? यश म्हणजे तरी काय?
शिक्षणातून जे मिळत नाही, ते संस्कारातून द्याल का?
ग्रंथांशी मैत्री म्हणजे विचारांची आराधना.
निर्भेळ विचार म्हणजे आत्मविश्वास. बुद्धीची उपासना हीच भक्ती. भक्तीने कृती हीच संस्कृती.
रोज प्रत्येकाने स्वत:ला एकच प्रश्न विचारावा. माझ्या घरात माझा सगळ्यांशी संवाद आहे का?

''मी तुझ्याकडे आत्ता सरळ-सरळ बघतोय. बाकीचेही बघताहेत. तुला पुरुषांच्या नजरेची, बघण्याची चीड नाही का येत?'

'का यावी? मी स्विमिंग ड्रेसमध्ये असताना पुरुष बघणारच. त्यांनी बघावं म्हणून मी इथं येत नाही. इट् इज अ पार्ट ऑफ द गेम! पुरुष पाहणारच. स्वाभाविक गोष्टींवर चिडण्यात अर्थच नसतो. भुंगे जमावेत म्हणून कमळ फुलत नाही, आणि एखादं कमळ पकडायचं असं ठरवून भुंगे भ्रमण करीत नाहीत. फुलणं हा कमळाचा धर्म, भुलणं हा भुंग्याचा धर्म. जाणकारांनी, रसिकांनी कमळाकडे पाहावं, भुंग्याकडे पाहावं आणि फुलावं कसं आणि भुलावं कसं हे शिकावं.'

माणसांनी आपलं आयुष्य इतकं धावपळीचं, दगदगीचं आणि म्हणूनच अत्यंत वरवरचं का करून घेतलं आहे? आशा-निराशा, साफल्य-वैफल्य, सुख-दुःख, मिलन-विरह, हे सगळेच भाव ही माणसं कातडीवरच्या तिळासारखी वागवतात. कातडीवर तीळ असला काय आणि नसला काय? काय अडतं?

ही माणसं अशीच.

ह्यांना साय हवी, दूध तापवण्याचा खटाटोप नको. सुगंध हवा, पण रोपट्याची मशागत करण्याची खटपट नको. मुलं हवीत, पण संगोपनाची यातायात नको. गती हवी, प्रगती नको, प्रसिद्धी हवी, सिद्धी नको.

ही माणसं आयुष्य काढतात. जगत नाहीत.

चालणारा माणूसच फक्त पायाखाली किडा-मुंगीची हत्या होत नाही ना हे बघतो. धावणारा माणूस फक्त तुडवण्याचं काम करीत धावतो.

अधिकाराच्या जोरावर आपण जेव्हा दुसऱ्या माणसाला गप्प करायचा प्रयत्न करतो, त्यामागे अधिकाराच्या भावनेपेक्षा भीतीची भावना मोठी असतेच, पण कदाचित निरुत्तर होऊ याची दहशत असते. ह्याचाच अर्थ सत्याची आपल्याला भीती वाटते. विचारल्या जाणाऱ्या प्रश्नाला आपल्याकडे उत्तर नाही हे सत्य! त्या सत्याला आपण घाबरतो आणि मग बाजू लंगडी पडायला नको म्हणून, दुसऱ्या गोष्टीचा आधार घेऊन आपण समोरच्या माणसाचं तोंड गप्प करतो. हा मार्ग नेहमीच फसवणारा असतो. वंचना, आत्मवंचना म्हणतात ती ह्यालाच. ह्यामुळे दोन माणसं घायाळ होतात. दडपशाहीमुळे बोलू न शकणारा आणि खुद्द दडपशाही

करणारासुद्धा. एक घायाळ झाल्याचं इतरत्र दाखवीत सुटतो, दुसरा दाखवत नाही. एवढाच फरक! पण त्यात गंमत अशी की, जो उघडपणे दर्शवत नाही तो कायम आतल्या आत धास्तावलेला असतो.

ज्या कार्यात, चळवळीत प्रत्येक माणसाला निश्चित स्वरूपाचं काम करावं लागतं ती चळवळ सगळ्यांना नकोशी असते.

शरीर हे एकच साम्राज्य असं आहे, आणि इतकं महाकाय आहे की त्याला एक राजधानी पुरत नाही. आवेग आणि विवेक ह्या दोन राजधान्यांचा इथे अंमल चालतो. एकमेकांचं अस्तित्व आणि महत्त्व दोघी जाणतात, एकमेकींचं एकमेंकींवर अतिक्रमणही होतं. त्या वेळी संपूर्ण साम्राज्य जिचं प्राबल्य जास्त तिच्या स्वाधीन केलं जातं. राज्याचं होणारं नुकसान नंतर दोघीही भरून काढतात. अधिकार आणि अंमल ह्यात ज्या राजधानीची सरशी होईल त्या प्रमाणात साम्राज्याचा डोलारा टिकतो किंवा कोसळतो. विवेक ह्या मुख्यमंत्र्याचे पाच सल्लागार. दूरदृष्टी, निश्चय, संयम, एकाग्रता आणि सातत्य. आवेगाचं राज्य अनेकांच्या हातात. एका राजधानीत काहीशी हुकूमशाही तर दुसरीत संपूर्ण लोकशाही. षड्रिपूंच्या मंत्रिमंडळाबरोबरच प्रलोभनं, जाहिरात, प्रसिद्धी, अपेयपान, भ्रष्टाचार ह्या सगळ्यांचं थैमान आहे. दोन्ही राजधान्यांतले मंत्री एकमेकांच्या राज्यात इथेही दौरे काढतात, शिष्टमंडळं पाठवतात, पण ते स्वतःच्या स्वार्थासाठी नसून साम्राज्य टिकावं म्हणून. इथे साम्राज्यापेक्षा दोन्ही राजधानींत स्वतःचं पद मोठं मानलं जात नाही.

'समाजाला घाबरायचं ठरवलं तर कोणतीही समस्या सोडवता येत नाही. स्वतःचं आयुष्य स्वतःलाच जगावं लागतं आणि समस्या सोडवल्याशिवाय जगता येत नाही. स्वतःच्या समस्येपेक्षा समाज श्रेष्ठ आहे, असं मानलं की जगणं हीच समस्या होते. त्याचप्रमाणे स्वतःच्या अस्तित्वापेक्षा समस्या मोठी आहे असं मानलं तर समस्या कधीच सुटत नाही.'

"मिळवती बायको हवी होती ना? समाजाला टाळून ती नोकरी कशी करणार?
जत्रेत गेलं की काही धक्के लागायचेच. माणसं हरवायचीच. घराला एकच रंग
असतो. जत्रा बहुरंगी, बहुढंगी असते. लहान मुलं त्यात हरवतात. म्हणून तर
मोठ्या माणसांनी त्यांचा हात सोडायचा नसतो. जो हरवतो त्याच्यातलं मूल मूलच
राहिलं आहे असं समजायचं. आपण हात घट्ट धरलेला असला म्हणजे मूल जत्रेत
कितीही रमलं तरी त्याला घरी आणतोच की नाही? इथे आपण उलट वागतो.
वैतागून हातच सोडतो आणि लांबून ते आणखीन किती हरवतं ते पाहतो. जिथं ते
मूल रमल्यासारखं वाटतं तिथं कदाचित ते भांबावलं पण असेल. तसं करायचं
नाही. म्हणजे हात सोडायचा नाही. त्याचप्रमाणे त्या मुलाला जत्रा, प्रदर्शन
ह्याच्यापासून लांब पण ठेवायचं नाही. दोन घटका ते जत्रेत रमलं तर दहा घटका
संसारात, घरकुलात टवटवीत राहतं."
हे जसं संसारात नवऱ्याने लक्षात ठेवायचं असतं, तसंच बायकोनेही ठेवायला हवं.
संसाराचाच पॅटर्न बदलला की समस्यांचा पॅटर्नही बदलणारच.
समाजातल्या किती पुरुषांना हे भान ठेवून आपल्या मिळवत्या बायकोला असं
सांभाळता येतं?

स्वप्नं बाळगण्यासाठी कर्तृत्व लागतं असं कुणी सांगितलं?
अनेक माणसांच्या बाबतीत, ते जन्माने पुरुष आहेत, एवढा
पुरुषार्थ त्यांना पुरतो. 'अर्थ असलेला पुरुष' म्हणजे पुरुषार्थ
अशी व्याख्या ते करीत नाहीत. हिरकणी योगायोगाने
मिळते. ती टिकवायची असते हे ज्यांना उमगतं ते 'पुरुष'
शब्दाला 'अर्थाची' जोड देतात. कर्तृत्व नसेल तर नसेल.
प्रत्येकाकडे असतं असं नाही. पण कर्तृत्व अनेक प्रकारचं
असतं. द्रव्यार्जनाची शक्ती म्हणजेच पुरुषार्थ नाही.
जोडीदारावर अमाप माया करणं, बायकोची शक्ती
ओळखणं, तिला सुरेख साथ देणं, तिला आपली साथ
सोडावीशी न वाटेल इतकी तिच्या कर्तृत्वाची शान
सांभाळणं, हा सगळा पुरुषार्थच. क्षमाभाव, वात्सल्य ही
गुणवत्ता केवळ बायकांची मक्तेदारी नाही.

शब्द म्हणा, संवाद म्हणा, ह्यांच्यासारखा जादूगार कुणी नाही. वैरी नाही किंवा ह्यांच्यासारखा मित्र नाही. केवळ पाण्यालाच 'तुझा रंग कसा?' विचारण्यात अर्थ नाही. हा प्रश्न शब्दालाच विचारायला हवा. षड्‌रिपूंना जे जे रंग असतील; माया, ममता, वात्सल्य ह्यांना ज्या ज्या छटा असतील, त्या तुम्ही शब्दांना बहाल करा. शब्द त्यांत मिटून जातील. कुणाशीही मतभेद झाले, संघर्ष झाले की शब्दांची निर्यात थांबली. प्रथम प्रथम संवाद करावासा वाटतच नाही.

कालांतराने ज्याचं त्याला जाणवतं की रागाची धार बोथट झाली आहे. मग काही माणसांना स्वत:चाच राग येतो. आपली शत्रुत्वाची भावना कमी होते ह्याचा अर्थच काय? वैरभावनेतली सहजता संपते आणि मग जाणिवेने शत्रुत्वाची भावना जोपासली जाते. ज्या कारणासाठी एखाद्या व्यक्तीशी एके काळी मैत्री झाली होती ती कारणं, त्याची ती गुणवत्ता आणि सौख्यात घालवलेला भूतकाळ, आमंत्रण देत राहतो. पण अहंकाराचा पहारेकरी फाटक सोडायला तयार नसतो. तो तुमची निर्भर्त्सना करीत राहतो. त्या कोण्या व्यक्तीकडे पुन्हा तुझं मन धावतंच कसं? हा एकमेव प्रश्न, अहंकार विचारीत राहतो. मग अट्टहासाने वैर जोपासलं जातं. अट्टहासाने संगोपन केलेलं वैर जास्त थकवतं. संगोपनात पुनरुक्ती असते. त्या पुनरुक्तीस सहनशक्तीची कसोटी असते. ह्याचाच जास्तीचा थकवा असतो. पण एकदा का ते फाटक पुन्हा उघडलं तर पहारेकऱ्याची शक्ती कमी होत जाते. पुनर्मैत्रीत शब्दांचा प्रवास सुरू झाला की अधूनमधून तो पहारेकरी गस्त घालतो. स्वत:ची लाज वाटते. पण इथेही पुन्हा शब्द आणि संवाद विलक्षण जादू करतात. अहंकार, भीड, संकोच, अबोला... एकेक वस्त्रं उतरवली जातात. फाटक पुन्हा कायम उघडलं जातं. कुंपणही उरत नाही. फाटक जर कायम उघडंच ठेवायचं असेल तर कुंपणाची आवश्यकताच काय? तारुण्यात कुंपणाच्या मानापमानाचे खांब खोलवर गेलेले असतात. वाढत्या वयानुसार जमीन खचू लागली की हे खांब केवळ तारांच्या आधाराने उभे राहतात. तारांवर गंज चढायला लागला की त्याही कमजोर होतात. जीवन-मरणाची सरहद्द नजरेच्या टप्प्यात आली की त्याच्या अलीकडची मानवनिर्मित सगळीच कुंपणं नाहीशी व्हावीत असं वाटू लागतं. मात्र ज्यांना जीवन-मरणाची सरहद्द कायम दिसत असते, तिचं भान असतं, अशी माणसं कुंपण बांधलेलं असलं तरीही तिथे 'नो थरोफेअर'चे फलक लावीत नाहीत.

एकूण एक ग्रंथांना मागे सारील असा एक प्रचंड ग्रंथ प्रत्येक जण स्वतःबरोबर आणतो. तो ग्रंथ म्हणजे प्रत्येकाच्या आयुष्याचा ग्रंथ. पृष्ठसंख्या किती हे न सांगणारा ग्रंथ. ह्या ग्रंथातला मजकूर फक्त उलटलेल्या पानावरच उमटलेला असतो. श्वासाश्वासागणिक एकेक शब्द इथं छापला जातो. इथे प्रत्येक शब्द हा फक्त प्रूफच. प्रूफरीडिंग नाही. खोडरबर न वापरता लिहिला जाणारा हा एकमेव ग्रंथ. 'चुकीची दुरुस्ती' किंवा 'शुद्धिपत्रक' कोणत्या पानावर टाकायचं, ते ग्रंथकर्त्यालाच माहीत नसतं. अनेक चुका जगजाहीर होतात. अनेक लादल्या जातात. असंख्य चुका केवळ पुस्तकाच्या मालकालाच वाचता येतात. किंबहुना ह्या एकमेव स्वयंभू ग्रंथामध्ये हीच एकुलती एक सावली आहे की, ज्यातली असंख्य पानं कुणालाही वाचता येत नाहीत.

अशाच अनेक पुस्तकांसमोर मीही एक पुस्तक म्हणून उभा असतो. श्रोत्यांनी त्यांच्या ग्रंथातल्या लपवलेल्या पानांसमोर मी माझी लपवलेली पानं उघडतो. जिथं मजकूर जुळतो तिथं प्रतिसाद मिळतो. क्वचित केव्हा केव्हा आपण आपल्या उलटलेल्या पानांवर हा मजकूर का लिहिला नाही?'– अशी खंतही काही काही पुस्तकांच्या मुखपृष्ठावर दिसते. इन्कमटॅक्स ऑफिसरसमोर बँकेची पासबुकं उघडी करून दाखवावीच लागतात. तशी काही प्रांजळ माणसं, सक्ती न करताही त्यांची पुस्तकं तुमच्यापुढे उघडतात. शुभलाभ आणि स्वस्तिक काढून दोन दोन चोपड्या ठेवणारे महाभाग वेगळे. त्यांनी तर देशाच्या ग्रंथातली पुढची पानंसुद्धा, सत्ताधाऱ्यांना खळ लावून, बरबटून टाकली आहेत. पण जिथे संवाद जुळतो तिथे तुमचं आमचं, म्हणजेच श्रोत्यांचं आणि माझं पुस्तक वेगवेगळं राहत नाही. एकाच आवृत्तीतली एक प्रत, उरलेल्या प्रतींशी बोलत राहते.

मला कोणतीही खुर्ची मान्य नाही. अध्यक्षपदाची तर नाहीच. इतरांपेक्षा ही खुर्ची तुम्हाला वेगळ्या भूमिकेत नेते. इतरांपासून वेगळं काढते. ही खुर्ची हितगुज करणारी नाही. ही उपदेश करणारी, आदेश-संदेश देणारी खुर्ची आहे. मला

खुर्चीपेक्षा भारतीय बैठक आवडते. जी डळमळीत होते ती खुर्ची. जी भक्कम असते ती बैठक. आपलेपणाचं नातं निर्माण करण्याचं सामर्थ्य फक्त बैठकीतच असतं. काही बैठकी ह्याला अपवाद. विधानसभेची बैठक, किंवा कोणत्याही राजकीय पक्षाची बैठक, ह्याला अपवाद.
राजकारण म्हटलं की खेळ खलास.
दोन मिनिटं शांत उभं राहायचा तो विषय.

परमेश्वराची योजना निराळी असते. आपण मर्त्य जिवांनी त्यात ढवळाढवळ केली की बॅलन्स जातो. तोल बिघडतो. त्याची रचना पाहा. तो तापट नवऱ्याला थंड बायको देतो. कंजूष नवऱ्याला उधळी बायको देतो. 'भगवंता, कसली जोडीदारीण देतोस?'– म्हणून आपण त्याच्या नावाने खडे फोडतो, पण त्याची ती योजना अचूक असते. आपल्याला तो हेतू समजत नाही. मग आपण दुःखी होतो. केवळ बाह्य देखाव्यावर भुलून, कातडीचा रंग पाहून लग्न जमवतो. आर्थिक बाजू पाहतो, सौंदर्य शोधतो, शिक्षणाचा अंदाज घेतो– आणि केवळ रूपावर भाळून आयुष्यातले निर्णय घेतो. आणि म्हणून वैतागतो, पस्तावतो. परमेश्वराने भलताच जोडीदार गळ्यात मारला म्हणून कातावतो. शेजाऱ्याची बायको सुलक्षणी वाटते.

माणसाने फक्त घरातल्यांना सांभाळावं. ठराविक मर्यादेपलीकडे समाजाला स्वतःच्या आयुष्यात किती डोकावू द्यायचं, हे ठरवायला हवं. आणि ते मात्र लवकर ठरवावं. आपण घेतलेले निर्णय अमलात आणण्यासाठी आयुष्य उरलेलं असतानाच काही संकल्प सोडायचे असतात.

स्पर्श न करताही आधार देता येतो हे ज्याला कळतं
त्यालाच 'पालक' शब्द समजला.

मुळातच दागिन्यांचा सोस कशासाठी?
मंगळसूत्र कशासाठी? नवऱ्याबद्दलच्या भावना दागिन्यांतूनच व्यक्त व्हायला हव्यात का? एकीकडे मारे मंगळसूत्र घालायचं आणि नवऱ्याच्या तऱ्हेवाईकपणाच्या हकिगती ऑफिसातल्या मैत्रिणींना वा मित्राला सांगायच्या; ह्या विसंगतीचा कुणी विचार केला आहे का? नवऱ्याबद्दलच्या ह्या मानसिक व्यथा इतरांना सांगताना, मंगळसूत्रामागचा संकेत जातो कुठे? मग तो केवळ एक उपचार राहतो. चार

मामुली वा मिरवण्यायोग्य दागिन्यांप्रमाणे मंगळसूत्र हा निव्वळ एक दागिना उरतो. असं असेल तर ह्या दागिन्याचं प्रयोजन काय?
वेगवेगळ्या फॅशन्सची मंगळसूत्रं करवून घेण्यासाठी आज भगिनीवर्गात चढाओढ लागलेली आहे. परवडत नाही, महागाई किती आहे असं म्हणता म्हणता, सराफाच्या दुकानात पाय ठेवायला जागा नसते. पहिलं मंगळसूत्र मोडून, नवीन फॅशनचं करवून घेताना, सराफ-सोनार मंडळी आपल्याला किती लुबाडतात, हे तर बापजन्मी तुम्हांला कळणार नाही. प्रत्येक व्यवहाराच्या वेळी चोख सोनं घेऊनही तुम्ही ते विकायला गेलात वा त्यातच थोडी भर घालून नवा दागिना बनवायला निघालात की तुमचं पहिलं सोनं कधीही शुद्ध नसतं. ह्यावर वाद घालायचा नाही. सराफाचं दुकान आणि लोकलमधला गुंड ह्यांत फरक इतकाच की, पहिल्या ठिकाणी तुम्ही आपण होऊन मंगळसूत्र काढून देता आणि लोकलमध्ये ते खेचलं जातं.

"आपला बाप जर निव्वळ पैशाच्या मागे लागल्यामुळे आपल्या वाट्याला येत नसेल तर मुलं बापाचा द्वेष करतात. पण त्याच्या व्यवसायाबद्दल त्यांना फारसा राग येत नाही. ह्याच्या अगदी उलट, त्यांच्या बापाच्या वृत्ती पैशाबाबत उदासीन असतील आणि व्यवसाय हा जर त्याचा धर्म बनला असेल तर मुलांना व्यवसायाचा राग येतो, पण बापाबद्दल नितांत आदर असतो."

बेदम पैसा मिळवणं ह्याच्याइतकं मिडीऑकर ध्येय दुसरं असू शकत नाही. माणसं जोडायला त्यापेक्षा जास्त बळ लागतं.

ऐन तारुण्यात प्रथम शरीराच्या गरजा आक्रांत करीत असतात, जिथे वैचारिक भूमिकेचा मागोवा क्वचित घेतला जातो. नंतरच्या परिस्थितीत (जिथे जिथे ती उद्भवते तिथे तिथे!) प्रथम माणसं विचारांनी तादात्म्य पावतात आणि मग कधीकधी, काही काही व्यक्तींच्या बाबतीत वैचारिक अंतर उरलं नाही की मग कोणतंच अंतर खपत नाही. मैत्रीची देवाण-घेवाण सगळ्या स्तरांवर होते. संवादाची भूक ही जिवंतपणाची साक्ष आहे. माणूस आणि जनावर ह्यात हाच फरक आहे. शब्दांचा शोध हा तेवढ्यासाठीच 'अणू'च्या शोधापेक्षा महान शोध आहे.
अण्वस्त्रांचा वापर विध्वंसासाठी न करता शांततेसाठी करायचा आहे हे वारंवार एकमेकांना बजावलं जात आहे ते शब्दांच्याच जोरावर. शेवटी अण्वस्त्रांपेक्षाही ज्या

राष्ट्राजवळ जास्त बलवान शब्द आहेत तोच देश वरचढ ठरणार आहे.

जसजसे दिवस जातात तसतसा कलावंत वा विचारवंत एकटा पडत जातो. प्रत्येक विचारवंताच्या पूर्णत्वाच्या स्वतंत्र व्याख्या असतात. त्या पूर्णत्वाच्या दिशेने त्याचा सतत प्रवास चालू असतो. वैयक्तिक, बौद्धिक कुवतीनुसार प्रत्येक कलावंत आणि विचारवंत वेगवेगळी उंची गाठत असतो. ह्या उंचीच्या प्रमाणातच एकटेपणाची भावना प्रत्येकाची वेगवेगळी राहणार. अर्थात असा जरी तरतमभाव असला तरी एकटेपणाची अवस्था अटळच. त्या सर्व कलावंतांचा आतल्या आत कोंडमारा होत राहतो. सामान्य पातळीवरचं मनोरंजन त्याची करमणूक करू शकत नाही.

कोणतंही समर्थन मूळ दु:खाची हकालपट्टी करू शकत नाही. वर पट्टी बांधायची, ती जखम झाकण्यासाठी. आत जखम आहे ती ज्याची त्याला ठसठसत असतेच.

रिटायर होणाऱ्या म्हाताऱ्यांचं नेमकं दु:ख कोणतं? रिटायर झालो की पगार नाही, उद्योग नाही, ह्या विचारांपेक्षाही आपल्या गैरहजेरीने ऑफिस बंद पडणार नाही, हे दु:ख फार मोठं असतं. आपल्यावाचून कुणाचं तरी अडतं ही भावना फार सौख्यदायक असते.

दुसऱ्याच्या पगाराची, मिळकतीची चौकशी करणं हे अत्यंत संस्कारहीन आहे, असंस्कृतपणाचं लक्षण आहे. त्याचप्रमाणे 'तुम्हाला आता काय कमी आहे?'– असंही फाडकन कुणाला विचारू नये.
ज्यांना काहीच कमी नसतं त्यांना खर्चही कमी नसतात.

रातकिडा कर्कश ओरडतो, त्या ओरडण्याचा त्रास होतो ह्यात शंकाच नाही, पण त्यापेक्षा जास्त त्रास तो कुठे बसून ओरडतोय ह्याचा पत्ता लागत नाही, त्याचा होतो.

शस्त्रक्रिया होण्यापूर्वी रोगी घाबरलेला असतो. त्यातून तो बरा झाला की शिवलेली जखम तोच कौतुकाने दाखवत सुटतो.

दोन चाकी वाहनं कोणत्याही फटीतून निसटतात म्हणून चार चाकंवाली त्यांच्यावर मनातून उखडतात. पण ह्या एकमेव देणगीची किंमत जबरदस्त असते. पावसात पाऊस, उन्हाळ्यात चटके आणि छोटा, निसटता अपघात झाला तरी 'देअर इज नो सेकंड चान्स.' पिलीयनवर एखादी बाई दिसली की ही मंडळी हेवा करतात, पण त्या सगळ्यांना सांगावंसं वाटतं, 'आहे हा मामला खुल्लम खुल्ला. काचा वर करायची सोय इथं नाही.' म्हणूनच ऊन-पाऊस आणि नजरा अडवता येत नाहीत.

अनेक समस्या, त्या क्षणी सुचेल त्या मार्गाने सोडवाव्या लागतात. थोडा अवधी लोटल्यावर मग कायमचा उपाय शोधावा.
दूध अचानकपणे, म्हणजे आपण तंद्रीत असताना, कोणत्या तरी क्षणी लाट अंगावर येते, त्या वेगाने वर काठापर्यंत येतं. चिमटा शोधायला वेळ नसतो. अशा वेळेला पाण्याचा शिडकावा करून ते तिथल्या तिथे शांत करायचं असतं. थांबवायचं असतं. मग सावकाश चिमटा शोधावा, उसंत घेऊन ते खाली उतरवावं. तसंच काहीसं... अनेक समस्यांचं...

वकिलांचा आणि डॉक्टरांचा पेशा एकदम भिन्न. परिचारिकांचे कपडे स्वच्छ-पांढरे. वकिलांचे गाऊन काळे. दिरंगाईचा रंग काळा. तत्परतेचा रंग पांढराशुभ्र. कॉल आल्या क्षणी हजर राहावं लागतं. खटले मात्र वर्षोन् वर्षे चालतात.

'उत्तम ड्रायव्हर जेव्हा ॲक्सिडेंट करतो तेव्हा तो ड्रायव्हिंग विसरलेला असतो का? तरी अपघात होतात. पट्टीची पोहणारी माणसं, नेहमीसारखा उंचावरून सूर मारतात ती वरच येत नाहीत केव्हा केव्हा. म्हणजे त्यांना पोहता येत नाही असं म्हणायचं का?– त्याचप्रमाणे चांगली शिकलीसवरलेली माणसं, दुसऱ्या बाईच्या प्रेमात पडतात तेव्हा शिक्षण किंवा संस्कार विसरलेली असतात असं म्हणायचं का? – तोही अपघातच. जो नेहमी घडून जातो– तो अपघात.'
'आणि मी तो शांतपणे बघत राहायचा, असं?'

'होय! शांतपणे हा शब्द महत्त्वाचा! कारण तृप्तीचा संसार असून, बाहेर आकर्षण का वाटतं हे पुरुष सांगू शकत नाही. जो प्रश्न त्याचा त्याला सोडवता येत नाही, त्याचं उत्तर बायकांना हवं असतं. त्या मग अकारण स्वतःस कमी लेखतात. पुरुषजातीला हलकट ठरवतात.'

'पण...'

'तुम्हाला आधार हवा आहे, हे मी समजू शकतो. पण सध्या तुमच्या नवऱ्याला पण आधार हवा आहे. तो आत्ता प्रवाहात वाहत चाललाय. आपण वाहत नसून प्रवाहाला वाहायला लावत आहोत ह्या धुंदीत. जोपर्यंत तुमचा नवरा प्रवाहात आहे तोपर्यंत तुम्ही किनाऱ्यावर घट्ट उभ्या राहा आणि त्याची धुंदी ओसरली की त्याला हात द्या. ह्यालाच संसार म्हणतात. दोघांपैकी कुणीतरी एक कायम किनाऱ्यावर घट्ट उभा हवा. उद्या हीच हकीगत एखाद्या स्त्रीची पण होऊ शकेल.'

सौख्याचा कोणता क्षण चिरंजीव झालाय?
फक्त आठवणींच्या राज्यातच तो अमर. आणि आठवणी कधीच सुखद नसतात. त्या दुःखाच्या असोत वा आनंदाच्या.
दुःखाच्या असतील तर त्यापायी वाया गेलेला भूतकाळ आठवतो, आणि त्या आठवणी सुखाच्या असतील तर ते क्षण निसटले, म्हणून त्रास!

सदिच्छा ही नेहमी एकाच माणसाची असते. ती कृतीत आणायची म्हणजे कुणाचं ना कुणाचं सहकार्य लागतं. सहकार्य म्हटलं म्हणजे दुसरी माणसं आली. म्हणजे फिसकटलं. सदिच्छेची योजना झालीच. जी नेहमी फसण्यासाठी असते.

'ज्योत' म्हटलं की ती झंझावातात विझणारच असं मानलं जातं.
सगळ्याच ज्योती विझतात. विझत नाही तो प्रकाशाचा धर्म.
कायम उरतो तो प्रकाश. आणि ज्योतीचा जय होणारच नाही असं कशावरून? आयुष्य केवळ ज्योतीला असतं असं नाही,
झंझावातालाही असतं.

ज्या माणसाला भूकच नाही, अन्नावर वासनाच नाही,
त्याला पंगतीमधलं कोणतंही पान चालतं.

रसिक भेटल्याशिवाय कलावंत पुरा होऊच शकत नाही. रसिक हा कलावंताचाच एक भाग आहे. परमेश्वर हाही एक कलावंत आहे. तो एवढा महान कलावंत आहे आणि त्याने आपली कलाकृती इतकी प्राण ओतून घडविली आहे की, तो स्वत: कलाकृतीपलीकडे निराळा म्हणून उरलेला नाही. पण हा महान कलावंतही केव्हा पूर्ण झाला? –जेव्हा त्याने मानवासारखा, स्वत:ची बुद्धी असलेला रसिक निर्माण केला तेव्हा– त्या महान कलावंताला रसिक-दाद देणारा रसिक हवाच होता. पण तोही केवळ भाडोत्री, स्तुतिपाठक रसिक नको होता. प्रज्ञावंत रसिक हवा होता. म्हणूनच माणूस ही त्याची शेवटची, सर्वश्रेष्ठ, परिपूर्ण कलाकृती आहे.

एक मनुष्यजन्म.
तोही म्हणे चौऱ्याऐंशी लक्ष फेऱ्यांनंतर. अर्थात मला त्याच्याशी कर्तव्य नाही.
मला दिसतो तो समोरचा जिताजागता माणूस.
त्यातल्या त्यात त्याचा तारुण्याचा काळ.
उत्पत्ती, स्थिती, लय. सकाळ, दुपार, संध्याकाळ.
सगळा निसर्गच दादरा तालात आखलेला.
बालपण, तारुण्य, वार्धक्य.
जास्तीत जास्त सुखं उपभोगण्याचा काळ-तारुण्य. संततीच्या रूपाने माणसाला तारुण्यात, बालपण पुन्हा अनुभवता येतं, पण वार्धक्यात तारुण्य अनुभवता येत नाही. जाणिवा जाग्या झाल्यापासून प्रत्येक जण आतुरतेनं वाट पाहतो, ती तारुण्याची.
तारुण्याचा काळ हा जसा जास्तीत जास्त सुखं उपभोगण्याचा काळ आहे, तसाच तो जास्तीत जास्त कर्तृत्व दाखवण्याचा, व्यक्तिमत्त्व घडवण्याचा काळ आहे.
बालपण जसं परावलंबी असतं तसंच वार्धक्यही. स्वत:च्या मतांचा मागोवा आणि पाठपुरावा करण्याचा अधिकार तारुण्यातच अनुभवता-उपभोगता येतो.

त्याचं असं आहे, म्हणजे फक्त माझ्यापुरतं सांगतो, इतरांचं असंच होतं का ह्याची मला कल्पना नाही. पण तसं काही प्रमाणात असावं. आपल्या भावी जोडीदाराचं एक काल्पनिक चित्र प्रत्येकाच्या मनात तयार असतं. तो जोडीदार बोलेल कसा, हसेल कसा, त्याची उंची, बांधा, फिचर्स

ह्यांबद्दल मूर्त स्वरूपात जरी नाही तरी भावविश्वात एक प्रतिमा सतत जागत-जागवत असते. अशा काल्पनिक मूर्तीबरोबर त्याचा संसार कधीच सुरू झालेला असतो. त्या कल्पनेतल्या चित्राला वास्तवातलं शिल्प सापडलं की त्याचा निर्णय पक्का होतो. अशा व्यक्तीच्या शोधात प्रत्येकजण असतो. दाखवायला नेलेली मुलगी किंवा मुलगा जेव्हा पसंत पडत नाही तेव्हा तो किंवा ती अपात्र आहे असं समजण्याचं मुळीच कारण नाही. आपल्या मनातल्या प्रतिमेबरोबर त्याचा सूर जमलेला नसतो. नापसंत करणारी व्यक्तीसुद्धा अशा वेळी आपण नापसंत का केलं हे सांगू शकतं नाही.''

–आठवणीवरून आठवणी निघतात.
एकाच रागदारीत रचना केलेली गाणी जशी लागोपाठ आठवतात, तसं होतं. एकाच रागदारीचे स्वर दोन गाण्यांत असल्याने, एका गाण्यावरून दुसऱ्या गाण्यावर कधी व कसे गेलो हे जसं कळत नाही, त्याप्रमाणे, उत्कटतेने बांधलेले दोन वेडे एकत्र येतात, तेव्हा एका वेड्याच्या हकिगतीतून, दुसऱ्या वेड्याच्या गोष्टी कधी सुरू होतात, हे कळत नाही.
एकातून दुसरी, त्यावरून तिसरी हा प्रवास कुठे थांबेल हे सांगता येत नाही, पण त्याहीपेक्षा, आत्ता हा विषय कसा निघाला, ह्याचा शोध जास्त रंजक.

''संगीताप्रमाणे संवादाला पण विस्ताराचे, रंगतीचे टप्पे असतात, चढ-उताराचे आरोह-अवरोह असतात. स्वरांप्रमाणेच शब्दांनाही एक क्रम असतो. रागदरीत जसे काही स्वर वर्ज्य असतात, त्याप्रमाणेच संवादातही काही शब्द वर्ज्य असतात. ठाय, विलंबित, द्रुत अशा क्रमाने गाणं जसं फुलत जातं तशाच क्रमाने संवादालाही फुलण्याचा सोस हवा. तंबोऱ्याच्या दोन षड्जांप्रमाणे संवादातही दोन तारा एकजीव व्हाव्या लागतात. शेवटी सगळा संसार शब्दांचाच, पण वाटाघाटी वेगळ्या, बोलाचाली निराळी आणि संवादाची मैफल निराळी!
'वाटाघाटी' शब्दानंतर, स्वातंत्र्य मिळाल्यापासून, कायम 'फिसकटल्या' हेच क्रियापद डोक्यात बसलंय.
'बोलाचाली' शब्दाची सोयरीक 'दोन गटांत मारामारी' ह्या वाक्याशी.
पण 'मैफलीचं' नातं रंगाशीच असतं.
तरीसुद्धा, काही काही माणसं चर्चा करता करता, संवादावरून बोलाचालीवर का आणि कधी येतात, हेच कळत नाही.

“दु:ख आणि डोंगर ह्यांच्यात साम्य असतं. लांब अंतरावरून दोन्ही गोजिरी दिसतात. एका डोंगराला पार करावं तर त्याच्या मागे दुसरा डोंगर असतोच. तसंच दु:खाचं. जवळ गेलं की ह्या दोन्ही गोष्टी पार करता येणार नाहीत, असं वाटतं. त्यांचं रौद्र रूप लांब गेलं की गोजिरवाणं होतं.”

कुणालाही स्कूटरवरून लिफ्ट देताना मला नेहमी कुठेतरी भीती वाटते. जर काही कमी-जास्त घडलं तर त्या व्यक्तीचं आयुष्य आणि संसार, दोन्ही उद्ध्वस्त होईल. आणि ह्याला आपण जबाबदार ठरू. मुंबईतली वाहनं आणि रहदारी साक्षात कौरवसेनेसारखी वाटते; पण त्या वेळी ‘नायं हन्ति न हन्तये’ हा कृष्णाचा उपदेश काही आठवत नाही. आणि आठवला तरी वाटतं, मला आठवून काय फायदा? हे लोकांना आठवायला हवं.
–मनात हे असे विचार येतात. तरीही मी ओळखीच्या, बिनओळखीच्या माणसांना लिफ्ट देत आलोय. कारण केव्हा केव्हा मनात असेही विचार येतात, माझ्या पत्रिकेत आज अपघात असेल आणि ह्या माणसाच्या पत्रिकेत तो नसेल तर माझं संरक्षण होईल.

‘आपलं कुणी अनुकरण किंवा द्वेष करायला लागलं
की समजावं, आपला उत्कर्ष होतोय.’

माणसाला काही ना काही छंद हवा. स्वप्नं हवीत. पुरी होणारी किंवा कायम अपुरी राहणारी. त्यातून तो स्वत:ला हरवायला शिकतो. सापडायला शिकतो. हे ‘हरवणं-सापडणं’ प्रत्येकाचं निराळं असतं. पतिपत्नीचं एकच एक मत असलं तर संसारात स्वर्ग निर्माण होतो. पतिपत्नीच्या ह्या हरवण्या-सापडण्याच्या जागा एकच निघाल्या तर ते सुख-दु:खाचे समान वाटेकरी होतील. दोघांच्या अशा जागा– किंवा– स्वप्नं वेगवेगळी असतील, तर प्रकृतिधर्मानुसार ते स्वाभाविक आहे, पण तो एकमेकांच्या टिंगलीचा विषय होऊ नये. इतपत भान संसारात ज्यांना टिकवता येईल, त्यांना संसारसुखाचं मर्म सापडलं. ज्यांना हे असं हरवता येत नाही, ते रिकाम्या वेळेचे बळी होतात. रिकामा वेळ सैतानाचाच.

'ज्या गृहस्थाने मला पहिल्यांदा मैत्रीच्या नावाखाली पहिला चहा पाजला तिथे माझं पाऊल घसरलं होतं. कारण, त्या चहाने घात केला. त्याचा पहिला फुकट स्पेशल चहा म्हणजे बोरातली अळी होती. त्याचाच पुढे 'त क्ष क' झाला. दहा-बारा वेळा चहा झाल्यावर मग एका आलीशान हॉटेलात भलंमोठं जेवण झालं! त्यापाठोपाठ भेटीदाखल लहान लहान वस्तू आल्या. 'ऑफिसर लोक नुसते सहीचे मालक, खरी कामं तुमच्यासारखी, हातावर पोटं असलेली माणसंच करतात, तेव्हा अशा प्रेझेण्ट्स घेण्याचा अधिकार तुम्हालाच आहे'– अशा स्तुतीची फीत त्या वस्तूंना बांधण्यात येत असे. आतल्या वस्तूपेक्षा आम्ही त्या 'फितीलाच' फसत राहिलो. ह्यापाठोपाठ घरातली माणसं! त्यांनी ह्या प्रकारांना उघड पाठिंबा जरी दाखवला नाही तरी कडवा विरोधही दर्शवला नाही! 'एखादी गोष्ट न मागता कुणी स्वखुशीने दिली तर तिचा स्वीकार केला, तर कसलं आलंय पाप?'– अशा तऱ्हेच्या शंकासमाधानांना आम्ही बळी पडत गेलो– मग आमची कीर्ती पसरत राहिली. ज्याप्रमाणे एखाद्या ज्योतिषाची किंवा वैद्याची कीर्ती पसरावी त्याप्रमाणे! असल्या कारभारात आम्हाला विश्वस्ताची जागा मिळू लागली. आणि मग मोठमोठ्या ऑफिसर्सकडून आमचा सेफ्टी व्हॉल्व्हसारखा उपयोग केला जाऊ लागला. बुडत्याचा पाय खोलात, हा न्याय इथेही आहे. ह्या प्रवाहात तुम्ही पाणी अडवू लागलात की तुम्हाला जगणं अशक्य होईल अशा गावी बदली करतात. त्या बदलीच्या हुकमावर बढतीची सोनेरी फीत– नव्हे– तात बांधतात. मोठमोठ्या मंत्र्यांच्या शेकडो एकर जमिनी, आमदार, खासदार, विरोधी पक्षनेते ह्यांची फाईव्ह स्टार हॉटेल्स, द्राक्षांच्या बागा, आपोआप होतात काय? आमच्यासारखे कितीतरी पाट त्या जमिनी ओल्या ठेवतात.

दारू पिणाऱ्यांनी शेवटपर्यंत दारूच प्यायची, जुगाऱ्याने जुगारीच राहायचं– तसंच लाच खाणाऱ्यांचं! –म्हणूनच म्हणालो, हे पाप, त्या पहिल्या चहाचं! जो लहान मोह टाळू शकतो तोच मोठ्या मोहाकडे पाठ फिरवू शकतो.

नभांगणातल्या चांदण्या मोजायच्या नसतात. आपल्यावर त्यांचं छत आहे, ह्या आनंदात विहार करायचा असतो. आनंद, समाधान, तृप्ती, कृतज्ञ भाव, स्नेह ह्या भावनांना तराजू असते तर एव्हाना हे सगळे काळ्या बाजारात गेले असते. त्यांचं स्मगलिंग झालं असतं. इतकंच कशाला, त्यांच्यावर इन्कमटॅक्सही बसला असता. मग एकही माणूस साधं हसलाही नसता. आनंदाच्या उकळ्या दाबून दाबून माणसं फुटली असती. तेव्हा 'नक्षत्रांचं देणं' कधीच चुकवता येत नाही ह्यातच त्यांची उंची. तिथं हात पोहोचू नयेतच. कारण आम्ही माणसांनी, जिथे जिथे आमचे हात पोहोचले तिथे तिथे, स्वत:चे शिक्के उमटवले. त्यापेक्षा अशाच काही अलौकिक चांदण्या, तेजस्वी तारे अवतीभवती वावरतात, तिथं माथा झुकवावा. पण आम्हाला 'सितारे' ओळखायला येतात 'तारे' येत नाहीत. हे दोन्ही ओळखणं खरं तर सोपं आहे. डोळे उघडे ठेवल्याशिवाय जे दिसत नाहीत ते 'सितारे', जे मिटल्यावर दिसतात ते 'तारे.'

'दुबळ्या माणसाला सदिच्छा व्यक्त करण्याचा अधिकारच नसतो.'

"व्यक्तीचा शोध घेऊन तो संपत नाही. समाजात हजारो राठोड आहेत. राठोड ही व्यक्ती नाही. ती वृत्ती आहे. एखादा राठोड सापडेलही. त्यांचा हाच व्यवसाय असतो. स्वत:ला जे मिळालं नाही ते दुसऱ्याला मिळालं की प्रतिक्षणी एकेक राठोड जन्माला येतो. ते निनावी पत्रं लिहितात आणि तुम्हांला जे सौख्य मिळालं आहे त्याची अन् तुमची फारकत करतात. काही काही राठोडांजवळ तर नुसती पत्रं नसतात, चांगली वर्तमानपत्रं असतात. त्यांना भाडोत्री, रिकामटेकडे, प्रतिभा खुंटलेले लेखकही मिळतात. प्रत्यक्षातल्या माणसांची नावं बदलून ते कथाकादंबऱ्या लिहितात. अशा सगळ्या माणसांचा– नव्हे माकडांचा– एकच हेतू असतो. तुमचं सुख ओरबाडणं, तुमचे नातेवाईक तोडणं. अशा माणसांना शोधण्यापेक्षा, स्वत:च्या मनातला वणवा शांत करा. आपला दाह नक्की कोणत्या जातीचा आहे ते पाहा. तो शोध घ्यायचं ठरवलंत तर कुठेही धावाधाव न करता बसल्या ठिकाणी शोध लागेल. वणव्यात चार बाभळीची झाडं जळली तर त्याचं दु:ख नाही. जाईजुईसारख्या वेलींचा कोळसा होतो, ही खरी हानी आहे. आपलं झाड सांभाळा. कारण त्याला बिलगून तुमची पत्नी, एक वेल आहे. घटकाभर धरून चला, तिचं काहीतरी असेल, पण सध्या ती तुमच्याभोवती विळखा घालून आहे. तिला आधार द्या. हजारो राठोडांपासून वाचवा."

सवय किरकोळ की गंभीर? ह्या चर्चेत काही तथ्य नाही. तुम्ही जिचे गुलाम होता, ती सवय वाईट.

'चहा घेणार का?'

ह्या निरुपद्रवी वाटणाऱ्या प्रश्नाला, अभावितपणे होकार जातो, तेव्हा जर नवल वाटलं तर ओळखावं, हा होकार सवयीने दिला.

कसली तरी चाकोरी आपण निर्माण करतो. अगदी चहासारखं पेय पिण्याचीही चाकोरी. त्या चाकोरीला मग आपण शरण जातो. इतकं की, आपल्या संमतीची वाट न बघता ती आपल्या वतीने निर्णय पण घेते. अशी अकारण शरणागती आपण किती वेळा पत्करतो हे ज्याने त्याने आठवावं. माणूस दुबळाच लेकाचा. वयानुसार सवयी बदलतात आणि मग 'वय' झालं तरी सवय राहते.

एखादाच अफाट जन्माला येतो पण त्याच्यासुद्धा अफाटपणाची चाकोरी होऊन, त्याला छळत नसेल का?

खिसेकापूच गर्दीत ओरडतो, 'खिसापाकीट सम्हालो.' लोक अभावितपणे आपली पाकिटं बघतात आणि खिसा कापणाऱ्यांना लोकांचा पाकीट ठेवण्याचा खिसा समजतो.

'किती दमता तुम्ही?' ह्या एका वाक्याची माणसाला किती भूक असते हे सांगता येणार नाही.

दहा माणसांचा स्वयंपाक करून दमलेल्या बाईला पण एवढं एकच वाक्य हवं असतं आणि कामावरून आलेल्या पुरुषाला पण! इतर कितीही गरजा असोत, पण हे एवढं एकच वाक्य ऐकायची ज्याला भूक आहे त्या पुरुषाने आपल्या बायकोला कधीही नोकरीला लावू नये. पुरुषाला स्वयंपाक येऊ नये आणि बाईला नोकरी करता येऊ नये. एकमेकांच्या कर्तृत्वाचे प्रांत एकमेकांना अनभिज्ञच हवेत. तरच एकमेकांच्या कर्तबगारीचं कौतुक टिकतं. 'त्यात काय आहे, हे मी पण करीन'– इथं अर्पणभाव संपला, स्पर्धा आली. कौतुक संपलं, तुलना आली. साथ संपली, स्वत्वाची जाणीव आली.

शृंगार आणि वैराग्य एकत्र नांदत नाहीत, त्याचप्रमाणे संशय आणि भक्ती. वैराग्य केवळ तारुण्यावर आघात करीत असेल, पण संशय उभ्या आयुष्याची राख करतो.

आयुष्यातले आनंदाचे अनेक क्षण, उपेक्षेचे हुंदके, दु:खाचे कढ
आणि आवर घातलेले आवेग– हे ज्याचे त्यालाच माहीत
असतात. एखादा तरी साक्षीदार अशा उन्मळून टाकणाऱ्या क्षणी
जवळ असावा ह्यासारखी इच्छा पुरी न होणं ह्यासारखा शाप नाही,
पण साक्षीदार मिळून त्याला त्यातली उत्कटता न कळणं
ह्यासारखी वेदना नाही. त्यापेक्षा एकलेपणाचा शाप परवडला.

युनिफॉर्म ह्या गोष्टीबद्दल मी लहानपणापासून धसकाच घेतला आहे.
शाळेतला गणवेशसुद्धा त्यात आलाच. तिकीटचेकर, पोलीस, गुरखा,
नर्सेस, सिस्टर्स, मिलिटरी, नेव्ही, ‘बेस्ट’ नाव अकारण लावणारे
कंटक्टर्ससुद्धा. एक पोस्टमन वगळला तर बाकीच्या या थोर मंडळींपासून
मी कायम दूर राहायची धडपड करतो. समोर उभा राहणारा माणूस आपण
त्याच्या अंगावर ओरडण्यासाठीच जन्माला आलाय हे युनिफॉर्म शिकवतो.

‘माझं लक्ष नेहमी वर्तमानपत्राच्या तिसऱ्या, चौथ्या आणि शेवटच्या पानाकडे
असतं. खून, मारामाऱ्या, अपघात, आज तेल गडप, उद्या तांदूळ... असल्या
बातम्या मी वाचत नाही. अशा बातम्यांचं आयुष्य नेहमी अल्प असतं. तरीही त्या
तसल्या बातम्या आपलं मन उदास करतात. आपण वर्तमानपत्र असं म्हणतो खरं,
पण सगळी वर्तमानपत्रं भूतकाळ छापतात. शेवटचं पान भविष्यकाळ किती उज्ज्वल
आहे हे सांगतं. भविष्य घडवायला निघालेले कितीतरी चेहरे त्या पानावर दिसतात.

माणूस जितक्या मोठ्या पदावर,
स्थानावर तितका तो स्वार्थी, मतलबी.
सत्ता आणि पैसा ह्या दोन गोष्टी मिळवण्यासाठी
तो राक्षस होतो.
छोट्याछोट्या माणसांचे तो
लीलया बळी घेतो.
बळी घ्यायचा म्हणजे प्रत्येक वेळी
जीवच घ्यावा लागतो असं नाही.
निरनिराळ्या स्तरांवर छोट्याछोट्या माणसांना

वाकायला, नाचायला लावणं हेही
बळी घेण्यासारखंच!
मोठ्यातला मोठा माणूस जेव्हा
त्याचं मोठेपण विसरतो तेव्हा
त्याच्याइतका क्रूर प्राणी
दुसरा कुणीही होऊ शकत नाही.
अशी ही मोठीमोठी माणसं
छोट्या माणसांना करार करून
बांधून घेतात.
सुरक्षितता आणि स्थैर्य शोधणाऱ्या माणसांना
प्रारंभी करार हे वरदान वाटतं
आणि करार संपेपर्यंत स्वास्थ्याची चटक लागून
आपण गुलाम कधी झालो हे कळत पण नाही.
गुलामीत स्थिर होणं म्हणजेच बळी जाणं!

सासर म्हणजे अगदी तीन जावा, तीन दीर, लग्न न जमणारी एखादी नणंद. सासू-सासरा आणि आते-मावस-चुलत नातेवाइकांचा 'जनता शो' जरी नसला तरी स्वातंत्र्य घालवण्यासाठी एक बंधनसूत्र पुरतं. सध्याच्या काळात मी तरी त्याला 'मंगलसूत्र' म्हणू शकत नाही.

लग्नामुळे 'स्त्री' वा 'पुरुष' पारतंत्र्यात गेले असं न होता त्यांच्या स्वतंत्र विहारात त्यांना एक साथीदार मिळाला असं का होऊ नये?

ह्याचं कारण आमचे विचार पक्के नाहीत.

विचार ठाम नसल्यामुळे आम्हांला आमच्या Priorities ठरवता येत नाहीत. स्वत:चा आत्मविश्वास वाढेल असं शिक्षण मिळत नसल्यामुळे, लाथ मारू तिथं पाणी काढण्याची हिंमत आमच्यात नाही. आम्ही फक्त लाथाळी करतो. शिक्षण क:पदार्थ मानण्याची आमची वृत्ती इतकी वाढते आहे की संप, बंद ह्या निष्प्रभ ठरलेल्या चळवळींपुढे परीक्षाही पुढे ढकलाव्या लागल्या तरी आम्हाला खंत वाटत नाही. हीन अभिरुचीची करमणूक आम्हाला वर्षानुवर्षे चालते. झटपट प्रसिद्धीसाठी आम्हाला चुटपुटतं यश पुरतं. सगळ्या राष्ट्राचा धर्म 'निवडणुका' हाच झाला आहे. लोभसवाण्या जाहिरातींनी आमच्या गंजलेल्या आणि गांजलेल्या मेंदूवर, शरीरावर झगमगीत कपडे चढवले आहेत. ह्या सगळ्या सामाजिक परिस्थितीपुढे आम्ही प्रगल्भ भिकारी होऊन लाचारीने माथा टेकतो किंवा व्यसनी होतो.

साहजिकच लग्न हा एक मिरवण्याचा सोहळा झाल्यास नवल काय?
माहेरी ज्या गोष्टी मिळाल्या नाहीत त्या सासरी मिळतील ह्या भ्रमात मुली असतात तर मुलगी आपल्या घरात येताना तिच्याकडून काही काही गोष्टी येतील ह्या स्वप्नात काही पुरुष मश्गुल असतात.
स्वाभिमानी स्वभावाची कदर ह्या शर्यतीत कोण करत असेल सांगा.

"जेव्हा अभिरुची म्हणजे काय हे समजायला लागतं तेव्हा माणसाचा जन्म होतो, असं मी मानते. माणसाच्या ठरलेल्या सगळ्या गरजा जनावरासारख्याच असतात. अभिरुची असली की तडफड सुरू. समाजातल्या असंख्य पुरुषांनी आणि स्त्रियांनी स्वत:च्या संसारात आपण अस्वस्थ का आहोत ते शोधावं. नेमकं कारण त्यांना सापडणार नाही. माझ्या मते माझा शोध योग्य आहे. आधी साथीदार भेटतो. अभिरुचीचा शोध नंतर लागतो."

संसार या शब्दाबरोबरच संघर्ष हा आलाच.
संघर्ष नेहमी दुसऱ्या माणसाबरोबरच असतो, असं नाही.
नको वाटणारा निर्णय घेण्याची पाळी
स्वत:वरच आली की, स्वत:शीच संघर्ष सुरू होतो.
संसारात या संघर्षाचं खापर फोडण्यासाठी
जोडीदार मिळतो इतकंच.
पण,
असे हे संभाव्य संघर्ष कुणामुळेही निर्माण झाले
तरी, एकमेकांना 'गुड-नाईट' म्हणण्यापूर्वी
त्या दिवसाचे संघर्ष त्याच दिवशी संपवायचे
आणि
उगवत्या सूर्याचं ताज्या मनाने स्वागत करायचं.
संसार यशस्वी करण्यासाठी आणखी वेगळं काहीच करावं लागत नाही.
नियती एक कोरा, करकरीत दिवस सूर्योदयाबरोबर तुम्हाला बहाल करते. रात्र म्हणजे कालचा फळा पुसून लख्ख करणारं डस्टर. त्या स्वच्छ फळ्यावर आपण कालचेच धडे का लिहायचे? –जो नव्या दिवसाला कोऱ्या मनाने सामोरा जातो, नवा मजकूर लिहितो, तो लेखक नसेल, पण प्रतिभावंत असतो.

स्वत:ची विचारसरणी कशी असावी, हेही काही माणसं इतरांवर अवलंबून ठेवतात. असं का? स्वत:ची विचारांची दिशाही ज्याच्या त्याच्या मालकीची नसावी का? लोक काही का बोलेनात, त्यांचा तो धर्मच आहे. किती बोललं गेलं ह्यापेक्षा किती ऐकलं गेलं ह्याला महत्त्व आहे. किती खाल्लं ह्यापेक्षा किती पचलं, किती पाहिलं ह्यापेक्षा किती आत उमटलं हे जास्त महत्त्वाचं. हे ज्यांना समजत नाही, त्यांना मग आपल्याला थकवा कशाचा आलाय ह्याचाही पत्ता लागत नाही. मग सगळ्या चिंता विसरण्यासाठी ही माणसं चौपाटीवर येतात, नाहीतर एखाद्या रम्य स्थळी जातात. पण तिथे जाऊनही ती शांत होतात का? चौपाटीवर जाणारी माणसं केवळ समुद्र किंवा आकाश पाहायला जातात का? तिथेसुद्धा ही माणसं हेवा, मत्सर असल्या क्षुद्र गोष्टी घेऊन येतात. निसर्गाच्या जवळ येऊनही ती निसर्गापासून लांब असतात. स्वत:च्याच भविष्याचा विचार करतात. ते वाईट आहे अशातला भाग नाही. पण त्यातही ती संपूर्ण हरवतात का? ...नाही! त्यांची भविष्यकाळातली मनोराज्यं पण क्षुद्र स्वार्थात गुरफटलेली असतात. जो स्वत: कशातच हरवत नाही, तो माणूस कसला?

सर्वांत जीवघेणा क्षण कोणता?
खूप सद्भावनेने एखादी शुभ गोष्ट करायला जावं आणि स्वत:चा काहीही अपराध नसताना पदरी फक्त वाईटपणाच यावा, सद्हेतूचीच शंका घेतली जावी, हा!

'मागच्या पिढीने पुढच्या पिढीसाठी विल करताना सर्वस्व द्यावं, 'गुड्विल' मात्र पुढच्या पिढीवरच सोपवावं. इतरांच्या गुड्विलवर लोळून दिवस काढणाऱ्या माणसांची मी कीवही करू शकत नाही. कारण आपला जोडीदार रोज वरची वरची उंची गाठतोय हेही ह्या महाभागांना समजून घ्यावंसं वाटत नाही. जी माणसं जाणिवेने जगतात, ती नुसतीच दु:खाची कारणमीमांसा शोधून थांबत नाहीत, तर एखाद्या सौख्याचेही आपण भागीदार का झालो, ह्याचाही ते वेध घेतात. अशी माणसं, ज्या सुखाला आपण पात्र नाही, त्याकडे पाठ फिरवतात.

ह्या जगात पुरुषार्थ ह्या शब्दाचा अर्थ समजलेले पुरुष फार, म्हणजे फारच मोजके आहेत. पुरुषार्थ म्हणजे रसिकता. जबरदस्ती नव्हे, शारीरिक ताकद नव्हे, तर मानसिक ताकद. ज्याला ही मानसिक रसिकता समजली त्यालाच पुरुषार्थ समजला. असा पुरुष, पुरुष असला तरीही कोमल असतो. तो कुणावरही जबरदस्ती करीत नाही.

एखादी जात सोडायची म्हणजे माणुसकी सोडायची असं नव्हे. कोणतीही जात वाईट नसते. राजकीय धोरणं बदलली की एखादी जात वाईट ठरते. जात हे दुर्दैवाने व्यवहारात वापरायचं नाणं झालं आहे. देश बदलला की नाण्यांची नावं बदलतात. लक्ष्मीचं स्वरूप तेच राहतं, तसंच माणुसकीचं. तिचा जातीशी, धर्माशी संबंध नसतो.

दारिद्र्य अनेक प्रकारचं असतं. मानसिक, वैचारिक, नैतिक, आर्थिक... इट इज ॲन एंडलेस अफेअर. स्वत:च्या धर्माबरोबरच एक राष्ट्रीय धर्म असतो. त्या धर्माची आठवण समाजातल्या प्रत्येक घटकाला होणं जरुरीचं असतं. तो चमत्कार जोपर्यंत घडत नाही तोपर्यंत हा देश असाच राहणार.

कोणत्याही प्रसंगाची कथा होते असं लेखक सोडून इतरांना वाटतं. भाबडेपणाने अनेक माणसं लेखकांना प्रसंग पुरवण्याची धडपड करतात.
तर काही माणसं समोर एखादा लेखक येताच 'आमच्यावर काही लिहू नका हो' म्हणून हंबरडा फोडतात.
शेंदूर फासलेला प्रत्येक दगड म्हणजे काय 'जागृत' दैवत असतं काय? प्रतिभा जागृत करणारी माणसं आणि प्रसंग निराळेच असतात.

आपल्याला आपला गतकाल आठवत असतोच, पण प्रश्न विचारणारं कुणी असं असलं की त्या गतकालाबद्दल आज आपल्याला अचूक काय वाटतंय ह्याचा आपल्यालाही नव्याने पत्ता लागतो. त्यात पुन्हा प्रश्न विचारणाऱ्याचा आपल्याशी फारसा संबंध नसावा. त्या व्यक्तीला आपल्याबद्दल जिव्हाळाही नसावा. प्रश्नाला 'हेतू' चिकटल्याचा भास निर्माण झाला की उत्तराला 'सेतू' आलाच.

बायको, मग ती कुणाचीही असो, ती नवऱ्याचा संशय घेणारच. हा मी दोष मानत नाही.
संशय हा नेहमी दुष्ट बुद्धीनेच घेतला जातो असं मी म्हणत नाही. त्याचा प्रेमाशीच संबंध असतो. आपल्या नवऱ्याचं आपल्यावर प्रेम असावं ही भावना त्यामागे असते. महत्त्व त्याला नाही. तो संशय जेव्हा अतिरेकाने धुमाकूळ घालतो तेव्हा उबग येतो. 'अति सर्वत्र वर्ज्ययेत्' म्हणतात, तसं आहे. मर्यादेपलीकडे नवरा-

बायकोंनी एकमेकांवर प्रेम करणंही वाईट असतं. प्रेम माणसाला दुबळं बनवतं. प्रत्येक जीव हा एक स्वतंत्र घटक आहे. त्याला त्याचं स्वतंत्र असं जीवन आहे, अस्तित्व आहे. केवळ स्वत:चा असा उत्कर्ष आहे, इतकंच नव्हे, तर स्वतंत्र असा अध:पातही आहे. ह्याचा विचार, ह्याचा विवेक त्या अति प्रेमात राहत नाही. प्रेमाने माणूस ताकदवान बनला पाहिजे. नवरा-बायकोंचं एकमेकांवर अमर्याद प्रेम शेवटी गुलाम बनवण्याची शाळा ठरतं. त्यात व्यक्तित्वाचा विकास करण्याची ताकद नसते. कलाकाराला असलं प्रेम नको असतं. त्याची कला ही त्याची संजीवनी असते. डॉक्टरी भाषेत त्याला ऑक्सिजन म्हणावं. ती कला जोवर गृहिणी फुलवत ठेवत राहील तोवर तिच्या नावामागच्या 'सौ'ला कधीच धक्का लागायचा नाही. प्रत्येक कलावंताच्या पत्नीने आपल्या जोडीदारासाठी आपण हे करीत आहोत का हा प्रश्न स्वत:ला विचारावा. हे जिला जमत नाही, तिला मग आपला पराभव झाला असं वाटायला लागतं. कलाकारांशी संसार ही ह्या अर्थाने सुळावरची पोळी असते.

न मावणारं दु:ख नेहमीच जीवघेणं असतं. कारण तुमचा जीवच तेव्हा दु:खापेक्षा लहान झालेला असतो. तेव्हा माणसाने नेहमीच दु:खापेक्षा मोठं व्हायचं ध्येय ठेवावं. दु:ख मावल्यावर भांड्यात वर रिकामी जागा राहील इतकं मोठं व्हावं. अर्थात हे झालं स्वत:च्या बाबतीत. आपल्याला होणाऱ्या यातनांसाठी मोठं भांडं वापरायचं पण इतरांच्या संदर्भात एका अश्रूनेही भांडं ओसंडून जाईल इतकं छोटं ठेवायचं.

'मुलांना कशालाही घाबरायला शिकवायचं नाही. कोणत्याही शक्तीला, कोणत्याही व्यक्तीला.'

'भीती वाटल्याशिवाय माणूस नम्र होणारच नाही.'

'भीती केव्हा तरी नष्ट होते. त्या वेळी काय होईल?'

'पण–'

''मी सांगतो ह्यात नक्की अर्थ आहे. भीतीपायी माणूस लांब राहतो. अनुभवातून जाण्याचं तो नाकारतो. त्यापायी खऱ्या शक्तीची, व्यक्तीची ओळख होत नाही. भिणाऱ्या माणसाची वाढ होत नाही. भिणारा माणूस संशोधनही करत नाही.''

'म्हणजे वडीलधाऱ्या माणसांना कधीच नमस्कार करायचा नाही, असंच ना?'

'नमस्कार जरूर करायचा, पण तो कृतज्ञ भावनेने करायचा. मनाचा आणि

आयुष्याचा आनंद वाढवणाऱ्या प्रत्येक गोष्टीशी त्यानं माणुसकीच्या दृष्टिकोनातून कृतज्ञ राहावं. पायांतून चपला काढल्यावर, माणसाने मनातल्या मनात पादत्राणांनाही नमस्कार करावा.'

सल्ला हा नेहमी देण्यासाठी आणि घेण्यासाठी असतो.
ऐकण्यासाठीही असतो, असं मी मानत नाही. 'तुम्हाला काय जातं सांगायला? माझ्या जागी जर तुम्ही असतात तर...' वगैरे वगैरे सांगून, दिलेला सल्ला योग्य होता पण त्याप्रमाणे वागणं अशक्य होतं, हेच नंतर पटवलं जातं. माणूस नेहमी समानधर्मीयाच्या शोधात असतो. स्वत:च्या मनोवृत्तीची जोपासना करणाऱ्याचा त्याला आधार वाटतो आणि त्याच वेळेला ह्या परिस्थितीतून आपल्याला कुणीतरी मुक्त करावं, असंही त्याला वाटत असतं.

'तुम्हाला काय सांगू, ह्या तापटपणापायी मला एकही घर उरलेलं नाही. कोणत्या क्षणी, कुणाच्या देखत आपला अपमान होईल हे सांगता येत नाही. मित्र नाहीत, शेजारी नाहीत, बाहेरच्या जगाशी काही नातंच नाही.'
'एरवी काय करतात मग?'
'एरवी म्हणजे?'
'ऑफिस संपल्यावर.'
'ऑफिस संपलं की घर. घरून निघालं की ऑफिस. वाचनाचं वेड नाही, संगीताचं आकर्षण नाही. गप्पांचा छंद नाही. फिरायला जाण्याची आवड नाही. माणूस रिकामा असला की काय करणार मग? माझ्या मागे मागे असतात. मी काय करते हे सतत पाहत राहायचं. काही चुकलं, सांडलं, लवंडलं की ओरडायचं.'
–हे असं आयुष्य किती भगिनींच्या वाट्याला आलं असेल?
अभिरुचीसंपन्न नवरा मिळावा, अशी काही एकूणएक स्त्रियांची मागणी नसेल. त्यांनाही आपल्या मर्यादा माहीत असतात. पण तो किमान माणूस तरी असावा; ही अपेक्षा गैर आहे का?
असे किती संसार ध्येय-माणूसकीशून्य पुरुषांपायी वाया गेले असतील?
किती संसार? किती घरं?

जो सर्वसाधारण का होईना, पतीसुद्धा होऊ शकत नाही, तो आदर्श
बाप तरी कसा होईल?

'माणूस फसतो केव्हा? दुसऱ्याच्या हातातले पैसे स्वत:चे समजून
चालतो तेव्हा फसतो. न मिळालेल्या पैशाबद्दल मी झुरत बसलो असतो
तर एवढी वाटचाल झालीच नसती. बुडालेल्या पैशाचे धक्के मी मनावर
घेतले असते, बरबाद झालो असतो, तर मी स्वत:ला 'फसलो' म्हणालो
असतो. पण इथे त्याचा खेदच नाही, तेव्हा मला बुडवणारेच फसतात
की नाही?'

बोलून दुखवण्यापेक्षा अबोला धरण्याने माणूस जास्त खच्ची होतो. त्याचप्रमाणे
काही-काही शब्द, वाक्यं-विधानं फार भयंकर असतात. ती मोघम असतात,
पण गैरसमज पसरवण्याची त्या मोघम वाक्यांची ताकद साथीचा रोग
पसरवणाऱ्या जंतूंपेक्षा अफाट असते. ती वाक्यं म्हणजे–
'मी किती सोसलंय ते माझं मलाच माहीत आहे.'
'योग्य वेळ आली की मी सगळं बोलणारच आहे.'
किंवा–
'आता मी गप्प राहून सगळं सहन करायचं ठरवलं आहे.'
'मी त्यांना पक्की ओळखून आहे.'
नेमक्या जागी बोट न ठेवणारी बायकांची ही वाक्यं आपल्या सगळ्या शरीराला
दंश करीत सुटतात.

संसारात आपण निर्णय घ्यायचा नाही. बायकांना घ्यायला
लावायचा. चुकला तर त्यांचा आवाज बंद. बरोबर आला तर
क्रेडिट त्यांना मिळतं, पण काम आपलं झालेलं असतं.
काहीही झालं तरी आपल्या टाळक्याशी कटकट नाही.

माणसाने आजूबाजूच्या रोषणाईकडे पाहू नये किंवा विझवलेले दिवेही पाहू नयेत.
ज्याला चालायचं आहे त्याने आपल्या हातातला दिवा जपायचा असतो. प्रवाद निर्माण
होतात, तसेच विरतात. प्रवाह अखंड असतो आणि जे लाकूड असतं ते तरंगतंच.
'निसर्ग आणि माणसाचं मन यात संवाद असता तर कृत्रिम गर्भधारणा नावाचा

प्रकारच संभवला नसता, किंवा बलात्कारातूनसुद्धा वंश वाढला नसता.'

टाळ्या वाजवणारे खूप असतात. सर्कस पाहायला येतात ते फक्त तेवढ्याचसाठी येतात. मृत्यूच्या गोलात फटफटी फिरवणारा असतो. त्याला टाळ्यांचा आधार नाही वाचवत! त्याच्याबरोबर जो दुसरा फटफटीवाला असतो तो सावरतो.

''प्रत्यक्ष कृती घडली की ती कशी घडली ह्याची कारणं आपण शोधू लागतो. कधी स्वत:च्या समाधानासाठी. कधी समर्थनासाठी. इतरांना सुचत नाही, असं नाही. ज्यांना नुसतंच सुचतं ते फक्त आयुष्यभर 'मला हेच म्हणायचं होतं' असं म्हणत राहतात. सुचल्यावर जे त्याच्यावर चिंतन करतात पण कृती करत नाहीत ते सगळे फिलॉसॉफर्स. आणि जे कृती करतात ते संत.''

पाच गुंडांचा तमाशा, आजूबाजूची पाच हजार माणसं शांतपणे सहन करतात. वास्तविक अशा माणसांचा काटा काढणं अवघड नाही. पोलिसांनीच ते काम केलं पाहिजे असं नाही. त्यासाठी शरीर कमवावं लागतं, फार बळ लागतं असंही नाही. फक्त धैर्य लागतं. रक्तात चीड असावी लागते. पण ह्या समाजात 'पुरुषार्थ' कुणालाच समजलेला नाही. पोलिस डिपार्टमेंट म्हणूनच टिकलंय.

'आपल्या समाजासारखा विनोदी समाज दुसरा कोणताही नसेल.'
'कसा?'
'ह्या सगळ्या बायका आज हळदी-कुंकू करीत आहेत. का? तर ह्यांना नवरे आहेत. एवढंच कारण. ह्यांपैकी अनेक जोडप्यांचं एकमेकांत पटत नाही. काहींना जबरदस्त व्यसनं आहेत, पैसे खाल्ल्यामुळे एक-दोघांच्या नोकऱ्या पण गेल्या आहेत. ज्यांचं एकमेकांशी क्षणभरही पटत नाही त्यांच्यात घटस्फोटाची धमक नाही म्हणून ती चार भिंतींत दिवस काढताहेत. काहींच्या बायका आहेत, आणि काही बायकांचे चोरटे संबंध आहेत. पण तरीही त्या सगळ्या 'सौभाग्यवती' आहेत. बंदी काय ती मला आहे. का? तर माझा नवरा अकाली गेला. वय वर्षं अठ्ठावीस हे मरणाचं वय नक्की नव्हतं. नवरा जाणं ही एक नैसर्गिक कॅलॅमिटी झाली. पण नंतर वर्षो न् वर्षं समाजाने त्या बाईला तिच्या वैधव्याची जाणीव देत राहायचं, ह्या कॅलॅमिटीला काय अर्थ आहे? खरं तर समाजात जास्तीत जास्त प्रोटेक्शनची गरज एकट्या पडलेल्या स्त्रियांना असते. समाजाने त्यांना कुशीत

घ्यायला हवं. जेव्हा एखादी व्यक्ती संसार अर्ध्यावर टाकून जाते तेव्हा दोघांपैकी एका व्यक्तीचं आयुष्य संपतं, तर मागं उरतो त्याचा संसार संपतो. म्हणूनच अशा तऱ्हेचे जे सामाजिक, सांस्कृतिक म्हणा किंवा कौटुंबिक कार्यक्रम म्हणा, अशा मनोरंजनाच्या सोहळ्यांची गरज, जी दुर्दैवाने एकटी पडली आहे तिला जास्त आहे.'

'पुरुषाचं लग्न झालं म्हणजे त्याला आई दुरावते आणि त्याला मूल झालं म्हणजे बायको दुरावते.'

'उत्तम डॉक्टर होण्यापेक्षा उत्तम नर्स होणं कठीण आहे इतकंच माझं म्हणणं. डॉक्टरी पेशात ज्ञानाचा भाग मोठा आहे. माझ्या व्यवसायात मनाचा भाग मोठा आहे. डॉक्टरांचा स्टेथास्कोप फक्त छातीपर्यंतच पोहोचतो. नर्सचा हात काळजाच्या आत जातो. रोग जाणता आला की डॉक्टरचं कार्य संपतं. नर्सला पेशंट समजावा लागतो. मला रोगाची माहिती नकोच आहे. मला माणसाची माहिती हवी आहे आणि ती माहिती कशी मिळवायची हे कोणतंही शास्त्र सांगत नाही. शास्त्र फक्त रोगाची नावं सांगतं. पूर्वी हे रोग होतेच, त्यांची नावं माहिती नव्हती. पेशंट एक्झॅटली कशाने गेला ते आता पटकन सांगता येतं. कारण सायन्स पुढं गेलं. त्यांनी नावं शोधली. माणूस हा माणूसच राहिला. तितकाच अनाकलनीय.'

'तुझा शास्त्रावर राग का?'

'राग? कोण म्हणतं? राग मुळीच नाही. मला इतकंच वाटतं की, शास्त्र हे जगू शकणाऱ्याला आणखी चांगलं जगायला देतं. मरणाऱ्यांसाठी अजून शास्त्र काही करू शकत नाही. तिथं सगळ्याच धन्वंतऱ्यांचे हात थकतात. पेशंटलाही ते समजून चुकतं. पण धन्वंतरी थांबला तरी नर्स थांबू शकत नाही. म्हणूनच मला हा पेशा महत्त्वाचा वाटतो. मी आमच्या डीनसाहेबांना नेहमी म्हणते की, तुम्ही डॉक्टरमंडळी फक्त रोग्याचा ताप पाहून मोकळे होता, आम्ही ताप आणि मनस्ताप दोन्हींचं निवारण करायची धडपड करतो.'

कितीही म्हटलं की मनातल्या सगळ्या गोष्टी सांगायच्या तरी सांगता येत नाहीत. कारण मनाच्या कमकुवतपणापायी निर्माण केलेलं दुःख कुठलं आणि दुःखावर उभं राहिलेलं दुःख कुठलं हे जोवर ठरविता येत नाही तोपर्यंत नाही बोलता येत. आणि शेवटी आपलं मन आपणच मारायचं असतं.

आपल्याविरुद्ध तक्रार घेऊन ते कुठं जात नाही. कुठंही बोलू शकत नाही.

कोर्टात दाखल झालेल्या खटल्यापेक्षा दाखल न झालेले खटले जास्त चिघळतात, क्रॉनिक होतात. ह्या सगळ्यात ह्युमन लाइफ किती वाया जातं, ह्याचा कोण विचार करतो?"

"आततायीपणाने कोणताही निर्णय घेतला तर..."

"निर्णय चुकीचा आहे की योग्य हे काळावर मोजायचं की बुद्धीवर? तुम्हाला बुद्धीच नसेल तर पेपर सोडवायला संपूर्ण तीन तास नव्हे, तर अख्खा दिवस दिला तरी काय उपयोग? आपण सगळ्या गोष्टी वापरायला शिकतो, फक्त वेळ वापरायला शिकत नाही. किल्लीचं घड्याळ गेलं, इलेक्ट्रॉनिकचं आलं. वेगवेगळी घड्याळं वापरायची की संपलं."

कोणताही खर्च करीत असताना आपल्याकडे एकूण जमा किती हा आकडा समजल्यावरच आपण खर्च कसा आणि किती करायचा हे ठरवतो. साध्या सिगारेटपासून हा हिशेब स्मोकिंग करणाऱ्यांचा चालतो. 'पाकिटात तीनच सिगारेट्स उरल्या. पुणं येईपर्यंत आता ह्या पुरवायच्या.'– अशी विधानं मी प्रवासात ऐकतो आणि ह्याउलट, अत्यंत महागडी, न परवडणारी, खऱ्या अर्थाने ज्याची हानी भरून येत नाही अशी गोष्ट किती उरली आहे, ह्याचा हिशेब नसताना आपण जी वारेमाप उधळतो ती गोष्ट म्हणजे आयुष्य. 'मन रमवणं' ह्या नावाखाली गप्पागोष्टी, दिवसचे दिवस पत्ते खेळणं, पार्ट्या, सिनेमेच सिनेमे बघत सुटणं, निंदानालस्ती, गॉसिपिंग, शॉपिंग, बुद्धीला चालना न देणारी नटनट्यांच्या भानगडींची साप्ताहिकं वाचणं आणि ह्यांपैकी काहीही नसेल तर दिवसच्या दिवस लोळून काढणारे बहाद्दर मी पाह्यले आहेत.

माणसं माणसांना भेटतच नाहीत. वेगवेगळे हेतू एकमेकांसमोर येतात. सावल्या सावल्यांना भेटतात. म्हणूनच हेतूपूर्तता झाली की माणसं एकटी पडतात. दुसरा माणूस भेटला नाही तरी चालतं. फार कशाला, सगळेच हेतू संपले की स्वत:च्या आयुष्यातला आजचा दिवसही नको वाटतो.

ताकद स्पर्शाची असते का आपल्याच मनात जी अनिवार ओढ असते,
तिचं हे सामर्थ्य?

जादू शरीरात असते की नावात? चार सामान्य माणसांनी टाळ्या
वाजवल्यानंतर जे वाटतं त्यापेक्षा दुसऱ्या गायकाने पसंतीची थाप मारली तर
काहीतरी वेगळं वाटतं. श्रोत्यांच्यामध्ये एखादी जरी संगीताच्या प्रांतातील
नावाजलेली व्यक्ती आढळली तरी घर गाठताच आपण ते अपूर्वाईने पत्नीला
सांगत असतो.

का?

नावाची महती.

फक्त नावाचीच महती असते का?– असं मुळीच म्हणता येणार नाही.
चार सर्वसामान्य श्रोते प्रेमाने येतात. भक्तीने ऐकतात. विभूतिपूजाही त्यात
डोकावत असते. अशी माणसं फक्त समोर चाललेली मैफलच ऐकत
असतात. पण ज्या व्यक्तीने संगीताचा व्यासंग केला आहे त्याला
स्वरास्वरामागील रियाज ऐकू येत असतो. तो कदाचित मैफल ऐकतच
नसतो. तो मागची तपश्चर्या पाहत असतो. एकेक सूर सिद्ध करण्यामागची
यातायात आठवत असतो. स्वतःच्या साधनेची तो समोरच्या कलावंताच्या
अभ्यासाशी तुलना करीत असतो. साम्य शोधत असतो. स्वरांच्या
प्रवासाची सगळी वळणं त्याला तानेतानेतून दिसतात. वरच्या सप्तकातले
सूर लावताना जो दीर्घ श्वास घ्यावा लागतो, ती स्पंदनं जाणकार प्रेक्षकाला
कळत असतात. त्याचा प्रतिसाद म्हणूनच वेगळं चैतन्य देतो, कौतुक
कुणी केलं ह्याला महत्त्व प्राप्त होतं.

तसंच प्रेमाचं आणि स्पर्शाचं असावं.

कातडीचा, शरीराचा स्पर्श दुसऱ्या शरीरासारखाच असतो. नवं काही
असेल तर त्या स्पर्शामागे ताटकळलेली अनेक अनेक वर्षांची प्रतीक्षा,
त्यातून उफाळलेला आवेग, उत्कटतेचं तोरण आणि व्यक्तीचं नावही.
तो स्पर्श प्रतीक्षेला असतो. प्रतीक्षेशिवाय उत्कटतेला धार येत नाही.

'आपत्ती पण अशी यावी की, त्याचाही इतरांना हेवा वाटावा, व्यक्तीचा कस
लागावा. पडून पडायचं तर ठेच लागून पडू नये. चांगलं दोन हजार फुटांवरून
पडावं. माणूस किती उंचावर पोचला होता, हे तरी जगाला समजेल.'

बायकोत काय नसतं ते अशा
मैत्रिणीत असतं?– ह्यासारख्या प्रश्नांची उत्तरं कशी द्यायची?
माझ्या मते अशी मैत्रीण जी हवीशी वाटते
ती बायकोच्याऐवजी हवी असते,
हा समज चुकीचा आहे.
तिला बायकोनेसुद्धा स्वीकारावं ही गरज असते.
तसं झालं नाही की होणाऱ्या यातना
फक्त मैत्रिणीला समजतात.
बायकोला समजत नाहीत.
नि:स्वार्थी मैत्रीण मित्राचा संसार उधळला जावा,
पण आपली मैत्री टिकावी
अशी कधीच अपेक्षा करीत नाही.
पण ही धडपडही बायकोपर्यंत पोहोचत नाही.
मैत्रीण मित्राच्या पत्नीची मर्जी
आणि प्रतिष्ठा सांभाळते,
पण तो समंजसपणा पत्नी दाखवत नाही.
बायकोचं मन धाब्यावर बसवून मैत्री जपणारे
महाभाग किती टक्के असतात आणि
किती टक्के स्त्री-पुरुष, त्याच्या वा तिच्या
मैत्रीला तिलांजली देतात, ह्या टक्केवारीत
जाण्यात अर्थ नाही.
समजूतदारपणाच्या बाबतीत संसारातल्या साथीदारापेक्षा
मैत्रीतला जोडीदार वरचढ ठरला ह्याचा आनंदही
चिरकाल उरत नाही, कारण समजूतदार
घटकालाच अन्याय सहन करावा लागला
हे शल्य पुसता येत नाही.

हॉस्पिटल म्हटलं की लोकांच्या अंगावर काटा येतो. हॉस्पिटलचा संबंध किंवा नातं
आपण कायम मरणाशी जोडतो. मला हॉस्पिटलचा संबंध जीवनाशी जास्त आहे, असं
वाटतं. मरणाच्या खाईतून माणसाला खेचून आणून पुनर्जन्म देणारी, कोणत्याही
हॉस्पिटलची इमारत मला कायम आकर्षक वाटत आलेली आहे आणि त्या वास्तूत
आजारी माणसाची सेवा करणारी प्रत्येक व्यक्ती मला देवासमान वाटते, इन्क्लूडिंग स्वीपर्स.

'आपण एम. ए. वुइथ मराठी व्हावं असं माझं एक स्वप्न होतं. त्याप्रमाणे कॉलेजात मी जायलाही लागलो. पण तिथे प्राध्यापक मंडळींचा वेगळा अनुभव आला. ही प्राध्यापक मंडळी, टीकाकार, पत्रकार ह्या सर्वांची ग्रुपबाजी आहे. त्यांचे प्रत्येकाचे मोजके-आवडते लेखक आहेत. काहींना हे अकारण पाण्यात पाहतात. काहींना हे लेखक मानतच नाहीत. एखाद्याला कंडम केलं की केलं! मला भीती वाटू लागली की आपल्याही डोळ्यांवर असाच चष्मा चढायचा आणि मराठी साहित्याचा निखळ आनंद उपभोगता यायचा नाही. मग कॉलेजला रामराम ठोकला. भटकण्याची अतीव हौस म्हणून टॅक्सीव्यवसाय सुरू केला. वाचन आणि प्रवास! वाङ्मयात व्यक्ती-माणसं ह्यांना भेटायचं आणि प्रत्यक्षात तशा व्यक्ती दिसतात का ह्याचा शोध घ्यायचा.'

कल्पनाशक्ती तरल असली आणि जवळ थोडी धडाडी असली म्हणजे आयुष्य चाळिशी-पन्नाशीला थांबत नाही. सुखं कधी संपत नाहीत. ती नित्य नवी उगवतात. सुकलेल्या फुलांना टाकण्याचं, आपल्याजवळ फक्त धैर्य हवं. नव्या सुखांना जागा करून दिली की ती न बोलावता येतात.

सगळे वार परतवता येतात.
अहंकारावर झालेला वार परतवता येत नाही.
आणि
पचवताही येत नाही.

माणसू कितीही मोठा असो. राजा असो– भिकारी असो. गरीब असो– श्रीमंत असो. आई असो– बाप असो वा अगदी पोटचा पोर असो. त्याच्या नशिबातले शेवटले शब्द हेच,
'उचला आता!'
सगळे अवयव म्हणे एकदा ब्रह्मदेवाकडे गेले आणि म्हणाले. 'आमच्यातला मोठा कोण हे सांगा.'
ब्रह्मदेव म्हणाले, 'ज्याच्यावाचून अडतं तो मोठा.'
त्यावर प्रथम डोळे रुसून गेले. माणसाला देवाने विचारलं, 'डोळ्यांशिवाय तू कसा जगलास?'

त्यावर माणसाने सांगितलं, 'जगलो एखाद्या आंधळ्याप्रमाणे!'
मग कान रुसून गेले.
पुन्हा प्रश्न विचारल्यावर माणूस म्हणाला,
'जगलो एखाद्या बहिऱ्याप्रमाणे!'
असं होता होता, सगळे अवयव रुसून थकले. शेवटी प्राण रुसून जायला
लागला आणि माणूस उत्तर द्यायला उरलाच नाही. तेव्हा जेहेत्ते कालाचे ठायी,
सर्वांत महत्त्वाचा प्राण. म्हणूनच तो एकदा रुसून गेला की बाकीचे म्हणतात–
'उचला आता!'

'बायकांची प्रेम करायची तऱ्हा कशी असते, सांगू? ऐक. स्वतःची पत, सामाजिक
प्रतिष्ठा, लौकिक, स्वास्थ्य ह्या सगळ्याला धक्का न लावता एखादं प्रेमप्रकरण
त्यांना पंचपक्वान्नांच्या जेवणानंतर एखाद्या विड्यासारखं चघळायला हवं असतं.'

माणसाचं मन विचित्रच! म्हणूनच त्याच्या मागण्यासुद्धा तशाच! त्या
मागण्या ज्याच्या त्याला आकलन होत नाहीत. पण एक नक्की! कोणतं
ना कोणतं वेड त्याला हवं असतं. आणि ते जरुरीचं पण आहे. तुम्ही
एखाद्या माणसाला वेड कशाचं आहे ह्याच्यावर विचार करीत बसता. मला
त्या वेडापेक्षा, माणसाच्या वेडं होण्याच्या वृत्तीची मजा वाटते. ती वृत्ती
महत्त्वाची. माणसं म्हणून शांत असतात. नाहीतर त्यांनी आगी लावल्या
असत्या. ही वेडं जोपासायला हवीत. कोणतं न कोणतं फ्रस्ट्रेशन
विसरण्याच्या त्या गोळ्या असतात.

संसार बुद्धिमत्तेच्या जोरावर होत नाही नेहमी. तो होतो
भक्तीतून, प्रेमातून. प्रेमाचा उगम मनात असतो.
भक्तीने संसार करणाऱ्या स्त्रीने वैवाहिक जीवनातला
प्रत्येक क्षण संसार आणि नवरा यासाठी जपलेला असतो.
तिने स्वतःचं निराळं अस्तित्व मानलेलं नसतं.
तिच्या साथीदारासाठी तिचा सतत
त्याग चाललेला असतो.
तो त्याग तिच्या साथीदाराने ओळखून तिला सतत
'दाद' द्यावी एवढीच तिची एकमेव इच्छा असते.

आणि मग तेवढ्याचसाठी तिला
प्रेमात भागीदार नको असतात.
आपला माणूस कायम आपलाच राहावा
ही पत्नीची भावना पण स्वाभाविक,
आणि कुणीतरी कलाकारावर भाळत राहणं
हेही स्वाभाविकच.
उत्कटपणे दाद देणाऱ्या रसिकाकडे
कलाकाराने आकृष्ट होणं हेही स्वाभाविकच.
तसं झालं की त्या कलाकाराची बायको स्वत:ला अकारण
नालायक समजते. कल्पनेचे इमले रचायला लागते.
नवऱ्याने काहीही न करता,
केवळ कल्पनेच्या राज्यात.
नवरा शेवटपर्यंत पोहोचला असणार
असं बायको गृहीत धरते,
तिला तेव्हा तो स्वत:चा
फार मोठा पराभव, अपमान वाटतो.
मग नवऱ्याची कलासाधना हा तिला ताप वाटतो.
अशी बायको आपल्या नवऱ्याला
कलासाधनेत साथ देईल असं वाटतं का?

बायका जेवढ्या व्यवहारी असतात तेवढे पुरुष नसतात. आपल्या संसारात काय
काय उणिवा आहेत, आपली धाव केवढी आहे, सीमारेषा किती अंतरावर आहेत,
ह्याची जाणीव पुरुषांपेक्षा बायकांना जास्त असते, आणि त्याहीपेक्षा आपल्याला
इतरांशी काय करायचं आहे, असा रोखठोक सवाल असतो. ध्येयासाठी वेडे होणारे
पुरुषच. प्रेम करतानाही बायका हातचं राखून प्रेम करतात आणि त्यांनी जेवढं दिलंय
त्याला आपण 'सर्वस्व बहाल केलंय रे' असं म्हणत पागल होतो.

जी माणसं भावनाप्रधान असतात,
त्यांच्या स्वाभिमानाला जर जबरदस्त
धक्का लागला तर दोनापैकी एक
काहीतरी होतं.
काही माणसं गप्प बसतात,

मनातल्या मनात कुढतात,
आणि निवृत्तीचा मार्ग पत्करून
सगळं आयुष्य एखाद्या बाभळीच्या झाडासारखं
शुष्क घालवतात.
ह्याउलट काही माणसं चिडून उठतात.
सारासार विचार गुंडाळून ठेवतात
आणि मग सगळ्यांवर वार करीत सुटतात.
अशी माणसं एके काळी
भावनाप्रधान होती, हे सांगून खरं वाटत नाही.

'स्त्री'ला जन्माला घालताना परमेश्वराने तिला विचारलं,
'तुला बुद्धी हवी का सौंदर्य?'
तेव्हा ती स्त्री म्हणाली,
'बुद्धीची गरज नाही, सौंदर्य दे!'
'का?'
'बुद्धीच्या सामर्थ्यावर सौंदर्य मिळवता येत नाही, पण सौंदर्याच्या जोरावर बुद्धी
विकत घेता येते.'

पोरकेपणा म्हणजे काय?
आपली व्यथा इतरांना न समजणं हाच पोरकेपणा. केव्हा
केव्हा हे पोरकेपण आपण लावून घेत नाही. हे असंच
असतं आयुष्यात, असं म्हणतो. स्वतःची समजूत स्वतःच
घालतो. पण कुठेतरी ठिणगी पडते आणि सगळं खाक होतं.
असं हे पेटणं म्हणजे कापराचं पेटणं. मला स्वतःला
जळायला आवडतं. ज्याच्यात जळून जाण्याची ताकद
आहे, तोच माणूस! पण त्याच वेळेला मला हे असं
कापराचं जळणं आवडत नाही. ह्याचं कारण, मागे काही
उरतच नाही. राखेच्या रूपाने का होईना, मागं काहीतरी
राहायला हवं. त्या राखेतूनच काहीतरी निर्माण होण्याची
आशा असते. व्यथासुद्धा कापरासारखी जळता कामा नये.

थैलीचं तोंड सुटलं की सुटणारी तोंडं घट्ट मिटतात. नीती-अनीतीच्या चौकटी शेवटी बँकेच्या काउंटरवरच ठरतात. म्हणूनच पैसेवाल्यांना त्यांच्या भानगडी करणं आणि निस्तरणं सोपं जातं. कारण समाजानंच त्यांना स्वाभाविकपणाची लेबलं बहाल केलेली असतात.

शब्दांचा व्याकरणातला अर्थ आणि स्थान हे परीक्षा देताना समजतं आणि त्याच शब्दांचं जीवनाशी काय नातं असतं ह्याचा अर्थ जगताना समजतो. परीक्षेचा हॉल सोडला की परीक्षेचं ओझं झटकता येतं, कारण पदवीपुरता त्या हॉलशी संबंध असतो. पण जगताना जेव्हा शब्द झटकता येत नाहीत तेव्हाच त्यांचा खरा अर्थ समजतो.

मुलाखत हा प्रकार मला मुळातच बोगस वाटतो. बोलणारा भाबडेपणाने, भारावून जेव्हा मर्मबंधातलं काही सांगू लागतो तेव्हा मुलाखत घेणाऱ्याच्या डोक्यात छापलेला पुढचा प्रश्न असतो किंवा कॉलमची लांबी. बोलणारा कवितेत गेलेला आणि विचारणारा गणितात. म्हणूनच मुलाखत संपली रे संपली की गणितातल्या उत्तराच्या कंसाप्रमाणे मुलाखत घेणारा 'कंस' म्हणतो,
'हॅ: हॅ: हॅ: वेळ छान गेला.'
वास्तविक मुलाखत घेणाऱ्याच्या जवळ, सांगणाऱ्याचा गाभारा धूपाने भरण्याची ताकद हवी. मुलाखतीतून गुजगोष्टीत प्रवेश करण्याची जादू हवी. एखाद्याला बोलतं करायचं म्हणजे सहप्रवास करावा लागतो. ऐकणारा साधा फुगा आणि बोलणारा म्हणजे गॅसचा फुगा. गुंगीत, नशेत, जास्त जास्त तरल वातावरणात चढणारा! आणि पहिला मात्र जमीन घट्ट धरून ठेवणारा.
ह्या दोन फुग्यांचा संवाद कसा व्हावा?

आपल्या विचारांची-भावनांची तीव्रता आपल्यालाच. ते मग पुष्कळदा खरे असोत, भ्रामक असोत वा दिशाभूल करणारे असोत. काही काळ ते विचार, त्या भावना तुमच्यावर हुकमत गाजवून जातात हेच खरं! म्हणूनच त्यातली उत्कटता ज्याची त्यालाच जाणवते, इतरांना नाही. माणूस तशा अर्थानं सतत एकटाच.

निसर्गाची म्हणा, नियतीची म्हणा, एक फार मोठी किमया आहे. ती माणसाला कोणत्या तरी एका दालनात यशाच्या शिखरावर नेऊन ठेवते. आणि त्याचा– दिलेल्या उंचीचा हिशेब साधण्यासाठी, जीवनाच्या दुसऱ्या दालनात त्याच माणसाला अगदी सामान्य, क्षुद्र करून सोडते. एका माणसाला छोटा करून ती दुसऱ्याला मोठा करीत नाही, तर एकाच माणसाला ती इथे छोटा तर तिथं मोठा करते. मी तुमची फक्त उंची पाह्यली. इतर बाबींशी मला कर्तव्य नाही.

बायको एक वेळ शरीराने दूर झाली
तर चालेल,
पण मनाने, विचारांनी दूर झाली
तर फार वाईट.
पहिल्या बाबतीतला दुरावा काही काळच
अस्वस्थ करणारा असतो,
पण दुसऱ्या बाबतीत निर्माण होणारी भिंत
त्याच्यावर डोकं आपटलं तरी
सहजी फुटत नाही.
पुरुषांचं निम्मंअधिक बळ अशा भिंती
पाडण्यात खर्च होतं आणि बायकांकडून
कित्येकदा, शरीरासाठीच ही लाडीगोडी
चाललेली आहे असा सरसकट अर्थ घेतला जातो.
स्त्री शरीराने दूर झाली म्हणजेच फक्त
पुरुष वैतागतो ही त्यांची अशीच
गोड समजूत आहे.
त्याला तसंच कारण आहे.
शरीरसुखासाठी स्त्री राबवली जाते,
पुरुष फायदा घेतात, ही किंवा अशा तऱ्हेची शिकवण
स्त्रीवर्ग परंपरेने घोकत आला आहे.

प्रामाणिकपणा ही शिकवण्याची बाब नव्हे.
तो रक्तात असावा लागतो.
त्यात टक्केवारी नसते.
तो असतो किंवा नसतो.

आपण आपल्या बायकोचं, तिला विरोध न करता कधीच शांतपणे ऐकू शकणार नाही. ऑफिसातला त्यांचा मित्र मात्र सगळं ऐकतो. कारण आपल्या बायकोच्या संसारातल्या दुःखाला, त्यांचा मित्र मुळीच जबाबदार नसतो. कोणताही स्वार्थ नसतो तेव्हाच माणूस शांतपणे इतरांच्या समस्या ऐकतो.

एकदा केव्हातरी शांतपणे बसावं आणि वयानुसार आपण काय काय गोष्टी सोडल्या ह्याचा आढावा घ्यावा. मग लक्षात येतं की, आपण गाभुळलेली चिंच अनेक वर्षांत खाल्लेली नाही.
जत्रेत मिळणारी पत्र्याची शिट्टी वाजवलेली नाही.
चटक्यांच्या बिया घासून चटके द्यावेत असं आता वाटत नाही, कारण परिस्थितीने दिलेले चटके सोसतानाच पुरेवाट झालेली आहे.
कॅलिडोस्कोप पाहिलेला नाही.
सर्कसमधला जोकर आता आपलं मन रिझवू शकत नाही, तसंच कापसाची म्हातारी पकडण्यातला चार्मही राहिलेला नाही.
कापसाच्या म्हातारीने उडता उडता आपला 'बाळपणीचा सुखाचा काळ' स्वत:बरोबर कधी नेला हे आपल्याला कळलंच नाही.
आता त्या ट्रिप्स नाहीत. दोन दोन मुलांच्या जोड्या करून चालणं नाही.
विटीदांडू नाही.
साबणाचे फुगे नाहीत.
प्रवासात बोगदा आला तर एक अनामिक हुरहुर नाही.
....
त्या उडणाऱ्या म्हातारीने हे सगळे आनंद नेले.
त्याच्या बदली तिचं वार्धक्य तिने आपल्याला दिलं.
म्हणूनच ती अजून उडू शकते.
आपण जमिनीवरच आहोत.

भानगड तर भानगड! तीही खुलेपणाने मांडली की समाज भानगडीसकट पुरुषाला आणि बाईला स्वीकारतो– एवढं नक्की! समाज का स्वीकारतो? समाजाचे कोणतेही संबंध व्यक्तीत गुंतलेले नसतात म्हणून! ज्याचा परिचय नाही तो तिऱ्हाईत. अशी तिऱ्हाईत मंडळी ही खरी जनता. उरलेले परिचयाचे. ते काही ना

काही कामापायी, स्वार्थापायी तुमच्याशी जखडलेले असतात. तुम्हाला दुखवणं हे त्यांना न झेपणारं असतं. त्यामुळे ते तुम्हांला भानगडीसकट स्वीकारतात. मग राह्यली फक्त रक्ताची माणसं. ती नाइलाजाने गप्प बसतात. जवळचं पण चमत्कारिक नातं असतं ते बायकोचं! तिची जडणघडण, नातं भावनेच्या पलीकडच्या विश्वातलं. नवऱ्याने मैत्रीण किंवा प्रेयसी करणं हा तिच्या भावनेवर, प्रेमावर, भक्तीवर आघात नसतो, तर तितकाच तिच्या तो अस्मितेवर असतो. ते सहन करणं, तिच्याही शक्तीबाहेर असतं.

माणसाची गॅरंटी नाही म्हणून मी लग्न जमवण्याच्या भानगडीत पडत नाही. आपल्याला माहीत असलेला मुलगा किंवा मुलगी, नवरा आणि बायको ही दोन नाती वगळून एरवी कशी आहेत तेवढंच माहीत असतं. आय. एस्. आय. कंपनीचा शिक्का ज्यावर कधीही मारता येणार नाही असं 'माणूस' नावाचं एक और यंत्र आहे.

रिंगण सोडल्याशिवाय रिंगणाचा अर्थ समजत नाही. आकार समजत नाही. रिंगणात आहोत तोवर सगळे माया करतात. रिंगणाच्या बाहेर पडावं, मग नजरा बदलतात, आकार बदलतात. विहिरीत राहणाऱ्या कासवाला, विहिरीचं पाणी किती खोल आहे हे सांगता यायचं नाही. ते कायम विहिरीत असतं. काठावरून सूर मारणाराच ते सांगू शकतो. माझं तसंच झालं. लौकिक, लोकापवाद, मान, पत, प्रतिष्ठा ह्या चक्रावर मी जेव्हा बसले होते, तेव्हा मला ते चक्र फार मोठं वाटलं. त्याचा वेग मला प्रचंड वाटला. त्या चक्रावरून मी बाजूला उडी घेतली. मग मला समजलं की या चक्राला गती आहे, तरी ते अगतिक झालं आहे. गती अगतिक होऊ नये. मी ते पाह्यलं आणि वाटलं, मी मुक्त झाले. पूर्वी नव्हते. पूर्वी समाजात असून एकटी होते आणि आता एकटी आहे तरी समाजाने घेरलेली आहे.

निसर्ग निरनिराळ्या वयाला निरनिराळ्या देणग्या देतो.
बालपणाला कुतूहलाची देणगी, किशोरावस्थेत सगळ्या
जगावर खूष राहण्याची देणगी, तारुण्यात तर बहरच बहर!
शृंगार, प्रेम, शरीराचं आकर्षण ही देणगी. लग्नानंतर
वात्सल्याची देणगी आणि वृद्धापकाळात वैराग्याची देणगी.
ह्या सगळ्या देणग्यांवर आपण जगतो. मलाही त्या देणग्या

मिळाल्या. पण त्यांचा क्रम चुकला. मला स्वप्नं फुलवायला
मिळालीच नाहीत, मला स्वप्नं विकत घ्यावी लागली.
बाजारातून तयार वेणी विकत घेऊन डोक्यात घालण्यात
आनंद असतोच, पण बागेत आपल्यासमोर एखादं फूल
फुलताना जो आनंद मिळतो त्याची सर विकतच्या फुलांना
येईल का?

पुरुषाने बाईकडे बघत राहणं ह्यात अस्वाभाविक काय आहे?
प्रत्येकजण बघतोच. हे बघणं अर्थातच बाईच्या देखणेपणावर
अवलंबून असतं, ह्यात वाद नाही. त्या बाबतीत सगळ्या पुरुषजातीचं
एकमत होईल. त्या पाहण्याला जे रसिकत्व लागतं ते कोणत्याही
क्रमिक पुस्तकातून येत नाही. ते प्रत्येकाजवळ उपजत असतं.
त्याप्रमाणे ज्या बाईकडे बघायचं तिच्या ते लक्षात न येता कसं
पाहायचं ह्याचं शिक्षणही, कोणत्याही शिक्षण खात्याने मंजुरी दिलेल्या
पुस्तकात मिळत नाही.
प्रत्येकाची त्या बाबतीत विषय एकच असून स्वतंत्र पीएच्. डी. असते.

*कुंकू, मंगळसूत्र, पांढरं कपाळ ह्या खुणांवरून अंदाज करण्याचे दिवस कधीच
संपले. हल्ली संपूर्ण मोत्यांच्या माळेत, मानेमागे, वेणीखाली लपेल असा एकच
काळा मणी असतो. नवऱ्याचं संसारात स्थान किती हे ह्या फॅशनवरून समजतं,
पण नवरा आहे की नाही समजत नाही.*

'जीवनात येणाऱ्या अनुभवांनी आपण आपल्या मर्यादा ठरवतो. हे वाईट, ते चांगलं
असल्या व्याख्या तयार करतो. त्या व्याख्या किती तकलादू, व्यक्तिगत असतात
हे व्याख्या बनवणाऱ्या माणसाला समजत नाही. त्या व्याख्यांना आपण डावलून
नकळत पुढे जातो. लगेच आपण निर्माण केलेल्या विश्वात आपण स्वत:ला पापी
समजतो. हा सगळाच पोरखेळ नाही का? –जन्मभर मनुष्यप्राणी मूलच असतो.
माणूस म्हणजे लहान मूल, मोठं मूल आणि मोठं मूलच!'

समोरच्या दु:ख सांगणाऱ्या माणसाचं जर समाधान करायचं असेल, त्याला दिलासा
द्यायची इच्छा असेल तर तो जे बोलतो त्यातलं सत्तर टक्के तुम्हांला ऐकू येता कामा

नये. कारण त्याच्या आयुष्यातल्या दु:खाला पुष्कळदा त्याचा मूर्खपणा कारणीभूत असतो. तो जेव्हा ऐकू येत नाही, तेव्हाच सहानुभूती दाखवणं शक्य होतं. तो बोलतो ते जर सगळं ऐकू आलं तर त्यालाच एक झापड मारावीशी वाटेल.

स्पर्शसुख म्हणजे प्रेम नक्कीच नाही. तो प्रीतीचा मूळ रंग नाही तो नुसता अभिलाषेचा तवंग! एक सवंग लालसा! जाता येता भेटत राहते, जाणवते. स्पर्शाची ही लालसा रोज ऑफिसला जाताना लोकलमध्ये सहन करावी लागते. रस्त्याने चालताना लादली जाते. बुकिंग क्लार्कने तिकीट देताना स्पर्श करावा, बस कंडक्टरनं तेच, वाण्याने पुड्या देताना तेच, ऑफिसरने फाईल देताना तेच. हीच लालसा ऑफिसच्या लिफ्टमध्येसुद्धा सुटाबुटात चिकटून जाते. वर पुन्हा 'सॉरी'चं गुलाबपाणी शिंपडायचं आणि एक ओशट हास्य. सगळीकडेच ही लालसा थैमान घालताना दिसते. ऑफिसच्या कामासाठी फोन करावा तर पलीकडचा पुरुषी आवाज अकारण मवाळ होतो. नजरा तर दुसरं काही ओकतच नाहीत. स्त्रीदेहावर त्या अर्थपूर्ण नजरांची पुटं चढलेली असतील पुटं! भारतीय युद्धसमाप्तीनंतर श्रीकृष्णाने अर्जुनाला प्रथम रथामधून उतरायला सांगितलं. अर्जुनाला नवल वाटलं. तरी कृष्णाचं ऐकून तो उतरला. त्यानंतर श्रीकृष्ण उतरताच, अर्जुनाचा रथ जळून गेला. त्यावर श्रीकृष्णांनी सांगितलं, 'कौरवसैन्याने टाकलेल्या अस्त्रांचा परिणाम रथावर झालेला होता. अगोदर जर मी उतरलो असतो, तर हा रथ तुझ्यासकट जळून गेला असता.' आयुष्यभर स्त्रीदेहाचं संरक्षण असाच कुणी अजात कृष्ण करीत असला पाहिजे. नाहीतर पुरुषांच्या नजरांनी तो देह चितेवर चढण्यापूर्वी जळून गेला असता.

सल्ला मागणारे खूप असतात. ऐकणारे किती असतात? शेवटी स्वत:ला जे हवं असतं तेच माणूस करतो.
आपण मात्र जीव तोडून, आपणच त्या प्रसंगात सापडलो आहोत असं समजून घसा कोरडा करतो. सांगणाऱ्या माणसांना, कुणीतरी ऐकतोय आणि त्याला आपलीच बाजू योग्य वाटत आहे, एवढंच समाधान हवं असतं. त्यांना पुन्हा जगावंसं वाटतं. आपलं काहीच चुकलेलं नाही ही भावनाच माणसाला नव्या क्षणाचं स्वागत करायला बळ देते.

म्हातारी मला सांगत होती,

'मुली बघणं हा पुरुषांचा स्थायीभावच आहे. बायकांकडे पाहावं ही भावना जोवर जागती आहे, तोवर पुरुष हा पुरुष आहे. आता विनाचे वडील, तसं वय झालेलं, पण असे ह्या खिडकीजवळ उभे राह्यले की गुंग व्हायचे, मोठ्या प्रसन्नतेने रस्त्यावरच्या बायका पाहत राहायचे. ते तर पुरुषच, पण तुला गंमत सांगते, एक दोनदा मी पण त्यांच्याजवळ जाऊन उभी राह्यले. रस्त्यावरून जाणाऱ्या पोरींकडे त्यांच्या- म्हणजे तुम्हा पुरुषांच्या- नजरेतून पाहण्याचा प्रयत्न केला. तेव्हा बायांकडे पागल होऊन पाहणारे पुरुष मला पागल वाटेनासे झाले बघ! आता तर रस्त्यावरच्या मुली पाहण्याचा मलाच छंद जडलाय. बेभान करण्याचं तंत्र बरोब्बर शिकल्यात बघ पोट्ट्या. चित्रासारख्या राहतात बघ. मी तर गेल्या अनेक दिवसांत, कुरूप मुलगीच पाह्यली नाही.'

मी हसून विचारलं,

'आजी, तुमचे हे विचार एकदा माझ्या बायकोला ऐकवाल का?'

'मुळीच ऐकवणार नाही.'

'का?'

'तरुणपणात बेटा अहंकार असतो. आपली तुलना इतरांबरोबर होता कामा नये, असं वाटतं. त्यात काही गैर पण नाही. मी तरुण असताना माझ्या नवऱ्याला कमी छळलंय का? हे विचार आत्ताचे. म्हातारपणाचे. स्वत:च्या रूपाचा अहंकार जळाला तेव्हा इतर सौंदर्य दिसायला लागलं.'

खर्च झाल्याचं दुःख नसतं. हिशेब लागला नाही की त्रास होतो.

'माझी अँबिशन अगदी छोटी होती आणि ती मी पुरी केली आहे, असं मी जाणिवेने म्हणते. एखादं काम यशस्वी झालं, की नाही, हे ओळखण्याची माझी सोपी रीत आहे. आपला आपल्याला आतून आनंद आणि धीर मिळाला की, मला कृतकार्य वाटतं. मग मी इतरांना, त्यांना काय वाटलं, कसं वाटलं हे विचारायला जातच नाही.'

माणूस पैशांशिवाय जगू शकतो, अब्रू गेली
तरी मजेत राहू शकतो. पण खुर्ची गेली की
त्याची काय अवस्था होते हे पाहायचं असेल
तर कोणत्याही सेवानिवृत्त माणसाकडे पाहा.

माणसाजवळ दोन गोष्टींपैकी एक गोष्ट असायलाच हवी. एक तर दुसऱ्यावर जबरदस्त उपकार करता येतील अशी शक्ती हवी. ती शक्ती नसेल तर दुसऱ्याला जबर उपद्रव देता येईल अशी एखादी यंत्रणा हवी. ह्यापैकी काहीच नसेल किंवा जितक्या प्रमाणात ह्या गोष्टी जवळ असतील तितक्या प्रमाणात तुमचं आयुष्य सोपं किंवा अवघड होईल.

कळप करून राहणाऱ्या प्राण्यांत आपण माणसाची गणना करतो ते चूक आहे. माणसं गाव वसवतात म्हणजे काय करतात? तर वाडे बांधतात– खुराड्यांचे. तिथं माणसं एकमेकांच्या समोर राहतात, वरच्या किंवा खालच्या मजल्यावर राहतात, नाही तर शेजारी शेजारी. एक विटांची रेघ मारायची. त्या रेघेला रंग मारायचे. एका बाजूला एक रंग, दुसऱ्या बाजूला दुसरा.
स्वत:च्या रंगाला अभिरुची म्हणायचं, दुसऱ्याच्या रंगाला एक हुंकार टाकायचा, तुच्छतेचा. रंगाला, विचारांना, संस्कारांना आणि आयुष्यालाही. संपलं! ह्यापलीकडे आपण एकमेकांसाठी काय करतो?

आपण नक्की म्हातारे झालो, असं केव्हा समजावं? तर चमचमीत कांद्याची भजी खाताना जेव्हा खोकल्याची आठवण होते तेव्हा! उडी मारून रूळ ओलांडायची भीती वाटते तेव्हा! जागरण म्हणजे रक्तदाब किंवा पंगतीतलं पिवळ्याधमक केशरी जिलब्यांचं ताट म्हणजे मधुमेह, असली त्रैराशिकं दिसायला लागतात तेव्हा! रस्त्यावरून जाणाऱ्या बाईकडे नजर जाण्याअगोदर तिच्या कडेवरच्या मुलाकडे जेव्हा प्रथम लक्ष जातं, तेव्हा म्हातारपण आलं असं खुशाल समजावं.

'पॅसेंजर ज्या अधीरतेने टॅक्सीत बसतो, त्यावरून आपण त्या जागेवर पोहोचेपर्यंत किती टॅक्सीवाले न थांबता निघून गेले आहेत, हे मला समजतं. मागून येणाऱ्या मोटारी समजण्यासाठी हा समोर जो आरसा लावलेला आहे, त्यात फक्त मागच्या मोटारी बघायच्या नसतात. हा आरसा आम्हाला पॅसेंजरची मन:स्थिती सांगतो. मोटारीचा दरवाजा लावताना होण्याच्या आवाजावरून पॅसेंजरची संस्कृती समजते. मीटरकडे नजर ठेवणाऱ्या पॅसेंजरची आर्थिक कुवत समजते. त्याच्या बसण्याच्या पद्धतीवरून तो टॅक्सीत नेहमी बसणारा आहे की नाही हे समजतं.'
बायकोला विश्वासात घ्यावं, पण ती बिथरणार नाही अशा बेताने. रिंगमास्तर

आपल्याला सहज बोटांवर खेळवतोय हे जसं वाघिणीच्या लक्षात येता कामा नये तसंच आहे हे! बायको कशी हवी राव? आपण बिथरलो तर आपल्याला सावरणारी हवी, स्वतःच बिथरणारी नको. थोडक्यात म्हणजे पेपरवेटसारखी हवी. खालचे कागद फडफडतील, पण ती स्वतः गडगडणार नाही, चळणार नाही आणि खालचे कागदही उडू देणार नाही.

स्वाभाविक-अस्वाभाविक, प्रयोजक-अप्रयोजक, निंद्य-स्तुत्य ह्यांसारखे भेदभाव निर्माण केले ते माणसांनी! माणसांनी निसर्ग जर खऱ्या अर्थाने जाणला असता तर त्यांना कळलं असतं की, निसर्ग आपल्याला केव्हा केव्हा वैऱ्यासारखा वाटतो ह्याचं कारण आपण फक्त 'भेद' ओळखतो, निसर्ग फक्त 'भाव' जाणतो. निसर्गाने 'भाव' निर्माण केला आणि मानवाने 'भेद' निर्माण केले. भेदामधून 'जात' निर्माण झाली, 'नाती' जन्माला आली. बाप, आई, मुलगी, मुलगा, पत्नी, प्रेयसी ही नाती आपण निर्माण केली. निसर्ग मात्र फक्त स्त्री आणि पुरुष एवढाच भाव ओळखतो.

जे दुःख केव्हातरी संपणार असतं तेच दुःख मांणूस सहन करू शकतो. ज्या दुःखाला किनारा असतो तेच दुःख भोगून पार करता येतं. ज्या दुःखाची जात ठरवता येत नाही, ज्या संकटाचं रूप नावात व्यक्त करता येत नाही, तेच जास्त भीषण असतं.

माणसांच्या अनेक छटांपैकी एखादी छटा प्रकट होण्यासाठीदेखील योग्य ती वेळ यावी लागते. त्या त्या वेळी जे प्रकट होतं ती छटा म्हणजे संपूर्ण माणसाचं दर्शन नव्हे. आपल्यालाच फार घाई होते आणि एखादी छटा, एखादा विचार, एखादी कृती म्हणजे ती संपूर्ण व्यक्ती असं आपण धरून चालतो. असं गृहीत धरून चालण्याची खोड वाढवणं म्हणजे पश्चात्तापाला भरपूर वाव देणं. पश्चात्तापाचा काळ हा काही अचानक उगवत नाही किंवा आपोआप जन्माला येत नाही. भूतकाळात ज्या काही गोष्टी आपण अकारण घाईने उरकतो, त्या घाईच्या क्षणीच अशा काळाला आपण जन्म देतो. मग ती घाई एखादी कृती करण्यात असो किंवा एखाद्या व्यक्तीबाबत बांधतो त्या आडाख्याबाबतची असो!
कोणत्याही प्रसंगाला न डगमगणारी व्यक्ती दमत नाही असं नाही. परंपरेने आणि चाकोरीने आपण काही गोष्टी कायम धरून चालतो. विदूषकाने प्रत्येक मिनिटाला हसवलंच पाहिजे किंवा टोपलीचं झाकण काढताच नागाने फणा काढून दहाचा

आकडा दाखवावा, अशा आपल्या अपेक्षा असतात. थकवा ही नैसर्गिक अवस्था आहे, हे आपण काही बाबतीत गृहीत धरायला तयारच नसतो.

कलावंताशी लग्न करताना, त्याच्याकडे कायम कलावंत म्हणून पाहण्याची इच्छा आणि शक्ती असेल तर करावं. संसारात, व्यवहारात तो सामान्यांहून निराळा वागणार आहे हे गृहीत धरून करावं. त्याचं वागणं विक्षिप्तपणाचं वाटेल पण त्याच्या विश्वात त्या वागण्याला त्याची अशी संगती असेल. ते आकलन होणार असेल तर करावं. कलाकाराच्या सगळ्याच वृत्ती, सगळेच विकार उत्कट असतात. राग, प्रेम, लोभ, अभिलाषा, माया... ह्या सगळ्याच संवेदना पराकोटीच्या प्रखर असतात आणि त्यातल्या त्यात कोणत्या संवेदना केव्हा उफाळतील ह्याचे संकेत पण सामान्यांपेक्षा निराळे असतात. अमूक एक भावना आता ह्या वेळीच का?– असा प्रश्न कलाकाराला रुचत नाही. त्याला त्या क्षणी फक्त तेवढीच साथ हवी असते.

नेहमी दिसणारं आकाश एखाद्या दिवशी भव्य वाटतं. पाण्याला पण कधीकधी निराळी चव येते. नेहमीच्या स्पर्शात निराळी स्निग्धता जाणवते.
असं का होतं?
आपल्याच मनाची भावना वातावरणात मिसळते. मग आकाश भव्य वाटतं. पाण्याला चव येते. स्पर्श वेगळे वाटतात. ती भव्यता, ती चव, तो स्निग्धपणा आपल्याच मनाचा असतो.

आपलं काय होतं सांगतो.
रस्त्यावरून जाणारा प्रचंड हत्ती आपल्या नजरेला दिसत नाही. हत्ती गेल्यावर त्याची धुळीत उमटलेली पावलं पाहून आपण अंदाज करतो, 'इथून हत्ती गेलेला दिसतोय.'
तसं आहे हे! आपल्याला अशी अनुमानं काढायची फार खोड असते.
दुसऱ्या एखाद्याचं प्रत्यक्ष कार्य संपून तो त्यावरून सिद्धान्त मांडण्यापर्यंत मजल गाठतो तरी आपण अनुमानच काढीत बसतो.

पुरुषाला पत्नी हवीच असते, पण त्याहीपेक्षा त्याचं मन प्रेयसीसाठी भुकेलेलं असतं. बाहेर बसलेल्या माणसाची प्रेयसीच हरवलेली आहे. माझ्या लग्नाला एवढी वर्षं झाली, पण पत्नी अजून प्रेयसीच होऊन माझ्याकडे येते आणि मग त्या-त्या

वेळी मला 'प्रियकर' बनवण्याचं सामर्थ्य तिच्यात निर्माण होतं. मग त्या वेळी एकच जाणवतं– सगळं खोटं आहे. सुशिक्षितपणाचे कपडे घाला, सुसंस्कृतपणाच्या पगड्या घाला किंवा प्रतिष्ठितपणाची, समाजातल्या स्थानाची शाल पांघरा, मोठेपणाची झूल अंगावर घ्या, काहीही करा. हे सगळं ढोंग आहे. धूळ फेकणं आहे. शेवटी 'नर' आणि 'मादी' हेच नातं खरं आहे. तेच खरं घरटं आहे. हे भेदून पलीकडे जाण्याची ताकद कुणातच नाही.

खऱ्या भावना, खरी कृती आणि निसर्गदत्त वृत्ती ह्या अडाणी, अप्रगल्भ माणसाला जेवढ्या समजतात, तेवढ्या तुम्हा-आम्हाला समजत नाहीत. शिक्षण मिळवून आपण शब्दांना वाजवीपेक्षा जास्त तरी महत्त्व देतो, नाहीतर त्याला पूर्ण न्याय तरी देऊ शकत नाही. अडाणी माणसं जे मनात येतं ते दाखवून मोकळी होतात.

सुखामागे माणूस पळतो. पळताना पडतो, ठेचकाळतो. पस्तावून परततो. तो त्याचा परतण्याचा काळ म्हणजे खरा सौख्याचा काळ. नेमक्या त्या काळात त्याला साथ मिळत नाही. सावलीची वाण पडते. व्यथेला श्रोता मिळत नाही. त्याला कोणी जवळ करीत नाही.

असामान्य असं काही नसतं. ज्याला जसं परवडेल तसा तो राहतो.
पूजेसाठी कुणी फुलं घेतो, कुणी सुवर्ण घेतो. स्वतःच्या कुवतीप्रमाणे
जो तो साधनं निवडतो. ती गौण नसतातच. ती नाममात्र असतात.
प्रश्न असतो भक्तिभावाचा! शंभर वर्षं तप करून शंकराला एकेक
शिर अर्पण करणारा लंकाधिपती असतो, तर तुळशीच्या पानावर
दैवताला जिंकणारेही असतात.

प्रत्येक वेळेला रडणाऱ्याचं सांत्वन करता येतंच असं नाही. अर्थात रडणाऱ्याला त्याची जाणीव नसते. केव्हाही आपले डोळे कोरडे करायला आपली आवडती व्यक्ती जवळ यावी असं तिला वाटतं. पण काही काही वेळेला रडणाऱ्या माणसापेक्षा सांत्वन करणाऱ्या माणसावरच जास्त ताण पडतो. ज्योतीपेक्षा समई जास्त तापत नाही का?

दोन माणसांना जवळ आणू या, असं निव्वळ ठरवून ती एकमेकांच्या जवळ येत नाहीत. ती मग सख्खी भावंडं असली तरी!

रंगाच्या पेटीत कितीतरी रंग एकत्र असतात. एकाच मातीतून बनलेले रंग. एकाच पेटीत राहणारे. पण त्यातले फार थोडे रंग दुसऱ्या रंगात चांगले एकरूप होतात. ह्याला कुणी 'का?' म्हणून विचारलं, तर काय सांगायचं?

भित्र्या माणसाला फसण्याची धास्ती नाही.
अंगात धडाडी असणारी माणसंच वाव मिळेल तिथं उडी घेतात.
काही उड्या जमतात. काही फसतात.
उडी जमली किंवा फसली तरी दोन्ही बाबतीत ती काही ना काही अनुभवाचं माप पदरात टाकून जातेच. त्याशिवाय मूळ ईर्ष्या जोपासली जाते, ते निराळं!

–एखादी वस्तू, मनात कोणताही संभ्रम निर्माण न करता आवडते, तेव्हाच ती स्वीकार करण्यायोग्य मानावी. ती वस्तू म्हणजे एखादा विचारही असेल.

–आणि अगदी तसंच म्हणायचं झालं तर प्रॉब्लेम नसतात कुणाला?– ते शेवटपर्यंत असणारच. पण प्रत्येक प्रॉब्लेमला उत्तर असतंच. ते सोडवायला कधी वेळ हवा असतो, कधी पैसा, तर कधी माणसं! या तीन गोष्टींच्या टप्प्यापलीकडचा प्रॉब्लेम अस्तित्वातच नसतो.

तुम्ही नुसते गुणी असून
चालत नाही.
ते गुण खळबळ न करता मान्य करणारा
समाज तुमच्याभोवती जमणं
याला महत्त्व आहे.
गुणी माणसाचं नाणं वाजणंच
कठीण होऊन बसलंय.

'नाही' म्हणायचं स्वातंत्र्य प्रत्येक माणसाला असतं. ते आपण उपभोगत नाही. आपल्या आयुष्यात येणाऱ्या किंवा घडणाऱ्या गोष्टींना आपण 'नाही' का म्हणत नाही? न पटणाऱ्या, न पेलणाऱ्या गोष्टी आपण का स्वीकारतो? आपणच दुसऱ्याला आपल्यावर अतिक्रमण करू देतो. जेव्हा आपल्याला त्याचा वीट येतो तेव्हा उशीर झालेला असतो आणि जेव्हा आपल्याला त्याची चटक लागते, तेव्हा इतरांचा इंटरेस्ट संपलेला असतो.

'भांबावलेला माणूस अस्थिर असतो. अस्थिर माणसाची विचारशक्ती क्षीण बनते. क्षीण विचारांची माणसं एकत्र येत नाहीत. माणसं एकत्रित नाहीत म्हणजे संघशक्ती नाही. संघशक्तीशिवाय आंदोलन अशक्य!'

हा प्रेमाचा मार्गच चमत्कारिक!
अकल्पित वळणांचा,
फसव्या नागमोडीचा,
अनिश्चित लयीचा!
आमच्याच वृत्ती,
आमच्याच सवयी
चकवा दाखवतात.
चढण चालू असते
तेव्हा
ज्यांच्यासाठी शिखर गाठण्याची इच्छा असते अशांचा हात मिळत नाही.
आणि उताराला लागल्यावर तर काय, सगळा उतारच!
कुणी बुद्धिवाद पाठुंगळीला मारून तोल सावरतो,
तर कुणी आपण ते नव्हेच अशा पांघरुणात लपतो.
सगळे बेटे तिथेच फिरतात.
तिथेच फिरवतात.

माणूस निराळा वागतोय, बिघडला– कामातून गेला, असं आपण पटकन एखाद्याबद्दल बोलतो. पण तसं नसतं. त्या सगळ्याचा अर्थ तो आपल्याला हवा तसं वागत नाही एवढाच असतो.
सुख, सुख म्हणजे तरी काय? समाधान मानून घेण्याची वृत्ती असलेला माणूस

कधीच दु:खी होत नाही.

स्वत:ला सुखी समजणारी इतर माणसंही सवयीने सुखी झालेली असतात. शेकडा नव्वद टक्के लोकांना जे मिळतं ते आपल्यालाही मिळालं आहे ह्या जाणिवेतून ती सुखी होतात.

कलाकार कलेच्या प्रांतात जसा पूर्णपुरुष वाटतो, तसाच तो संसारात पती म्हणून असणार, होईल ह्या अंदाजावर तुम्ही स्वप्नं रंगवता. त्या कलाकाराचं गणित एकाच आकड्यापायी अपूर्ण आहे आणि आपणच ते पूर्ण करणार आहोत, ह्या भावनेने तुम्ही त्याच्या संसाराची जबाबदारी घेता. लग्न झालं रे झालं की, तुम्ही त्याच्याकडे माणूस म्हणून बघता. आपला साथीदार प्रथम कलाकार आणि मग गृहस्थ आहे हे तुम्ही विसरता आणि ते एकदा विसरलात की दु:ख सुरू! त्याची अशांतता तशीच राहते. तुम्ही रोखठोक हिशेब मांडता की सर्वस्वाचा त्याग करून आपण धाव घेतली तरी हा अतृप्त. ह्याला आणखी काय हवं होतं? इतर बायकांच्या संसारांची, त्यांच्या नवऱ्यांची मग तुम्ही स्वत:च्या नवऱ्याशी तुलना करता. त्या तुलनेत साहजिकच सामान्य माणूस लायक नवरा म्हणून श्रेष्ठ ठरतो आणि मग तुम्ही झटकन् निर्णय घेता की, अमुक अमुक बाईचा नवरा साधा हेडक्लार्क आहे, पण बायकोला सुखात ठेवली आहे, घरातलं सगळं बघतो.

आपण दोघं शब्दांवर जगत आहोत.

खोटे, फसवे, दिशाभूल करणारे, भूल देणारे– कसे का असेनात–

पण वाटतं, शब्द ऐकावेत.

शब्द ऐकवावेत.

प्रत्यक्ष जीवनात आपण एकत्र येऊ शकलो नाही.

मग वाटतं की शब्दांच्या दुनियेत तरी विवेकाची भाषा नसावी.

स्वप्नं संपलं की सत्य बोचू लागतं. उदबत्त्या जळून गेल्या की मागे राखेचा सडा उरतो.

राखेला सुगंध नसतो.

स्वप्नाला सूत्र नसतं.

तरी मी त्याला विचारलं,

'स्वप्नांवर माणूस जगतो का रे?'

'नाही. स्वप्नांवर माणूस झोपतो, रमतो. पण जाग येईपर्यंत! जागेपणीही उराशी स्वप्नं बाळगली तर परत झोपायची वेळ येते माणसावर!'

'मी बुवा स्वप्नांवरच जगतो. स्वप्नांचा आणि सुगंधाचा फार जवळचा संबंध असतो.'

'बरोबर आहे, शेवटी दोन्हीची राख होते.'

काही माणसांचं आयुष्यच चमत्कारिक. त्यांना सुखाचा आस्वाद जसा स्वस्थतेने घेता येत नाही, तशीच दु:खाची चवही. हादरण्यासारख्या घटना घडूनही त्यांना थांबता येत नाही.

कलावंत जीवनाला कडकडून भेटला पाहिजे. त्याचा समाजाशी मोकळा संवाद व्हायला हवा. त्याची पंचेंद्रियं तृप्त व्हायला हवीत.

पंचेंद्रियं तृप्त होतात का?

अग्नीत तूप टाकलं की अग्नी तृप्त होण्याऐवजी जास्त प्रज्वलित होतो.

पंचेंद्रियं तशीच असतात.

पण हे झालं सामान्य माणसांचं!

कलावंत निराळा असतो. पंचेंद्रियांचा आनंद अपुरा का राहतो ह्याचा शोध घेण्यासाठी तो बाहेर पडतो. व्यक्त आणि अव्यक्त ह्यातलं अंतर, पंचेंद्रियांच्या कक्षेतील आनंद आणि इंद्रियातीत आनंद ह्यातलं अंतर शोधणं म्हणजे कलेचा जन्म.

तो शोध घेणं हेच संगीत.

कोणत्या तरी एका क्षणापर्यंत पेशंट डॉक्टरचा असतो. नंतर तो नियतीचा होतो. कोणत्या क्षणी तो आपला होणार आहे हे नियतीला माहीत असतं. पण कोणत्या क्षणी तो आपल्या हातून निसटणार आहे हे डॉक्टरला माहीत नसतं.

डॉक्टर व्हायचं म्हणजे ह्या अन्यायाला तोंड देण्याची ताकद कमवावी लागते.

अन्यायच हा!

कारण हा सामना 'आमनेसामने' होत नाही. फसवणूक करून पराभव गळ्यात मारला जातो ह्याचं दु:ख होतं. विजय नियतीचाच होणार असतो.

तिला लबाड्या करण्याचं काय कारण असतं?

पेशंट एकाएकी सुधारल्याच्या खुणा दाखवतो.

आणि हातोहात निसटतो.
आम्ही मग विझायला आलेल्या ज्योतीची उपमा देऊन गप्प बसतो.
कर्णाची बाजू अन्यायाची असतानाही, त्याला मरण ज्या परिस्थितीत आलं त्याचं दु:ख होतं.
प्रत्यक्ष भगवान कृष्ण पाठीराखा असताना, कर्णाचा शेवट ह्या प्रकाराने करण्याची पाळी यावी?
डॉक्टरच्या हातून पेशंट निसटला की असंच काहीतरी वाटतं.

कायम आजारी असलेल्या माणसाला जेव्हा इतर कंटाळतात तेव्हा त्याचा तो किती कंटाळलेला असतो हे इतरांच्या लक्षातही येत नाही. माणसाचं स्वत:च्याच कंटाळ्यावर प्रेम असतं.

'मित्रा, जग निराळं होत चाललेलं आहे. लाखो रुपयांच्या उलाढाली जगात चाललेल्या आहेत. प्रामाणिकपणे मान्य कर, असल्या लोकांचा हेवा वाटतो की नाही? स्वत:चं मन नेहमी मारायचं, इच्छा दाबून टाकायच्या, बायका-मुलांना संयमाचं महत्त्व रात्रंदिवस ऐकवायचं, कुढणाऱ्या मनाला नीतीची पांघरुणं घालायची आणि म्हणायचं, 'असला पैसा नको आपल्याला! देवाने खूप दिलंय.' ही चुकीची विचारसरणी टाकून दे. माझं ऐक. एकाने खाल्लं तर शेण, सगळ्यांनी खाल्लं तर श्रावणी!'

तू मला अव्यवहारी म्हणतोस त्याचा मला राग येत नाही. मला बुडवणाऱ्या लोकांवर तू जळफळतोस त्याचंही मला काही वाटत नाही. कारण तुला माझं जीवनच समजलं नाही. मी पैसा नाही कमावू शकलो आयुष्यात, पण आनंद मात्र खूप मिळवला. मला बुडवणाऱ्या लोकांनीही मला खूप आनंद दिला. माझ्या त्या कमाईत त्यांना वाटा मागता आला नाही ह्याचंच मला वाईट वाटतं उलट!
माणूस केव्हा फसतो सांगू? आपल्याला काय मिळवायचं होतं हे जेव्हा माणसाला समजत नाही तेव्हा तो फसलेला असतो आणि एवढ्याचसाठी तू उद्यापासून पत्ते खेळायला जात जाऊ नकोस. कारण पैसे लावून खेळताना पैसे मिळवणं हा हेतूच होऊ शकत नाही. तिथं मिळवायची असते ती धुंदी! गमावण्याचाही एक कैफ उपभोगायचा असतो, ते वातावरण चाखायचं असतं. स्वत:च्या मालकीचं तेवढंच असतं.
आणि थोड्याफार फरकाने हेच असतं सगळीकडे! हातात ब्रश आणि रंग आले की मला विश्वाचा विसर पडतो. तहान-भूक हरपते. त्या राज्यात मग दुर्गंधीला जागा

नाही. फसवाफसवीला थारा नाही. उपेक्षा नावाची वस्तूच अस्तित्वात राहू शकत नाही. म्हणूनच मी आजवर कोणत्या व्यवहारात फसलोच नाही! मला जे मिळवायचं ते मी अव्याहत मिळवत आलोय. 'मला फसवायला मिळालं' ह्या धुंदीत अनेक असतीलही. पण मी मात्र मनापासून म्हणतो, ज्याला काय मिळवायचं हे समजलंय तो कुठेच फसत नाही.
म्हणूनच ह्या जगात व्यवहारी लोकांचंही चाललंय आणि माझ्यासारख्यांचंही चांगलं चाललंय. मला तसा फसवणारा अजून जन्माला यायचाय.

'असा बघतोस काय मित्रा?– बाबा रे, आयुष्य हे नुसतं जगण्यासाठी नसून, 'मजेत जगण्यासाठी' आहे. 'Life Is For Living' ह्याच्यापुढे 'Happily' हा शब्द आपण लिहायचा आहे. कितीही किंमत मोजावी, पण हसत जगावं. पर्वा करू नये. त्यासाठी प्रथम फक्त स्वत:चं रक्षण करावं. 'आत्मानं सततं रक्षेत्!' आता हे रक्षण कुणापासून?– परचक्रापासून? No, राजा No! युद्धं वारंवार होत नाहीत. आणि झाली तरी त्यासाठी मिलिटरी आहे. आपण सिव्हिलियन्स. आपली युद्धं वेगळी. आपला बुद्धिभेद करणारी माणसं सतत आपल्या आसपास वावरत असतात, त्यांच्यापासून स्वत:चं रक्षण करायला हवं.'

'आम्ही जनावरं माणसांच्या भानगडीत कधीच पडत नाही. जनावरांनी इंटरेस्ट घ्यावा असा जनावरांचा एकही गुण माणसांत नाही. ज्या जनावरांनी माणसासाठी जन्मभर रक्त आटवलं, त्यांना माणसं कशी वागवतात ते सांगू?
परवाच एका जातिवंत, उमद्या घोड्याला तुम्ही माणसांनी गोळी घालून मारून टाकलंत. बिचारा तुमच्यासाठी छाती फुटेपर्यंत पळत होता. जनावरांच्या जिवावर तुम्ही गाड्या उडवता आणि वेळ आली की जनावरालाच उडवता! माणसांपेक्षा घोडे चांगले! ते नाही माणसांवर पैसे लावीत! वास्तविक तुम्ही माणसांनी रोज जनावरांची पूजा करायला हवी. पण ते कुठलं व्हायला? तुमच्याबरोबर जे इमानाने राहतात त्यांच्यावर तुम्ही उलटता? एखादा इमानी कुत्रा पिसाळला तर काय करता तुम्ही? त्याला गोळी घालता!'
'अहो, पण त्याच्यापासून धोका...'
'आणि पिसाळलेल्या माणसांपासून नसतो धोका? त्यांना का नाही गोळी घालत? तुमची चाकरी करून होतो जनावरांच्या डोक्यावर परिणाम. एक

प्रकारचं दुखणं ते! अशाच वेळी जनावराला सांभाळलं पाहिजे, पण तुम्ही घालता गोळी! माणसाच्या सहवासात राहून जनावरांना माणसाच्या व्याधी जडू लागल्या आहेत. परवा राणीच्या बागेतल्या वाघाचा दात उपटावा लागला. आतापर्यंत हे दाताचं दुखणं वाघाला झालेलं कधी ऐकिवात होतं? पण असंच व्हायचं हे!
जंगलातला निसर्गाचा सहवास सोडून आम्ही माणसांत आलो ना?'

सवय ही एक जबरदस्त हुकमत चालवणारी गोष्ट आहे. ही सवय एखाद्या जागेची असते, नेहमीच्या उशीची असते, तशीच एखाद्या व्यक्तीची पण असते. आपल्या घरातलं शेवटचं शुभकार्य असावं. रिवाजाप्रमाणे आपण नेहमीच्या वाडवडिलांपासून चालत आलेल्या गुरुजींना बोलवावं आणि त्यांनी पाठवावं दुसऱ्या गुरुजींना! दुसऱ्या गुरुजींच्या योग्यतेविषयी, ज्ञानाविषयी यत्किंचित् किंतु नसतो. सगळं कार्य ते आपलेपणाने पार पाडतात देखील. पण वाटत राहतं– 'आज आपले गुरुजी नाहीत.'

...मला भीती वाटते ती स्त्रीच्या पहिल्या हास्याची, नजरेची! कारण, त्या दोन्ही गोष्टींत– त्या समोरच्या व्यक्तीला ओळखतात हे कळून येतं! पण त्याहीपेक्षा, मला भीती वाटते ती माझ्या स्वतःच्या नजरेची! आपली नजर प्रामाणिक नसते, आपल्याही नकळत एखादी अभिलाषेची छटा, सूक्ष्म वासनेचा एखादा तरंग, हां हां म्हणता नजरेत डोकावतो आणि स्त्रीचं पहिलं हास्य– पहिली नजर, लोहचुंबकाने लोखंडाचे कण खेचून घ्यावेत, त्याप्रमाणे ह्या गोष्टी खेचून घेतात. आणि मग, त्याच क्षणी, आपल्यातलं अंतर किती ठेवायचं ह्याचं 'गणित' त्यांच्याजवळ मांडलं जातं. मग त्या आत्मविश्वासाने दिलखुलास हसतात तरी किंवा 'राखून'.

माणूस जन्मभर सुखामागे, ऐश्वर्यामागे धाव धाव धावतो. पण ह्या धडपडीत तो सुखी नसतो, आणि धडपड यशस्वी ठरून, हवी ती वस्तू मिळाल्यावरही तो सुखी नसतो. ह्याचं कारण तो निर्भयता शिकत नाही. नेहमी माणसाला कशाची ना कशाची सातत्याने धास्ती वाटत राहते.
तो जर निर्भय व्हायला शिकला तर जीवनातली गोष्ट नव्याने समजेल. माणसं, नद्या, डोंगर, समुद्र, सगळ्यांचा अर्थ बदलेल. आकाशाकडे सगळेच बघतात. पण त्रयस्थासारखं! म्हणूनच ते जरा भरून आलं किंवा विजेचा लोळ कोसळताना

दिसला की माणसं पळत सुटतात.

आकाशाकडे पाहायचं ते आकाश होऊन पाहावं म्हणजे ते जवळचं वाटतं. 'विराट' ह्या शब्दाचा अर्थ तेव्हा समजतो. 'अमर्याद' शब्द पारखायचा असेल तर समुद्र पाहावा. 'विविधता' शब्द समजून घ्यायचा असेल तर 'माणूस' पाहावा. पण तोही कसा, तर आतून आतून पाहावा. मग माणसांची भीती उरत नाही. अगदी हलकटातला हलकट माणूसदेखील हलकट म्हणून आवडतो. जीवनावर, जगावर, जगण्यावर असं प्रेम केलं म्हणजे सगळं निर्भय होतं. उपमा द्यावयाची झाली तर मी विजेचीच उपमा देईन. पृथ्वीची ओढ निर्माण झाली रे झाली की ती आकाशाचा त्याग करते. पृथ्वीवर दगड होऊन पडते. पण पडण्यापासून स्वत:ला सावरत नाही आणि तेजाचाही त्याग करीत नाही. प्रेम करताना माणसानेही असं तुटून प्रेम करावं. डोळे गेले तरी चालतील पण नजर शाबूत हवी. स्वर नाही सापडला तर नाही, पण नाद विसरणार नाही, पाय थकले तरी बेहत्तर पण 'गती'ची ओढ टिकवून धरीन, ही भूक कायम असली की झालं! आयुष्यात ही भूक जिवंत ठेवावी आणि निर्भयतेने पुरी करीत राहावं.

स्वत:चे अनुभव उगीचच इतरांना सांगू नयेत. इतरांना एक तर ते अनुभव खोटे वाटतात किंवा आपण खोटे आहोत, असं वाटायला लागतं. ज्याने-त्याने स्वत:च्या मालकीचे अनुभव घ्यावेत.

मला हिंदी सिनेमा आवडतो.

कुठलाही! का? ऐका.

ते सजवलेले महाल, प्रचंड दिवाणखाने, फर्निचर, पडद्यांची कापडं, हिरो-हिरॉईनचे ड्रेसेस, त्यांचं सौंदर्य, हे सगळं पाहताना काय यातना होतात? एका तरी हिरोला गोडं तेल मिळत नाही म्हणून डोक्याला हात लावून बसलेला पाह्यलात?

आज तेल नाही, डालडा नाही, साखर नाही याची हिरॉइनला कधी चिंता लागली?

एका तरी हिरोची मोटार पेट्रोल पंपावर, पेट्रोल संपून गेल्याची पाह्यलीत?

त्याला विमानानं जायचं होतं, पण वैमानिकांचा संप आडवा आला, असं झालं?

म्हणूनच मला सर्व चित्रपट आवडतात. हिरॉईन तर आवडतेच आवडते.

डोक्याला अमृतांजन न चोपडणारी एखादी तरी बाई दिसावी अशी माझी इच्छाही त्यामुळे पुरी होते. अरेबियन नाईट्स, गुलबकावली हे जेवढं खोटं तेवढेच हे चित्रपटही. आपण आपलं बालमन सांभाळावं, भाबडेपणा जतन करावा आणि सिनेमाला जावं. तीन तास सगळं विसरायला होतं. मित्रांनो, दुःख टंचाईमुळे निर्माण होत नाही, चिकित्सक वृत्तीपायी निर्माण होतं. सिनेमा पाहताना, एकदम हिरो गायब कसा होतो, वाटेल तेथे प्रकट कसा होतो, तीन तीन गोळ्या लागूनही मरत कसा नाही, अशी चिकित्सा केली की संपलं! डालडा कालपर्यंत होता, आज गायब का झाला? देशात भरपूर साखर आहे असं काल मंत्री म्हणाले पण आपल्याला मग पाच-पाच तास का रखडावं लागतं, अशी चिकित्सा केली म्हणजे दुःख होतं.

मी हॉस्पिटलात गेलो. सगळ्या इन्व्हेस्टिगेशन्स केल्या. सबकुछ नॉर्मल. मी विचार केला, आज सगळे रिपोर्ट्स नॉर्मल आहेत, पण आयुष्यात एक वेळ अशी येणारच आहे की रिपोर्ट्स पाहून डॉक्टर म्हणतील, 'जवळच्या सगळ्या नातेवाइकांना बोलावून घ्या!'
मरण येणारच ह्या एका सत्याला ते केवळ कटू आहे म्हणून आपण किती डावलतो? त्या भीषण सत्याची आपण आयुष्यभर आठवण ठेवत नाही. उपेक्षा करतो, म्हणून शेवटी आपला जीव घेतल्यावरच ते शांत होतं.
मग विचार केला की, मरण येणारच. कोणती तरी व्याधी घेऊन येणार. मग मी एका दुपारी वॉर्डात चक्कर टाकली. आजारपणातही एवढ्या व्हरायटीज असतील असं वाटलं नव्हतं हो! साठ रोगी, साठ तऱ्हेचे. ह्यातलंच काहीतरी एक आपल्या वाट्याला येणार तेव्हा कोणता प्रकार निवडावा? खूप विचार केला. कसलं काय? एकही प्रकार न निवडता कॉटवर येऊन पडलो.
असं का झालं?—तर,
म्हातारपण म्हटलं की म्हातारपणाची तरतूद आपण फक्त पैशांची केली की संपलं असं समजतो.
ते चूक आहे. म्हातारपण स्वीकारण्याची फार मोठी तयारी करावी लागते, हे शिकलो. मानसिक तयारी. आपली इच्छा असो वा नसो, तो न आवडणारा पाहुणा घरात कायमचा राहायला येणार आहे ह्यात वादच नाही. ज्या घरात तो वास्तव्याला येणार आहे त्याचेच वासे तो मोजणार आहे, हे आत्तापासूनच गृहीत धरायला हवं. ती शक्ती कमावणं हे शिकलो.

फार तर्क-तर्क, माणसाचा एकांत वाढवत जातो. तो तर्ककर्कश होत जातो. फार फार 'मॅटर ऑफ फॅक्ट'– होतो. नुसता तर्क करीत राहणारा माणूस फार संशयी होत जातो. त्याची वाढ होत नाही आणि त्याला सुखही लागत नाही. असं का होत जातं? तर– तर्कालाही सत्याचा, वास्तवतेचा आधार लागतोच. ज्या तर्काला वस्तुस्थितीचा आधार गवसत नाही तो तर्क सोडून द्यायची तयारी असावी लागते. सत्याचा आधार शोधायची धडपड जाणिवेने करायची असते. जी माणसं तशी धडपड करतात त्यांची वाढ होते. ज्यांचं तर्कावरच प्रेम बसतं ती माणसं तिथल्या तिथे फिरतात. स्वत: दु:खी होतात. इतरांना दु:खी करतात. आपल्या अपरिपक्व विचारांमुळे इतरांना दु:खी करण्याचा आपल्याला काय अधिकार आहे, ह्याचा विचार अशी माणसं करीत नाहीत.
नरक-नरक म्हणतात तो ह्या यातनेपेक्षा वेगळा असतो का?

कुणाचंही लग्न रजिस्टर पद्धतीने होऊ नये; असं एक लग्न पाह्यलं, तेव्हा वाटलं. कोणत्या तरी जुनाट इमारतीत किंवा चांगल्या इमारतीच्या नगण्य कोपऱ्यात हे नोंदणी कार्यालय असतं. नवपरिणितांना ह्याच ठिकाणी प्रायव्हसी हवी असावी ह्या कल्पनेने तिथेच भरपूर अंधार असतो. बसायला जागा नसते. नोंदणी कारकून तुमच्या नावाचा अर्ज शोधताना, 'लग्न करताय? छान! नंतर आयुष्यभर बोंबला, आमचं काय झालं?'– असा किंवा 'आत्ता ह्या क्षणी लग्न करायलाच हवं का?', 'अगदी अडलंय का? मग इतकी वर्षं काय केलंत?'– असा चेहरा करून शोधत असतो. आणि कहर म्हणजे मागच्या भिंतीवरच निरोधचा फलक असतो. उरलेल्या माणसांचे चेहरे 'शेवटपर्यंत शुद्धीवर होते का?' किंवा 'शेवटी काय बोलले?'– हा प्रश्न विचारताना जसा होतो, तसे असतात. मग खास सरकारी पिवळ्या कागदावर नाव, गाव, पत्ता, आणि निधर्मी राज्य असल्यामुळे जात हा तपशील लिहायचा. हे सगळं सापडेपर्यंत रजिस्ट्रार जेवायला जातात. ते येईतो आपण इरेत पडायचं. आणि ही विटंबना अपुरी वाटते म्हणून 'अमक्यातमक्याचा मी नवरा म्हणून' किंवा 'अमक्यातमक्याची मी पत्नी म्हणून स्वीकार करीत आहे' ह्यासारखी शपथ, तीन वेळा 'तलाक' शब्द उच्चारून गृहस्थधर्मातून तडकाफडकी मोकळं होण्याची सवलत असलेल्या एका माणसासमोर घ्यायची.
आहे का ह्यात काव्य? रसिकता? सौंदर्य? मांगल्य?
प्रेमभंग झालेल्या तमाम मित्र-मैत्रिणींनो, माझ्या अशाच एका मित्राला त्याच्या प्रेयसीने जे सांगितलं, ते सूत्र हे–
संसार हा धीरगंभीर, उदात्त रागदारीसारखा असतो. तास तास चालणारा. ठाय,

विलंपत, द्रुत अशा अंगाने फुलणारा, केव्हा केव्हा फार संथ वाटणारा, उदास करणारा, कंटाळा आणणारा. आणि मध्येच तुझ्यासारख्या मित्राची आठवण, ही मोठा राग आळवून झाल्यानंतरच्या ठुमरीसारखी असते. दहा मिनिटांत संपणारी, पण सगळी मैफल गुंगत ठेवणारी. मरगळ घालवणारी.

पण त्याचं काय असतं की, काही-काही रागदारीत काही-काही स्वर वर्ज्यच असतात. त्याला काय करणार?– म्हणून तुझ्या आठवणीत, सहवासात माझा नवरा बसू शकत नाही आणि एकमेकांच्या संसारात आपणा एकमेकांना स्थान नाही. वर्ज्य झालेला स्वर वाईट असतो म्हणून वगळायचा नसतो, तर एक राग उभा करायचा असतो, त्यासाठी आपण तो खुषीने विसरायचा असतो. वाद्यातल्या तेवढ्या पट्ट्या उपटून फेकून द्यावयाच्या नसतात. त्यांना गाता-गाता, वाजवता-वाजवता फक्त चुकवायचं असतं.

हे सूत्र तुम्हाला पेललं तर संसाराची तुमची मैफल, रागदारीप्रमाणे बहरेल.

संसार असाच असतो.
लाकडाचा धूर डोळ्यांत जातो म्हणून चूल पेटवायची थांबवायचं नसतं.
जीवनात दरी निर्माण झाली म्हणून आपण खोल खोल जायचं नसतं.
ती दरी पार करायची असते.

'बायकांची जात' असं म्हणत जन्माला येताक्षणी, काही बायका जणू काही आपल्याला काय काय वर्ज्य ते ठरवतात. आणि निम्मं जगणं कायमचं नाकारतात. राह्यलेलं निम्मं आयुष्य कसं जगायचं, हे समाज बाईवर लादत असतो. त्यातलाही खूप मोठा हिस्सा शरीरानं जगायचा असतो.

बुद्धी असली तरी ती वापरण्याची गरजच नाही असं एकदा जाणवलं तर मेंदू गोगलगाईसारखा अंग चोरून शंखात कोंडून घेतो. आणि मन तर मारण्यासाठीच असतं. ते जर फुलपाखराचा जीवच घेऊन जन्माला आलं असेल तर पंखावरचा वर्ख गळायच्या आतच संपलेलं असतं. गरुडाचे पंख लाभले असतील तर मरताना तडफड जास्त. तरीही, ते मन मेलं की जगणं सोपं. पण ते मन जर फिनिक्स पक्ष्यासारखं असलं तर संपलं. मग 'तडफडणे पंखांचे शुभ्र उरे मागे' अशी फक्त तडफड.

सर्वांत जवळची माणसंच जास्त तऱ्हेवाईकपणे वागतात. त्याचं आपण मुळी मनाला लावून घेऊ नये. परक्या माणसाकडून कशाचीही अपेक्षा करू नये ह्याचा धडा आपल्याला घरबसल्या मिळावा हा त्यांचा सद्हेतू असतो. एकदा हा धडा गिरवला म्हणजे अपेक्षाभंगाचं दुःख निर्माणच होत नाही.

आयुष्यात प्रश्नांना काय तोटा?
नुसती मान उडवली, नवऱ्याने किंवा बायकोने, तरी त्याने प्रश्न सुटत नाहीत. एखादा दैवी चमत्कार घडला तरच प्रश्न सुटतात. सगळेच. आणि दैवी चमत्कार माणसांच्या इच्छेनुसार थोडेच घडतात? म्हणून तर ते दैवी.
मग, काय-काय व्हायला हवं होतं ह्याच्या उच्चारावरच समाधान मानायचं. एकमेकांवर खापर फोडायचं. असं केलं की कसं हलकं वाटतं. आपल्या परिस्थितीला दुसरा कुणीतरी जबाबदार आहे ह्या विचाराचा फार आधार वाटतो.

'मला ओळखलंत?'
हा असा प्रश्न विचारणाऱ्या माणसाला समोरच्या माणसाने पाहताक्षणी ओळखलं, तर मधलं बोट पहिल्या फटक्यात सापडल्याचा आनंद होतो. आणि नाव सांगितल्याशिवाय ओळखलं नाही, तर भोंडल्याचा प्रसाद भिडूंना ओळखता आला नाही, याचं साफल्य झाल्यासारखं वाटतं.

ही माय-बाप सरकारची संक्रांत.
दोन रुळांवर उभी राहणारी-चालणारी वा पळणारी नव्हे.
एक काळ असा होता की जेव्हा लोकल्स पळायच्या.
जो उतरतो तो उतारू ह्या व्याख्येप्रमाणे त्या काळी माणसं गाडीतून उतरायची.
हल्ली कुणी उतरताना दिसतच नाही.
म्हणजे काय होतं की, उतरायची इच्छा असताना उतरता येत नाही. त्याच्या आत माणसं घुसतात. तुमचं स्टेशन तुमच्या डोळ्यांदेखत मागे जातं आणि तुम्हाला काही करता येत नाही.
पूर्वी असं नव्हतं.
म्हणून त्या काळात ग्रेट इंडियन पेनिन्सुला असं तिचं नाव होतं.
म्हणजे जी. आय. पी.
तो ग्रेटनेस आपल्यात राह्यला नाही हे जाणून रेल्वेने आपण होऊन ते नाव

टाकलं.

आणि रेल्वेच्या नादी लागणाऱ्या माणसांना साजेल असं नाव घेतलं.

ते म्हणजे 'मरे!' म्हणजे मध्य रेल्वे.

रोज मरे तिथे कोण रडे?

"बायको, वेटिंग रूममध्ये पॅसेंजर्स येतात. सोईचा कोपरा पटकावतात. स्वत:चं सामान जपतात. तिथेच भांडतात. जमलं तर जरा रोमान्स करतात. वेटिंग रूम हवी तशी वापरतात. वेळ झाली की जातात. ते वेटिंग रूमचं, इतर प्रवाशांचं काहीही देणं लागत नाहीत. स्टेशनांना नावं असतात. नावांना माहात्म्य असतं. मुंबई म्हटलं की आता हरवलेलं शहर, खडकी म्हटली की मिलीटरी, पुणं म्हटलं की अजून तरी 'विद्येचं माहेर', अक्कलकोट म्हटलं की पूज्य स्वामींचं गाव, असं कितीतरी सांगता येईल. प्रवासी म्हटलं की संबंध रेल्वेशी आणि नातं स्टेशनशी. तो कमीत कमी त्या स्टेशनचं तिकीट का होईना, तेवढं देणं लागतो. वेटिंग रूम्स सगळ्या स्टेशनवर असतात. त्यांना नाव नसतं.''

स्वत:चं लग्न झालं की अनेक मुलं बापाचं घर वेटिंग रूमप्रमाणे वापरतात आणि मालकीचा ब्लॉक झाला की मागे वळून न बघता निघून जातात.

त्याचं काय आहे, भारतीय रेल्वे ही जनतेची संपत्ती आहे, असं जेव्हा रेल्वेने डब्याडब्यातून लिहायला प्रारंभ केला, तेव्हापासून रेल्वे साक्षात जनतेसारखी वागू लागली.

प्रवासात भिकाऱ्यांनी हैराण करणं.

उभं राहायला जागा नसताना फेरीवाल्यांनी उच्छाद मांडणं.

हे सगळं परवडलं पण दिवसाढवळ्या गाडीत चोऱ्या होणं, हातभट्टीच्या बाटल्या सापडणं, बेकायदा तांदळाची पोती सापडणं...

त्याहीपेक्षा माणसांचे खून होणं, बलात्कार होणं.

असं सगळं का? तर, भारतीय रेल्वे ही जनतेची संपत्ती आहे.

तेव्हा हे धोरण चुकीचं आहे.

जेवढ्या राष्ट्रीय मालमत्तेच्या गोष्टी आहेत त्यावर राज्यकर्त्यांचंच नियंत्रण हवं.

जनतेची संपत्ती म्हणजे कुणाचीच नाही असा त्याचा अर्थ होत नाही का? तो काय देवाला सोडलेला पोळ आहे काय?

अर्थात!

जवळजवळ तसंच! तो पोळ नाही का, उधळला की पळत सुटतो, नाहीतर ऐन रहदारीत मध्येच उभा की उभाच राहतो. रेल्वेचं असंच झालंय.

प्रेमाचा स्वीकार करताना देखील ते जर तुमच्या रूढ चाकोरीतून, मान्यवर नात्यातूनच आलं तर त्याला तुम्ही प्रेम म्हणणार. मग ते गढूळ असलं तरी तुमच्या हिशेबी पवित्र. त्यात झेप नसली, उत्कटता नसली तरी त्याला तुम्ही कवटाळणार! त्यात तेज नसलं तरी तुम्ही दिपून जाणार. त्या प्रेमात पेटवून टाकण्याची ताकद नसली तरी तुम्ही स्वत:ची राख होऊ देणार, कारण ते चाकोरीतून येतं. तुमच्या नीतिअनीतीच्या कल्पनांची बूज सांभाळत येतं. तुमच्यासारख्यांना तेवढंच प्रेम समजतं. बाकीच्या प्रेमाला तुम्ही मग दुसरं काय म्हणणार? कुठेही, काहीही कमी नसताना माणसं दु:खी दिसतात ती ह्याचमुळे. उत्कट प्रेम करणारी व्यक्ती त्यांना आयुष्यात भेटत नाही. आणि यदाकदाचित भेटलीच तर त्या प्रेमाला कधीही प्रतिष्ठा मिळत नाही आणि तरीही, समाजातल्या प्रत्येक व्यक्तीला असं एखादं प्रेमाचं स्थान हवंच असतं. त्याचं कारण एकच, अशा तऱ्हेचं प्रेम, अशी भक्ती जिथे उगम पावते तिथे संकेत नसतात, असते फक्त उत्कटता! तिथे बंधन नसतं, असते फक्त अमर्यादता! त्यातली दाहकता पचवायला पोलादी छाती लागते. त्यातून जे नंदनवन फुलतं ते पाहायला दोन डोळे पुरत नाहीत. डोळे दाखवू शकणार नाहीत असं पाहणारं निराळं इंद्रिय लागतं. सामान्यांच्या वाटणीला हे प्रेम यायचं नाही. निभावण्याची ताकद असलेल्या माणसाचाच तो प्रांत आहे.

घर सजवण्यासाठी रंगारी, प्लंबर, सुतार, गवंडी ह्यांपैकी कुणाचंही काम असो, त्यांच्या कामात आपली काडीची मदत नसताना त्यांचं काम निव्वळ बघून बघून आपल्याला शिणवटा येतो आणि ती माणसं जेव्हा त्यांचा शिणवटा घालवण्यासाठी त्यांच्या घरी जातात तेव्हा आंबलेल्या शरीराने आपण त्यांनी घराचा केलेला राडा आवरीत बसतो. त्या मजुरांना दिवसभर पाणी प्यायला देण्याचासुद्धा एक थकवा असतो. घर मोठं असलं की जास्त चालावं लागतं आणि मोठं नसलं तरी एकदा थकवा आला की, तीच वस्तू मॅग्निफाईंग ग्लासमधून पाह्यल्यावर जशी मोठी दिसते, तशी सगळी अंतरं मोठी वाटायला लागतात.

कायम विवाद्य विषय जर कोणता असेल तर तो म्हणजे पाऊस. तो पडो अथवा न पडो, केव्हाही पडो, कितीही कोसळो, कसाही येवो, तो कायम टीकेचाच विषय झालाय. पुरुष आणि पाऊस, त्यापेक्षा नवरा आणि पाऊस ह्या दोघांनी नक्की कसं वागावं हे त्या दोघांनाही ठरवता येणार नाही आणि इतरांनाही सांगता येणार नाही. 'अर्ध्या वचनात' असं पटकन् इतर सांगतील आणि 'अर्ध्या वचनात'ची अपेक्षा तशी आपण कुणाकडून करीत नाही? साहेब, नोकर, भावंडं, मुलं आणि नवरा. सगळे

अर्ध्या वचनातलेच हवेत. पुरुष कसेही असतात, त्यांचे 'नवरे' झाले की ते अर्ध्या वचनात हवेत.

खळाळून टाळी देणाऱ्या हातात एक प्रचंड सौंदर्य असतं.
परमेश्वर माणसाला रिक्तहस्ते पाठवतो असं म्हणण्यात काही
अर्थ नाही. असं असतं, तर नुकत्याच जन्माला आलेल्या
इवल्याइवल्या बाळमुठी वळलेल्या नसत्या. त्या मिटलेल्या
बाळमुठीत एक टाळी लपवलेली असते. ही टाळी आयुष्यभर
अनेक महाभागांना सापडत नाही. अशा माणसांना हाताच्या
अंतरावर ठेवणं एवढंच आपल्या हातात असतं.

'माझी परमेश्वरावर अपार भक्ती आहे. त्याने निर्माण केलेली सृष्टी पाहा. तिथे सगळं अमाप आहे, विराट आहे, प्रचंड आहे. इथे लहान काही नाहीच. एक माणूस पाहा! केवढी विराट निर्मिती माणूस म्हणजे! पर्वतराशी जेवढ्या प्रचंड, समुद्र जेवढा अमर्याद, वनश्री जेवढी गूढ, तसाच माणूस-प्रत्येक माणूस-प्रचंड, अमर्याद आणि गूढही. माणसाला बहाल केलेली पंचेंद्रियं हीच ह्याची साक्ष. नजरेची दुनिया, नादाची दुनिया आणि स्पर्शाची दुनिया. सगळं विराट– आणि म्हणूनच नेहमी वाटतं की ज्या परमेश्वराने जीवन एवढं विराट केलं तो त्या विराट जीवनाचा शेवट जीवनापेक्षा लहान असलेल्या गोष्टीने करणार नाही.'
'म्हणजे माझी श्रद्धा आहे की, परमेश्वराने निर्माण केलेला मृत्यू हा जीवनापेक्षा विराट आहे, जीवनापेक्षा लोभस असणार.'

बर्फ हा नेहमी नऊ दशांश पाण्याखाली असतो आणि एक दशांशच वर दिसत राहतो. संसारातल्या अडचणी, मानापमान आणि दुःखं पण तशीच असतात. नऊ दशांश न सांगता येण्यासारखी. सांगितली तर खोटी वाटणारी. एक दशांश न सांगता दिसणारी किंवा सांगितली तर लगेच पटणारी! एखाद्या बाईच्या प्रेमात पडण्याचा एखादाच क्षण असतो. तसाच उबग येण्याचा क्षणही एखादा असतो. मी एक नाही, दोन नाही, अकरा महिने घरातलं वातावरण पाहिलं. बायकोचा प्रत्येक विचार पाह्यला-ऐकला. माझी मग खात्री पटली. पत्नी पतीवर प्रेम करते हा भ्रम आहे. शेवटी 'आत्मनस्तु कामाय सर्व प्रियं भवती'– ह्याचाच प्रत्यय आला. माझ्या बायकोला नवऱ्याचा अभिमान नव्हता, परिस्थितीचा होता.

त्या क्षणी ठरवलं की आता पतिपत्नी नातं संपलं. आता फक्त लोकरीतीला मान द्यायचा. सुख बघायचं नाही. स्टेट्स सांभाळायचं. कातडीवरच्या घावांची तमा बाळगायची नाही, फक्त कपड्यांची इस्त्री सांभाळायची.
संपूर्ण काल्पनिक, काल्पनिक असं काहीही असू शकत नाही. 'सत्' चे तुकडे सर्वत्र विखरून पडलेले असतात. आम्ही लेखक लोक ते हजार ठिकाणांहून गोळा करतो, त्याला कलाकृतीचा साज चढवतो आणि तुमच्यासमोर ठेवतो. ते संपूर्ण सत्य नसतं. म्हणूनच कथा, कादंबरी, नाटक, सिनेमा ह्यांसारख्या वाङ्मयीन कृती कुणाला पटतात, कुणाला पटत नाहीत. सत्याचं दर्शन ज्या स्वरूपात झालेलं असेल, तेवढ्या भागावर काहीकाहींचा विश्वास बसतो. बाकीच्या गोष्टी त्यांना मग काल्पनिक वाटतात.

कलाकाराची बायको होणं हे जसं सतीचं वाण, तसंच कलाकाराची मैत्रीण आणि नुसतं प्रेयसी म्हणून राहणं हेही सतीचंच वाण असतं.
मैत्री ही केवळ मैत्री राहत नाही. प्रियकराचा उत्कर्ष होत चालला की मन आवरत नाही. धरबंद राहत नाही. प्रियकराची, त्या कलाकाराची उत्कटतेची भूक, साथीच्या व्याधीप्रमाणे आपल्यालाही घेरून टाकते. असे दोन उत्कट जीव एकत्र आले की उत्कटतेचं शेवटचं टोक गाठायला त्यांना वेळ लागेल का?
उत्कटतेतही जोपर्यंत बुद्धी जागृत आहे तोवर उत्कटता हे वरदान आहे. एरवी ती शाप आहे. शाप हा भोगूनच पार करावा लागतो. पराशराला साडेसातीचा शाप होता. तो क्षणमात्र का होईना चळला, त्यातून महाभारत निर्माण झालं. म्हणून म्हणालो की, कलाकाराची प्रेयसी राहणं– आणि त्याला मर्यादेत थांबवणं हेही सतीचं वाण आहे. त्यालाही ताकद हवी. कलाकाराची पत्नी त्यागी हवी, तशीच त्याची प्रेयसी पण त्यागी हवी. तसं नसेल तर कलाकाराचा विदूषक होतो.

'उन्हातान्हात कष्ट करणाऱ्या माणसांबद्दल, झाडांना कितीही अनुकंपा
वाटली तरी, स्वत:ची जागा सोडून ती सावलीचा वर्षाव करीत
माणसांच्या मागे जाऊ शकत नाहीत. झाडांच्या औदार्याला, ममत्वाला
एकाच जागेचा शाप असतो. छत्र आणि छत्री ह्यात फरक असतो.'
'तेच छान आहे, नाहीतर ह्या कृतघ्न माणसांनी झाडांची अवस्था
छत्र्यांसारखीच करून टाकली असती.'

काही काही शब्द एकटे असले की गोड वाटतात. पण तसे दोन किंवा जास्त गोड शब्द एकत्र आले की त्यातली गोडी खतम!
म्हणजे कसं?
बायको याने मिसेस हे शब्द गोड आहेत.
'दोस्त' हा शब्दही 'मस्त' आहे.
पण 'बायकोचा दोस्त' हे दोन शब्द एकत्र कसे वाटतात?

हे आपलं घर.
संपूर्ण घर हेच आपलं देवघर. निराळं देवघर नाही.
आपण दोघं इथले पुजारी.
तू विचारशील, 'पूजा कशाची करायची?'
मी सांगेन, 'गृहस्थधर्माची.'
तू विचारशील, 'पूजेला साहित्य?'
मी सांगेन, 'पंचेंद्रियं.'
तू मग विचारशील, 'नैवेद्य कोणता?'
मी सांगेन, 'प्रामाणिक कष्ट हा नैवेद्य.'
मग प्रश्न येईल आरतीचा.
मी सांगेन, 'ह्या देवघरात राहणाऱ्या आणि येणाऱ्या सर्व माणसांबद्दल प्रेम, जिव्हाळा हीच आरती.'
शेवटी प्रश्न येईल, 'प्रसादसेवना'चा.
मी सांगेन, 'पंचेंद्रियं आणि अवयव प्रामाणिकपणे राबले असतील तर त्यांच्या आवाक्यातील प्रत्येक गोष्ट 'प्रसाद'च आहे.'
आता ह्या भक्तिमार्गात कुपथ्य कोणतं?
तर 'जेहेत्ते कालाचे ठायी, मनाला न पटणारी, म्हणजे प्रतारणा करायला लावणारी कृती, आणि कोणत्याही प्रकारचा अत्याचार, जबरदस्ती हे कुपथ्य.'

'वाचकांना सत्य हवं असतं. ते देण्याची ताकद लेखकांच्यात नाही म्हणून गुळगुळीत प्रेमाच्या नावाखाली अवास्तव गप्पा, आणि कौटुंबिक लेबलावर अतिरंजित थापा ह्या तुमच्या कथा. तुम्हांला खरी आग समजली नाही. खरे संघर्ष समजले नाहीत. नवऱ्याने डोळे वटारल्यावर गप्प बसणारी बायको किंवा बायकोसमोर नाकदुऱ्या

काढणारा पुरुष एवढीच तुमची धाव. तुम्हा लोकांना होम दिसतो तो फक्त मांडवातला. पुढं अख्ख्या कुटुंबाची नंतर त्यात पडलेली आहुती, ती तुम्ही पाहू शकत नाही.'

'बायकोपेक्षा मैत्रीण जास्त विश्वास ठेवते, म्हणूनच क्षमा करण्याची ताकद बायकोपेक्षा मैत्रिणीत जास्त असते.'

आपण कुणाला भितो?– का भितो?– जे ओळखत नाहीत त्यांनाही भितो, जे ओळखतात त्यांनाही भितो. मला तर ओळखीचा-बिनओळखीचा हे शब्दच फुसके वाटतात. माणसाला माणसापासून तोडणारे, जोडल्याचा निव्वळ आभास निर्माण करणारे. समाजाला भ्यायचं म्हणे! समाज तरी कुणाचा? तर चार भित्र्या, स्वार्थी माणसांचा. ज्यांना प्रतिष्ठेचे कपडे घालून वावरणारा माणूस तर सोडाच, पण नागडाउघडा, प्रांजळ, सत्य स्वरूपात उभा राह्यलेला निसर्ग समजू शकत नाही असा समाज! दुसऱ्यांच्या पांढऱ्या स्वच्छ कपड्यांच्या आत काय आहे हे न समजणारा समाज! इतकंच काय, तर खुद्द स्वत:च्या अंगावरची कातडी झूल, कातडी मानणारा समाज! मी हा असला समाज मानीत नाही.

समाजात सर्वांत निरुपद्रवी कुणी असेल तर तो म्हणजे अपयशी माणूस. कारण समाज त्याच्याकडे बघतच नाही. त्याचं लक्ष असतं यशस्वी माणसाकडे!
आणि ह्या यशस्वी माणसांना पुष्कळदा यश कसं मिळतं? तर अपेक्षा नसताना. मॅट्रिकला पहिल्या येणाऱ्या कोणत्याही विद्यार्थ्याची मुलाखत वाचा. मारे पहिल्या पानावर छापतात. 'मी पहिला येणारच होतो–' असं कुणीही ठामपणे सांगत नाही. यशस्वी माणूसच समाजाला पटकन वाईट शिकवू शकतो. आम्हांला आमच्या अपयशाची जेवढी गॅरंटी, तेवढी विद्वानांना त्यांच्या यशाची नाही. पण हे कुणी, कुणाला आणि कसं पटवून द्यायचं?

'आमचा देव दगडाचा नाही. आम्ही दगडात देव पाहणारी माणसं आहोत. दगडात देव असतोच. मूर्ती असतेच. दगडाचा फक्त नको असलेला भाग काढून टाकायचा असतो. मूर्तीच्या भागाकडे लक्ष ठेवा. फेकून द्यायच्या भागाकडे नको. आणि मग ह्याच भावनेने, निसर्गातल्या इतर गोष्टींकडे पाहा. झाडं, नद्या, वारे, आकाश, जमीन आणि शेवटी माणूस. माणसातलाही नको असलेला भाग दूर करायला शिका.

ह्याची सुरुवात स्वत:पासून करा. स्वत:तला नको असलेला भाग कोणता? तर ज्यापायी आपला आनंद, प्रगती, निष्ठा आणि आत्मविश्वास ह्याला तडा जातो तो आचार, तो विचार, हा टाकायचा भाग...'

'दुधात पाणी मिसळण्याची ट्रिक जगात ज्याने प्रथम शोधून काढली, तो खरा जीनिअस. त्याने स्वत:च्या इमारती उठविल्या. पाठोपाठ अनेकांनी त्याचं अनुकरण करून पैसा कमावला. पण आज जग दुधात पाणी न मिसळणाऱ्या माणसाच्या शोधात आहे. म्हणजे इथून पुढे इमारती उठणार आहेत त्या पाणी न मिसळणाऱ्या माणसांच्या!'

'इथून तिथून सगळी चक्रावरची माणसं. प्रत्येकाची गती कुठं ना कुठं अगतिक झालेली आहे. आपण होऊन घेतलेली गती निराळी! आणि कुणीतरी दिलेली गती निराळी. दिलेली गती पेलत नाही, अशी माणसं ताठ उभी राहू शकत नाहीत. मग ताठ माणसांसमोर ती आपोआपच वाकतात.'

गैरसमज हा कॅन्सरसारखा असतो.
तिसऱ्या अवस्थेला पोचल्यावर तो आपलं स्वरूप प्रकट करतो.

कबूल करा अथवा करू नका, आपण आहोत म्हणून जगाला अस्तित्व आहे.
प्रत्येक लहान-मोठी गोष्ट करताना, स्वत:च्या असण्याला फार मोठं स्थान आहे.
कदाचित जगत असताना, नि:स्वार्थीपणाने माणूस इतरांसाठी जगतही असेल; स्वत:चा विचार न करता.
पण मरताना तो नक्की एकटा मरतो. त्याचा तोच मरतो.
'मरणाची भीती का वाटते सांगू का?'
एकट्याने जायचं म्हणून वाटते. बरोबर जिवाभावाचे दोनचार मित्र असते तर मरण्याचं काही वाटलं नसतं.'

'आपण इथून आता सात पावलं चालू. आशीर्वाद द्यायला ही आपली नवी वास्तू आहे. पावलागणिक ती 'तथास्तु' म्हणत राहील. तुझ्या दादांची साधना तुझ्या पाठीशी आहे. मरताना दिलेला बाबांचा

आशीर्वाद मलाही सावरील. मी आस्तिक आहे की नास्तिक ह्याचा मी कधी शोध घेतलेला नाही. मी श्रद्धावंत मात्र जरूर आहे. सौंदर्य, संगीत, सुगंध, साहित्य ह्या सर्वांसाठी मी बेभान होतो. पण माझी जमीन कधी सुटत नाही. मी माणूस आहे ह्याचा मला अभिमान वाटतो. मला परमेश्वर व्हायचं नाही. नवऱ्याला देव वगैरे मानणाऱ्यांपैकी तू आहेस की नाहीस हे मी परिचय होऊनही विचारलं नाही. तशी नसलीस तर उत्तमच. पण असलीस तर इतकंच सांगेन की, मला देव मानायचा प्रयत्न केलास तर तो माझ्यावर फार मोठा अन्याय होईल. मला माणूसच मान म्हणजे कळत-नकळत होणारे अपराध क्षम्य ठरतील. कुणाचंही मन न दुखवणं हीच मी देवपूजा मानतो. जिवात जीव असेतो मी तुला सांभाळीन. आता सांभाळीन हा शब्द चुकीचा आहे. त्यात अहंकार डोकावतो. तेव्हा इतकंच सांगेन की आपल्या ह्या घरात, संसारात, तू चिंतेत असताना मी मजेत आहे असं कधी घडणार नाही आणि शेवटचं सांगायचं म्हणजे मला पत्नी हवीच होती. मात्र पत्नी झाल्यावर तुझ्यातली प्रेयसी सांभाळ. मला सखी हवीच आहे. होशील?'

क्रिएटिव्हिटीचा क्षण एवढाच आनंद. क्षणाइतकाच छोटा. कवी-लेखक-नाटककार ह्यांना ज्या क्षणी एखादी कल्पना सुचते, तेव्हा त्यांच्या आयुष्यातला तो तेवढाच क्षण ते जगतात. नंतर ती कल्पना कागदावर उतरवणं ही कारकुनी, कंटाळवाणी प्रोसेस. अक्षरओळख झाल्यापासून लिही-लिही लिहायचं. मग पुढचे क्षण चिंतेचेच. ते छापायला पाठवणं... वेळेवर मिळेल का? नीट छापतील का? प्रसिद्ध होईल का? लोकांना आवडेल का? कौतुक करतील का?– ह्या सर्व प्रश्नचिन्हांत निर्मितीच्या आनंदाचा क्षण कुठं बरबाद झाला, कळत पण नाही.

'आपण सगळे किती तेच-तेच जगतो, असं तुम्हाला कधी वाटलं नाही? झोपणं-उठणं, तोंड धुणं, काहीतरी पिणं, दाढी, आंघोळ, प्रातर्विधी, नोकरी... ह्यात नवीन काय?– शरीराने जगायचं आणि शरीराच्या सेवेसाठीच जगायचं, शरीराला जपायचं. मन बोंबलत राह्यलं तरी ते मारत राहायचं. एवढंसं कुठं कुसळ गेलं तर डॉक्टरकडे पळायचं. मनात नाना गोष्टी सलतात. तो सल कुणी काढायचा? आपण फार बोअर झालो आहोत. पैसा मिळवणं, साठवणं-उडवणं– सगळं तेच! कुठेच थ्रिल नाही. अशा वेळेने बांधलेल्या आयुष्यात माणसं शंभरीसुद्धा गाठतात. लगेच

सत्कार. का? खूप वर्षं मेला नाही म्हणून ह्याचा सत्कार. कसा जगला? तर बंधनं पाळत. बंधनं पाळत जगणं म्हणजे सातत्याने प्रत्येक क्षणी मरणंच. शंभरीला सत्कार करायचा, तो वारंवार मरण्याचा कंटाळा आला नाही म्हणून!

'भीतीमधूनच फिलॉसॉफी निर्माण होते असं मी समजत होते. पण तसं नाही. स्वार्थी आणि निष्क्रिय माणूस जास्त चांगलं तत्त्वज्ञान सांगू शकतो.'

उडाणटप्पू वृत्तीच्या माणसांची नेहमी गय केली जाते. त्यांना त्यामुळे नेहमीच मोकळं रान मिळतं. जबाबदाऱ्या टाळूनही मस्तीत जगता येतं, तेव्हा जगण्याची हीच रास्त पद्धत आहे अशा नशेत ही माणसं जगतात. ह्या तऱ्हेने जगायचा आपल्याला हक्क आहे असं हे समजतात. बाकीचे त्यांचं हे स्वातंत्र्य कधी नाइलाजाने, कधी चडफडत, कधी कुठे मागं लागायचं अशा कारणांनी मान्य करतात.
ह्या निगरगट्ट माणसांना सरळ करायला हवं. उपभोगायची वस्तू स्वत:च्या हिमतीवर, घामावर विकत घेण्याचा, त्या सुखाची किंमत मोजायचा एक आनंद असतो. त्या आनंदाला ही माणसं पारखी झालेली असतात. तो त्यांना वेठीला धरून मिळवून द्यायला हवा.

अन्न, वस्त्र आणि निवारा ह्या तीन गरजा राज्यकर्त्यांनी पुरवायच्या असतात. ह्या भागल्या की उरलेला सगळा डामडौल असतो. दर्जा, पत, प्रतिष्ठा, स्टेटस् हे सगळे राक्षस. त्यामुळे जहांपन्हा, अमीरउमरावांना प्रतिष्ठा विकत घेता येते म्हणून ते खूष. झोपडपट्टीत हे राक्षस नांदत नाहीत म्हणून कनिष्ठेतर वर्ग खूष.

वेटरने आणलेल्या बिलाच्या मागे मजकूर लिहून पार्टनरने माझ्या हातात ठेवला.
माझं सुख, माझं सुख, हंड्या झुंबरं टांगलं,
माझं दु:ख, माझं दु:ख, तळघरात कोंडलं!
'बहिणाबाई ना?'
'Yes.'
'इतका चांगला संदेश बिलाच्या कागदावर उगीच लिहिलास. थांब, मी

दुसरा कागद आणतो. हाच मजकूर पुन्हा लिही.'
पार्टनर म्हणाला, 'अशा संदेशासाठी बिलासारखा कागद नाही.'
'असं कसं?'
'माणूस नुसत्या काव्यावर जगत नाही. मागची बाजू व्यवहाराचीच.'
'आणि एखाद्या अरसिक अकाऊंटस्‌मधल्या माणसानं बिलाची बाजू अगोदर पाह्यली तर...'
'तर कागद फिरवून सांगायचं, व्यवहारापलीकडे जगात खूप आनंद आहेत. नया पैशांत मांडता न येणारे!'

काही काही माणसांना मुद्देसूद बोलता येत नाही, स्वतःचं म्हणणं ठासून मांडता येत नाही. समोरच्या कोणत्याही माणसासमोर नमतं घ्यावं लागतं. ह्याची काहींना जाणीव असते आणि त्याची त्यांना चीडही येते. म्हणूनच कोणत्याही चर्चेच्या बाबतीत अशा माणसांना प्रारंभ जमतो. एक-दोन विधाने ती माणसं सुसंगतपणे करतात. त्यांच्या विधानांना तोडीस तोड तर्कशुद्ध उत्तरं मिळू लागली की मग फार काळ त्यांना टिकाव धरता येत नाही. मग त्यांचा तोल जातो. तोल गेला की आरोप असंबद्ध व्हायला लागतात. चर्चेचा शेवट निव्वळ त्राग्यात होतो.

नियंत्रणाचा मार्ग पोटाकडून मेंदूकडे जातो. महाराज, पोट गहाण पडलं की, मेंदू आपोआप गुलाम होतात.

आम्ही पोशाखाची काळजी करतो. डिग्निटी, स्टेटसच्या छोट्या कल्पनांपुढे कार्य गौण ठरवतो. प्रतिष्ठा-प्रतिष्ठा म्हणत प्राप्त कर्तव्याकडेही पाठ फिरवतो आणि कधीतरी चारचौघांत असे खुळचटासारखे वागतो की जतन केलेली खोटी प्रतिष्ठा पण उघडी पडते. आम्ही एखाद्या कलाकाराची, त्याच्या हेकटपणाची, व्यसनांची, तऱ्हेवाईकपणाची चवीने चर्चा करतो. त्या कलावंतांचं चारित्र्य आणि त्यांचे विवाहबाह्य संबंध हे तर खास आपले चघळायचे विषय. कोणत्याही तपशिलात शिरण्याची तेव्हा आपल्याला जरुरी वाटत नाही. आपण समजतो त्यापेक्षा वस्तुस्थिती फार निराळी असू शकते हा विचारही आपल्याला शिवत नाही.
'चारित्र्यहनन' ह्या विषयात तर आपण चॅम्पियन! का? आपण असं का करतो?

आपण सुशिक्षित आहोत. सुजाण समाजात आपण वावरतो. आपल्या नात्यातल्या, मैत्रीतल्या माणसांची आणि त्याबरोबर स्वत:ची शान आपणच ठेवायची असते, याचं आकलन आपल्याला कधी होईल?
आपण रामायणकाळातील 'राम' होऊ शकणार नाही, पण याचा अर्थ आपण 'धोबी' व्हायलाच हवं का?– उद्या समजा, आपल्या स्वत:च्या संदर्भात जर अशाच वावड्या कुणी पिकवल्या तर? आपल्याला एक तर जिणं नकोसं होईल किंवा त्या माणसाच्या नरडीचा घोट घ्यावासा वाटेल, तोही दुसऱ्याने कोणीतरी! तेवढंही धाडस आपण दाखवणार नाही. या सत्याकडे माणसं काणाडोळा का करतात?
एकच कारण असावं. स्वत:ची चार घटका करमणूक व्हायला हवी असेल, तर कुणाचा तरी बळी जाणं जरुरीचं आहे. आयुष्यातील फक्त चांगलेच क्षण टिपायला आणि तेवढेच क्षण जतन करायला नित्य कोजागिरी जागवणारं मन लाभावं लागतं. शंभर अपराध पोटात घेणारी कृष्णाची मुरली वाजत असावी लागते.

नीट राहा, व्यवस्थित राहा. दिवसा किंवा रात्रीच्या कोणत्याही क्षणी बाई चांगलीच दिसायला हवी, व्यवस्थित हवी हे माझं सांगणं असतं. आमच्यात विसंवाद आहे तो फक्त ह्या एका बाबतीत आहे. आपल्या बायका फार बेंगरूळ असतात. घराला आणि माणसांना सौंदर्याचा स्पर्श आणि जाणीव कायम हवी. निसर्ग पाहा, निसर्गाने निर्माण केलेली एक तरी वस्तू बेंगरूळ आहे का?

खुर्ची म्हणजे काय?
खुर्ची म्हणजे कर्तव्य.
खुर्ची म्हणजे वसा.
प्रत्येक खुर्चीचा एकेक वसा असतो.
तो खुर्चीबरोबर पत्करावा लागतो.
माणसं त्यातली फक्त खुर्ची उचलतात, वसा विसरतात.
खुर्ची मिळाली की उततात, मातात,
घेतला वसा टाकून देतात.
लोककल्याण जितक्या मार्गांनी करता येतं
तेवढ्या खुर्च्या निर्माण केल्या जातात.
एखादा मार्ग नव्याने दृष्टिक्षेपात आला

तर खुर्च्यांची संख्याही वाढवली जाते.
माणसं लगेच त्या नव्या खुर्चीसाठी वर्णी लावतात,
आणि वसा विसरतात.
इथं खुर्च्या काय करणार?

प्रकाश हा प्रकाशच असतो.
त्याबद्दल दुमत नाही.
संधिप्रकाशाबाबत मतभेद संभवतात.
पण
आपल्या ह्या लोकशाहीत प्रकाशाला पण संधी शोधावी
लागते.

समागम हा एक संवाद आहे. ज्यांना ज्यांना एकमेकांत संवाद साधण्याची गरज आहे, इच्छा आहे, त्यांची पट्टी एक हवी. तानपुऱ्याच्या दोन षड्जांप्रमाणे सूर जमल्याशिवाय संवाद होत नाही.

थाळ्या वाजवून क्रांती होईल का? देशाला जाग येईल का?
थाळी शब्द म्हटला की एक तर ती फिरवायची तरी, नाहीतर वाजवायची.
स्त्रीच्या हातातली थाळी ही द्रौपदीची थाळी व्हायला हवी.
तशी ती होईल का?
द्रौपदीची थाळी ही क्षुधा शांत करणारी थाळी होती.
समृद्धीचं प्रतीक होती.
ती बडवून क्रांती होईल का?
व्हायलाच हवी. पण ती सरकारविरुद्ध पिटून होणार नाही. ह्या थाळ्या घरोघरी बायकांनी बडवायला हव्यात. नवरा, मुलगा, भाऊ, दीर, बाप...
सगळ्यांच्या नावाने!
वाल्याचे डोळे नारदाने उघडले नाहीत, वाल्याच्या बायकोने उघडले. वाल्याने वाटमारी करून केलेल्या लूटमारीच्या, पापाच्या प्राप्तीत ती सहभागी व्हायला तयार नव्हती. त्याप्रमाणे आज घरोघरच्या गृहिणींनी 'तुम्ही नेमून दिलेलं काम नीट केलंत का?'– असा प्रश्न नात्यातल्या सगळ्या पुरुषांना विचारायला हवा. डॉक्टर, वकील, कारखानदार, कामगार, प्राध्यापक, मास्तर... ह्यापैकी प्रत्येकाला थाळी

वाजवून गृहिणींनी हा प्रश्न विचारला तर? कष्टांचा मोबदला न देता पैसा मिळवणं ही वाटमारीच. ह्या प्राप्तीच्या पापात कोणत्याही गृहिणीने सहभागी होऊ नये.

खरा संसार हा एकाच दिवसाचा आणि एकाच रात्रीचा असावा. बाकी पुनरावृत्ती असते. माणूस खरं तर सहज सुखी होऊ शकेल. सुखी होणं हे एवढं दुर्मिळ नाही. अहंकार सोडावा, आणि जगातल्या चांगुलपणावर नितांत श्रद्धा ठेवावी. सुख दाराशी हात जोडून उभं राहील. पण तसं होत नाही.
माणसं खळखळून मोकळी होत नाहीत. गप्प राहतात. सहन करतात. ही माणसं, ह्या व्यक्ती काय गमावतात, काय मिळवतात हे फक्त त्यांनाच माहीत. मोहावर जेव्हा ही मंडळी मात करतात तेव्हा त्यांच्या त्या यशाला सत्काराचे हार नाहीत आणि पराभवाच्या दुःखाला सांत्वनाचा स्पर्श नाही.

'शब्दच हवे असतील तर ऐक. मला ह्याच्यात कोणताही गुन्हा, अपराध वाटत नाही. ह्या एकत्र येण्यात चोरटेपणा नक्कीच आहे, पण पाप नाही. व्यभिचार तर नाहीच नाही. मनं एकरूप न होता, पुष्कळ घरांतून केवळ कायद्याने पुरुष बाईचा नवरा आहे, ह्या कागदी आधारावर जे होतं तो खरा व्यभिचार आहे. तू अन् मी एवढे सवंग नाही. सहजसाध्य पण नाही आहोत. समागमासाठी आपण मित्र झालेलो नाही. समागम हा त्या मैत्रीतला दृढपणा व्यक्त करणारा एक टप्पा आहे. ते आपलं साध्य नाही, ती एकमेकांवरच्या अपार विश्वासाची ग्वाही आहे.
माझ्या मनात आपण शरीराने जवळ आलो, ह्याबद्दल कोणतीही रूखरूख नाही. अपराधी भावना नाही. कारण,
संभ्रम निर्माण करणारी कृती मी करीतच नाही. कृती करण्यापूर्वी माझा विचार पूर्ण झालेला असतो. त्यामुळे निव्वळ, भान सुटल्याने हातून निस्तरावी लागणारी गोष्ट घडली, असं घडत नाही. आपल्या एकत्र येण्याने माझं बळ वाढलं. त्याचा उपयोग पुन्हा माझाच संसार पुढे लोटायला होणार आहे. पुष्कळदा सुखाची लाट भरतीसारखी आपण बेसावध असताना चिंब करून सोडते. त्यातलं काय लुटायचं ह्याचं आकलन होण्यापूर्वी ती लाट ओहोटीप्रमाणे दूर गेलेली असते. आपण तसेच काठावर निथळत्या सुखाला स्पर्श करीत राहतो. हवं असलेलं सगळं देऊन कुणीतरी चकवल्यासारखं वाटतं. असं होता कामा नये. सुखाचा जाणतेपणाने मागोवा घेण्यातलं सुख अपूर्व असतं.

माणसांना वेळेची किंमत नाही. हा देश फक्त पैसा घालवायला लावणारा. त्याच्या बदली घेणाऱ्याला जे हवंय ते द्यायचं असतं, ह्याची कुठेच जाणीव नाही. म्हणूनच की काय– जे जे फुकट मिळेल ते ते मनसोक्त, आडवा हात मारून कसं लुटता येईल ह्यातच प्रत्येक जीव मग्न आहे.

कोणत्याही जीवनावश्यक किंवा चैनीच्या वस्तूंसाठी त्याची किंमत न मोजता ती वस्तू पदरात पाडून घ्यायची चटक लागलेला माणूस आणि देश कधीच वर येणार नाही.

'एके काळी दारू ह्या प्रकाराबद्दल गुप्तता होती. आता तशी परिस्थिती राहिलेली नाही. दारूला मोठ्या प्रमाणावर लोकमान्यता मिळाली आहे. न पिणारा जेव्हा गावंढळ ठरू लागला तेव्हा लोकांनी लगेच तिला आश्रय दिला. कष्ट न करता सुधारक बनवणाऱ्या गोष्टी झटपट सर्वत्र होतात.'

अपुऱ्या कापडात कपडा शिवायला गेलं की त्याची शिवण सारखी उसवत जाते. कपडा चांगला असल्याने फाटत नाही. माझं तेच होतं. विचारांची शिवण उसवते. विकाराने भरलेलं शरीर बाहेर पडायचा प्रयत्न करतं. कापड उसवतं पण संपूर्ण फाटून जात नाही. रोज नियतीची प्रार्थना करतो. सांगतो, हा अर्धवट जाळणारा विकार नको आणि पूर्ण सावरू न शकणारा विवेकही नको. संपूर्ण जाळून टाक नाहीतर मुळातच धग नाहीशी कर. रोज हात पसरतो. नियती काही देत नाही.

मी एक छोटा माणूस आहे. मी पुढाऱ्यांची पण पूजा करीत नाही आणि सरकारची पण नाही. निरपराध माणूस भरडला गेला की डोळ्यांच्या कडा ओल्या होणारा मी एक साधा जीव आहे. रात्रीचा अंधार पडला की डोळ्यांसमोर असंख्य प्रश्न नाचतात. ते सोडवता सोडवता ग्लानी येते आणि त्याच प्रश्नांनी जाग येते.

प्रत्येक माणसाला आयुष्यभर कुणाचा ना कुणाचा मत्सर वाटत असतो. ज्या सुखाला आपण लायक आहोत ते दुसऱ्या कुणाला तरी मिळतंय ह्याचं एक ठसठसणारं दुःख तो कायम जवळ बाळगून असतो आणि त्याहीपेक्षा कुचंबणा अशी की हे कुठं बोलता येत नाही.

कलावंताशी लग्न करावं का?
जरूर करावं. त्याच्यातला माणूस, त्याच्यातल्या कलाकाराइतका मोठा असेल तर.
कारण संसार करतात तो माणसाशी. कलाकाराशी नाही. संसार हा एक व्यवहार
आहे. तडजोड आहे आणि तडजोड करणे हा माणसाचा स्थायीभाव आहे, कलावंताचा
नाही.

गतकाळातील फोटो म्हणजे काय?
आपलंच हूल देत गेलेलं वय आपल्याला फोटोतून भेटायला येतं.

कुणाच्या ना कुणाच्या कलाने चालण्याची सवय प्रत्येक व्यक्ती परंपरेने लावून घेते.
माणूस स्वत:चं व्यक्तिमत्त्व स्वत: घडवीत नाही. कुणाचा ना कुणाचा तरी
त्याच्यावर पगडा असतो. विचारांवर छाया पडलेली असते. आईबाप एखाद्या
व्यक्तीवर प्रेम करतात म्हणून मूल त्या व्यक्तीवर प्रेम करू लागतं. जे आई-
वडिलांचे शत्रू तेच त्या मुलाचे शत्रू. ह्याचाच अर्थ असा की, स्वत:चा स्वतंत्र मेंदू
घेऊन जन्माला आलेला जीव दुसऱ्याचं ऐकतो त्याच क्षणी तो स्वत:चं अस्तित्व,
निसर्गाने जगाकडे पाहण्याची दिलेली स्वतंत्र नजर हरवून बसतो.

'आजच्या दिवसापेक्षा उद्याचा दिवस नक्की चांगला असणार, याची आशा सुटत
नाही म्हणून आपण जगतो. उद्याबद्दलची काही ना काही स्वप्नं उराशी असतात
म्हणून आज मृत्यूला कवटाळावं असं वाटत नाही.'

माणूस कायमचा दुरावतो तेव्हा त्या दु:खात आणखी एक दु:ख मिसळलेलं असतं.
ज्या दु:खाचं सांत्वन होऊ शकत नाही असं ते दु:ख असतं. वियोगाचं दु:ख काळ
शांत करतो. हे दुसरं दु:ख कायम ताजं राहतं. ते म्हणजे, जिवंतपणी आपण त्या
माणसाशी कधीकधी ज्या अमानुषतेने वागलो, त्या आठवणींचं दु:ख. ते नेहमी
ताजं राहतं. काळाचं औषध तिथं प्रभाव दाखवू शकत नाही.
आयडेंटिटी कार्डासारखी विनोदी गोष्टी साऱ्या जगात नसेल. आपण आहोत
कसे?– हे खरं त्यांना हवं असतं. त्याऐवजी आपण दिसतो कसे, हे पाहून ते
आपल्याला ओळखतात.

माझी विचारसरणी तुला समजली नसेल, तर तो माझा पराभव आहे. पराजिताने आरडाओरडा करू नये किंवा पराजयाची मीमांसा पण करू नये. पराजिताने गप्प बसावं.

'तुम्हाला व्यसनाची व्याख्या हवी?... ऐका! केवळ बेदम पिणं किंवा रंडीबाजी म्हणजे व्यसन नव्हे. तुमची तेवढी ताकदच नाही. तुमची केस त्याच्याही पलीकडची आहे. तुमचं व्यसन फार भयानक आहे. कारण तुम्ही त्याला 'हौस' असं गोंडस नाव दिलेलं आहे. तुम्हाला सर्वांना काळाबरोबर धावायचं व्यसन लागलेलं आहे. आज काय, गॅसचा शोध लागला, गॅस आणा. मग मिक्सरचा शोध लागला, मिक्सर आणा. पाठोपाठ गीझर, फ्रीज... अरे, काय आहे काय? रोज नवनवे शोध लागणारच आहेत. तुम्ही काय-काय घेणार? किती काळ धावणार?'
'आमच्यापैकी काहींच्या बायका ग्रॅज्युएट आहेत. राजवाडेच्या बायकोच्या हिंदी-मराठीच्या सगळ्या परीक्षा झाल्या आहेत. ह्या बायकांनी नव्वद टक्के वेळ स्वयंपाकघरातच घालवायचा का?'
'तुम्ही ह्या सुखसोयींनी तुमच्या बायकांना स्वयंपाकघर अप्-टू-डेट बनवून दिलंत. आता सांगा, त्यांच्या ह्या वाचलेल्या वेळेचा त्यांनी तुम्हांला काय उपयोग करून दाखवला? किती बायकांनी त्यांचं ज्ञान वाढवलं? जनरल नॉलेज वाढवलं?– किती वेळा तुमच्याशी किंवा तुमच्याकडे येणाऱ्या पाहुण्यांशी बौद्धिक पातळीवर वादविवाद करून दाखवले? किती पुस्तकं वाचली? त्यांना राजकारण किती समजलं? सांगाल?– नाटकं, अश्लील सिनेमे, साड्यांचा सेल, दुसऱ्या बाईची निंदा, इतर माणसांच्या भानगडी, नट-नट्यांची लफडी, आणि भिशीच्या नावाने बेदम खाणं ह्यापलीकडे त्यांनी रिकाम्या वेळेचा काय उपयोग केला?'
'पण...'
'तुमच्या बायकांच्या शिक्षणाचा रुबाब सांगू नका. माझी बायकोही बी.ए. आहे. पण कुवत तेवढीच. मी गॅस घेतलेला नाही. स्टोव्हही नाही. तिचा बी.ए. चा अहंकार नको म्हणून पहिल्या दिवशी शेगडी पेटवताना मी तिला सर्टिफिकेट जाळायला लावलं. चार मामुली कागदांसारखंच ते जळालं. बी.ए.चा छाप होता म्हणून काही जास्त जाळ झाला नाही. असं असतं. सगळे कागद सारखेच. त्याला अहंकार चिकटला की त्याचं सर्टिफिकेट होतं.'

नाण्याचा खणखणीतपणा जाणायला वरचा अधिकारी जाणकार हवा. तो करप्ट असतो. त्याची खणखणीतपणाची व्याख्या वेगळी असते. तरीदेखील मनात येतं की, करप्ट ऑफिसरही परवडला. खाल्लेल्या पैशांशी तरी तो इमानी असतो. एखादा बिनडोक जेव्हा वरची जागा मिळवतो, तेव्हा तो हाताखालच्या माणसांनाच नालायक ठरवतो. निगरगट्टांचं नुकसान परमेश्वरही करू शकत नाही म्हणतात, त्याप्रमाणे सगळं ऑफिस अशा दगडाला शेंदूर फासून कुर्निसात करतं.

'माझा शेड्यूल कास्टवर मुळीच राग नाही. त्यांची अनेक वर्षं गळचेपी झाली. सगळं मान्य! पण ह्याचा अर्थ तुम्ही दुसऱ्याच्या समोरचं ताट ओढून तिसऱ्याला द्यायचं असा का? तू काही दिवस जेवलास, आता त्याला जेवू दे, असं का? कोणत्या तरी उपाशी माणसाचे तुम्ही तळतळाट कायम घेणार का?'
'शांत हो, नाहीतर तू आता स्वत:वर परिणाम करून घेशील.'
'नाही, तसा मी सावध आहे. कारण तसं अजून फार बिघडलेलं नाही. अजून तुमच्या-आमच्यातल्या दहा टक्के मुली इतर जमातींसाठी राखून ठेवा असं सरकारी धोरण जाहीर झालेलं नाही, तोपर्यंत भीती नाही.'

'स्त्री' ह्या प्राण्याबद्दल प्रत्येकाचं इंटरेस्ट निरनिराळं असतं. बाईच बाईला माणसातून उठवण्याचा प्रयत्न करते. पुरुष एखाद्या बाईत फार गुंतायला पाहू इच्छितो किंवा त्याला मुळीच तिच्यात रस नसतो. तरीही स्त्री-पुरुष मैत्रीला विविध पदर असतात. कितीतरी रंग, पातळ्या, उंची, निर्व्याजता आणि खोलीही! स्त्रियांशी मैत्री ही अत्यंत जुजबी, एकसुरी वाटते. मी जन्माने स्त्री झाले हे मी भाग्यच समजते. म्हणूनच लग्नाने मी दुसऱ्या स्त्रीशी जखडले गेले नाही. जाण्याची भीती नाही.
ओळख हा शब्द फार फसवा आहे. ओळख ही प्रत्येक क्षणी निरनिराळ्या स्वरूपात होते. रक्तमांसाची नातीदेखील फसवी. आपण स्वत:लाही प्रत्येक क्षणी नव्याने समजतो. सर्वांत जवळच्या माणसांच्या वागण्याचे धक्के जास्त बसतात. कारण त्यांच्या पहिल्या ओळखीपासून ती खूप अंतरावर गेलेली असतात. तेव्हा 'ओळख' ह्या शब्दाचं नातं 'चालू वर्तमानकाळा'शीच असतं.

'माणूस तरुण असतो तेव्हा त्याला जास्त खर्च असतात. लग्न करायचं असतं, ब्लॉक घ्यायचा असतो. आयुष्याची सुरुवातच ती! तेव्हा खर्चाला शंभर वाटा! आणि पगार मात्र तोकडा! तो आपला मुंगीच्या गतीने वाढणार. मॅक्झीमम्‌ला पोचायला सोळा-सतरा वर्षं लागतात. तोपर्यंत माणसाचा उत्साह, उमेद, स्वप्नं, शक्ती, सगळ्यांचा लय होतो. माणसं निराश होतात. Frustration येतं. इकडे संसाराचा व्याप वाढतो. डोक्यावर कर्ज असतं. माणूस वैतागतो. मानसिक स्वास्थ्य हरवतं आणि मग संयमाचं महत्त्व व संस्कार झाला नसेल तर तो हिंसाचारी होतो.
'म्हणूनच माझी योजना अशी आहे की, नोकरीला लागल्याबरोबर माणसाला मॅक्झिमम पगार द्यावा. त्याला एकदम दोन हजार पगारावर घ्यायचं.'
'ऑफिसतर्फे मोटार द्यायची. राहायला जागा द्यायची. तरुण रक्त असं तृप्त झालं की बंड करणार नाही. कष्ट आणि प्राप्ती ह्यांतली विषमता नष्ट होईल.'
'ती कशी?'
'माणूस तरुण असताना ऑफिसात जास्त काम करतो आणि कमी पगार घेतो. त्याचं वय वाढतं. काम करायची शक्ती कमी होत जाते आणि इकडे पगार मात्र वाढत जातो. एवढ्यासाठी सुरुवातीला लठ्ठ पगार द्यावा आणि दरवर्षी पगार कमी करत जावा. त्यात राष्ट्राची भरभराट आहे.'
'ती कशी?'
'पगारवाढ करायची म्हणजे सरकारी तिजोरीवर ताण पडतो. पगार कमी करत गेलं की शिलकीचं अंदाजपत्रक दरवर्षी जाहीर होईल. सरकारी शिल्लक वाढली की कर नाही. कर कमी म्हणजे संप नाहीत. संप नाहीत म्हणजे शांततामय जीवन.'
'वा, उत्तम कल्पना!'
'म्हणजे नोकरीवर लागल्यावर दोन हजार रुपये पगार आणि नोकरी सोडताना दोनशे रुपये. म्हातारी माणसं खुर्चीला चिकटतात पगारासाठी. दोन हजारांची नोकरी सोडताना जिवावर येतं. दोनशेची नोकरी सोडताना काही वाटणार नाही.'

सांगून आलेली मुलगी कुणाची तरी भाची, कुणाची पुतणी, कुणाची मैत्रीण, बहीण, नात इत्यादी सर्व नात्यांत आदर्श असेल, पण 'नवऱ्याची बायको' ह्या नात्यात कशी हे लग्न झाल्यावरच कळतं. म्हणजेच, उपयोग नसतो तेव्हा! म्हणजे कसं? तर एखादा फुगा फुगवता फुगवता एका क्षणी फुटतो. तो फुटल्यावर समजतं, आपण किती फुगवायला नको होता, तसं!

'कामावर जाणाऱ्या प्रत्येक स्त्रीला, तिच्याच नवऱ्याच्या ऑफिसात नोकरी मिळेल असं नाही. मग इतरांनी खरोखरच एकमेकांत अंडरस्टँडिंग, दोस्ती करायचं ठरवलं तर काय बिघडलं? जवळपास राहणाऱ्या एक-दोन पुरुषांनी बायकांना प्रोटेक्शन द्यावं. त्यांना कामावर आणि घरी पोहोचवावं. कुणाची ना कुणाची सोबत आहे म्हटल्यावर विनयभंगापासून चोऱ्यांपर्यंत गुन्ह्यांचं प्रमाण निश्चित कमी होईल'

'इतर नवऱ्यांच्या बायका हे ऐकतील का?'

'ते त्या त्या नवऱ्यांनी पटवून द्यावं.'

'आणि त्या बाईच्या नवऱ्याचं काय?'

'तिनंही नवऱ्याला स्पष्ट सांगावं.'

'बायकांच्याइतकेच पुरुषही संशयी आणि मत्सरी असतात.'

'अशा नवऱ्यांच्या बायकांनी नवऱ्यांना सांगावं, तुम्ही तुमच्या मनगटातील ताकद वाढवा. मला संसारासाठी पैसे मिळवायला लावू नका.'

'खुद्द दिल्लीला, लोकसभेत, एखाद्या बाईवर बलात्कार किंवा जबरदस्ती किंवा साधा विनयभंग झाला का?'
'भलतंच काय?'
'म्हणजेच महाभारताइतका, कौरवांच्या सभेप्रमाणे आपला अध:पात झालेला नाही. आज ह्या राज्यात, शेतावर, मळ्यात, पोलीस चौकीवर इत्यादी ठिकाणीच बाई नागवली जात आहे. स्त्री एकटी सापडली की असं होणारच. महाभारतात तर विचारवंत, धर्ममार्तंड, नीतिशास्त्रज्ञांसमोर भर दरबारात, द्रौपदीची अब्रू लुटली गेली. मी ह्यातून एकच गोष्ट शिकले. जगज्जेते असे पाच बलाढ्य नवरे जरी हयात असले तरी द्रौपदीचा कृष्ण कुणी निराळाच असतो.'

संसार हा व्यवहारकुशल लोकांचा प्रांत आहे दोस्त! भावना, प्रेम, माया, वात्सल्य, ह्या गोंडस नावाखाली एक निराळ्या पातळीवरचा व्यवहारच संसारात थयथय नाचत असतो.
नराला मादी हवी आणि मादीला नर! नरमादी कुठेही आणि कसेही एकत्र येऊ शकतात. पण आपण पशूपेक्षा निराळे आहोत असं माणसाला सिद्ध करावंसं वाटतं. मग घरकुल आलं. त्या घरकुलात एकच नर आणि एकच मादी आली.

मग मुलं! तीही झेपतील इतकीच. पुढे कापाकापी आहेच. त्या कापाकापीची महती संसारावर छत्र धरणाऱ्या, आडोसा देणाऱ्या भिंतींनीच बाहेरच्या अंगावर रंगवून घेतली. मुलांना ऐपतीनुसार शिकवणं हा व्यवहारच झाला. ऐपत संपली की, 'तुझं आम्ही किती दिवस करायचं? आता स्वत:चं स्वत:च बघायला लाग.' मुलगा पायावर उभा राहिला की त्याची मादी येते आणि मग खरा व्यवहार सुरू होतो.

'बायको कुठे जाते घर सोडून?' असं असलं की नर वाटेल तसा वागायला मोकळा! आणि नवरा नावाचाच नर असेल तर शारीरिक सुखापासून त्याची वंचना सुरू. संसार हा व्यवहारच नसता तर गरज संपताच म्हाताऱ्या आईवडिलांचा अनादर झाला नसता. त्यात जर घरातला नर आईवडिलांपासून प्रत्येकाचं मन सांभाळण्यासाठी धडपडणारा असला की त्याचा फक्त विदूषक होतो. कौतुकाचा 'वा!' अपेक्षित क्षणी मिळाला नाही तर नराचा वानर होतो.

ह्याउलट मैत्री! तिथं व्यवहार आला की मैत्री संपलीच. मैत्री कधीही तुटू शकते म्हणून आपण तिथे जास्त दंगामस्ती करत नाही. सुरक्षितपणाच्या भावनेसाठी आयुष्यभर कसली ना कसली किंमत मोजायला लावतो त्याला संसार म्हणतात. भिंतीच्या बाहेर जे हिमतीने पडतात त्यांना बळकट आधार मिळू शकतात. ज्या माणसांत तीही हिंमत् नसते ती माणसं चार भिंतींतही निराधारासारखी वावरतात. निव्वळ कोणता ना कोणता व्यवहार सांभाळला जातो म्हणून ते एकत्र राहिलेले आहेत. त्याशिवाय ते प्रतिष्ठित म्हणून वावरू शकतात. अशी माणसं झोकात लग्नाचे वाढदिवस साजरे करतात. हिल स्टेशनला जातात, काश्मिरी कपड्यात हिंडतात, कॅमेऱ्यावर रंगीत फोटो काढवून घेतात-शिकाऱ्याचे आणि घोड्यावरचेसुद्धा! हे सगळं का? पशूंच्याच गरजा असून आपण पशूंपेक्षा निराळे आहोत हे दाखविण्यासाठी!

मध्ये लटकणारा माणूस नेहमी दु:खात असतो. स्वत:ची ताकद त्याला अजमावताच येत नाही, ह्याची मला खात्री आहे. कौटुंबिक जबाबदाऱ्या वैयक्तिक लागेबांध्यांसाठी सोडाव्यात ह्यावर माझा विश्वास नाही. कारण सामाजिक् रूढींच्या विरुद्ध जाण्याचं धाडस करूनही इच्छित इप्सिताजवळ पोचून मी हमखास सुखी होईन, ह्याची शाश्वती नाही. मला समाजातच राहायचं आहे. तेव्हा इथले नियम पाळायला हवेत.

आयुष्यात कुणीतरी कुणाला तरी भेटत असतं. कुणाची अपेक्षा सफल होते तर कुणाची उपेक्षा होते. कुणी घाव विसरू शकतं– कुणी असमर्थ ठरतं. जे

विसरू शकतात ते धन्य होत. जे दुबळे ठरतात त्यांची धडपड केविलवाणी असते. ते मग स्वत:चं मन एकसारखं मारत राहतात, कधीतरी त्या अतृप्त भावना उफाळून वर येतात. त्यांना आवर घालणं कठीण होऊन बसतं. पापभीरू मनाला लोकलज्जा, संसार, नैतिक मूल्यं, सामाजिक प्रतिष्ठा ह्यांची पायमल्ली सहन होत नाही.

साहजिकच ह्यातून जन्माला येतो चोरटेपणा. मग चोरट्या भेटीगाठी, कुणी पाहत नाही ना ह्याबद्दल सतत जागरूकता आणि मग सगळ्यांशी लबाडी. त्या भेटीगाठींतही मग सौख्य राहत नाही. कारण आधी हे सगळे सोपस्कार साधायचे, चुकवाचुकवी करायची, ह्यापायी निम्मं बळ खर्च पडतं आणि उरलेलं बळ काहीच घडलं नाही हे दर्शविण्यात कामी येतं. ह्यातून शाबूत राहील तेवढ्या मन:स्थितीत भेटीगाठी आणि मिलन. ह्या असल्या क्षणिक मिलनातून घेऊन यायची ती अतृप्ती आणि हुरहुर. प्रत्यक्ष घटनेपेक्षा स्वप्नं जास्त उंच ठरतात. तसं झालं की हमखास दु:ख ठेवलेलं. व्यवहारात घडणाऱ्या गोष्टी स्वप्नापेक्षा उंच असाव्यात. त्यात स्वत:ची फसगत नसते.

चालायला शिकणारं मूलच फक्त स्वत:च्या पायांवर चालतं. ते जसजसं मोठं व्हायला लागतं तसं तसं ते स्वत:ला पाय आहेत हे विसरायला लागतं. नंतरच्या आयुष्यात मग माणसाला वेगवेगळे पाय फुटायला लागतात. पत, ऐपत, प्रतिष्ठा, पैसा, सत्ता, कीर्ती, यश, लौकिक, प्रसिद्धी, राजकारण,

स्पर्धा, पक्ष, जात, धर्म, परंपरा, रूढी... पायच पाय. ह्या पायांच्या जोरावर तो आयुष्यभर लाथाळी करतो. हळूहळू एकेक पाय गळायला लागतात. 'सत्ता' हा एक महत्त्वाचा पायच जाताना खूपच पाय नेतो. वार्धक्य जवळ येईतो

सगळं गेलेलं असतं. तोपर्यंत आपल्याला स्वत:चे पाय होते ह्याचं विस्मरण झालेलं असतं, ज्यामुळे तो माणूस आहे हे ओळखलं जात होतं. वार्धक्यात गुडघे गेले असं म्हणायचं. खरं तर सगळे पायच गेलेले असतात.
बहुसंख्य माणसांना कशाची ना कशाची गॅरंटी हवी असते. ह्या मूर्ख माणसांना कसली गॅरंटी हवी असते? ह्या माणसांचा स्वत:च्या कर्तृत्वावर विश्वास नाही का? जगात हमी कशाची देता येते? 'आय प्रॉमिस टु पे द बेअरर'– ह्या शब्दाकडे गहाण पडलेल्या माणसांना यंत्र आणि मानवी मन ह्यांतला फरक समजत नाही.

माणूस गॅरंटी मागतो, त्यामागे खरंच काय धारणा असेल? चपलेचा अंगठा शिवून देणाऱ्या चांभाराकडेही एक रुपयाच्या बदल्यात आपल्याला हमी हवी असते. तो शांतपणे सांगतो,

"साहेब, चपलेचा अंगठा किती टिकेल, ते चालण्यावर अवलंबून हाय!"

हे उत्तर आपल्याला व्यावसायिक चातुर्याचं वाटतं. आम्ही कसेही चाललो, चप्पल कशीही वापरली, तरी ती 'टिकली पाह्यजे' हा चप्पल घेणाऱ्याचा हेतू. चप्पल काय आणि संसार काय– तो कुणाच्या हातात पडतो त्यावर अवलंबून. बायकोचा उपयोग मी कसाही करीन, तिनं चांगलंच वागण्याची गॅरंटी दिली पाहिजे.

"माझे यजमान वाईट नव्हते. पण दिवसाच्या आणि रात्रीच्या सगळ्या आवश्यक गरजा भागल्यावर जी माणसं स्वत:सकट सगळ्या जगावर खूष असतात, त्यांच्यात आणि यजमानांच्यात फरक नव्हता. रात्र म्हणजे झोपण्यासाठी. गडद अंधारही लोभसवाणा असतो, हे ह्यांना कधी जसं वाटत नाही, तसंच ही माणसं चांदण्याचंही काही देणं लागत नाहीत. कोजागिरीचं आणि ह्यांचं नातं फक्त मध्यरात्री दूध पिण्यापुरतं. मी त्या रात्री एकटीच गच्चीवर बसायची. ह्यांना मध्यरात्री उठवायचं ते दुधासाठी. खूप प्रसन्नतेपायी किंवा उदास वाटतं म्हणून आपला जोडीदार जागा राह्यला, तर ते ह्यांच्या गावीही नसायचं. मनात येईल ती रात्र समागमाची आणि राह्यलेल्या गाढ झोपेसाठी इतकी माफक अपेक्षा असलेल्या वॉर्डरला आपण 'सखा सप्तपदी भव' म्हणत पसंत करतो आणि एका न दिसणाऱ्या गजांच्या तुरुंगात कायम अडकतो. सरकारी तुरुंगात कैद्याला नंबरचा बिल्ला मिळतो. इथं नवऱ्याच्या आडनावाचा बिल्ला मिरवावा लागतो, शिक्षा संपली तरी. खरं तर शिक्षा संपतच नाही. तुरुंगवास संपतो. बिल्ला चितेपर्यंत साथ देतो. अशा संसारात घर म्हणजे जन्मठेप आणि विचार आणि मन गहाण ठेवून नवऱ्याला शरीर देणं म्हणजे सक्तमजुरी, सश्रम कारावास. नवरा संसार अर्ध्यावर टाकून गेला, म्हणजे सश्रम कारावास संपतो, बिल्ला राहतोच. बिल्ल्यातला 'सौ.' जातो, 'श्रीमती' राहते. ती पुन्हा किती बायकांचे संसार, असे नवरे मिळाल्यापायी उजाड होत असतील?

दुसऱ्या माणसाला मदत करणं म्हणजे स्वत:चं बळ अजमावणं. शारीरिक, मानसिक, सामाजिक आणि ऐपतीनुसार आर्थिक. परोपकार म्हणजे आत्मबळ वाढवण्याचा राजमार्ग.

"बेळगाव आणि सीमाभागात मराठी भाषेवर अन्याय होतोय ना!"
"म्हणून पुण्यातली दुकानं बंद? मूर्खपणा आहे."
"आहे. पण काय करणार?"
"आमच्यासारख्यांचं वीस हजार नुकसान समजा. हॉटेलं, सोनेचांदीवाले ह्यांचं मोजमापच नाही. म्हणजे ताई, नुसता लक्ष्मी रोडचा हिशोब करायचा. दोनशे दुकानं आहेत असं समजायचं. चाळीस लाखांची उलाढाल बंद. का? – ह्याचं उत्तर कोण देणार? त्याऐवजी एका दिवसाच्या विक्रीवर एक टक्का मांडा. पैसे बंद करण्यापेक्षा तो उभा करा. चाळीस हजार ह्या हिशोबाने मिळतील. आता सगळ्या पुण्याचा आणि मुंबईचा हिशोब करा. त्या पैशातून बेळगावात मराठी शाळांची संख्या वाढवा. जाता येता 'बंद' काय?– नवं सुरू करण्याची अक्कल नाही म्हणून सुरू असलेलं बंद पाडायचं. ह्या युनियनच्या पुढाऱ्यांच्या बायकांनी एक वेळ घरातल्या घरात स्वयंपाकघर बंद म्हटलेलं खपेल का ह्यांना?"

हॉस्पिटलचा कॉरिडॉर म्हणजे दु:खाची, वेदनेची आणि वियोगाची बाजारपेठ. अनेक-अनेक सहीसलामत जिवानिशी वाचतातही. ती सगळी 'आपण वाचलो' ह्या आनंदातून निघून जातात. त्याचा आनंद भोवतालच्या दु:खाच्या पार्श्वभूमीवर जास्त गडद होतो. खडखडणाऱ्या स्ट्रेचर, ट्रॉलीज अशा दु:खी मनावर आणखी भीषण चरे उमटवीत जातात. जिथं– ज्या वास्तूत नितांत शांततेची गरज असते तिथंच भरपूर गोंगाट असतो. क्षणभंगुरतेचा वर्षाव होत असताना अडाणी– म्हणूनच मुक्त असे स्वीपर्स आणि झाडूवाल्या तिथंच कचाकचा भांडतातही. तर स्टुडण्ट्स आणि त्यांचे ऑनररीज ह्याच व्यथेच्या बाजारपेठेत हास्यविनोद करीत जातानाही दिसतात. त्यांचे ते विनोद, आणि चेष्टेतल्या उखाळ्यापाखाळ्या, महारणीच्या भांडणाइतकेच बदसूर वाटतात.
अतिपरिचयाने दु:खाची अवहेलना होते. कुणाचाच कुणावर दबाव राहत नाही. धाक नाही म्हणून शिस्त नाही. ही लोकशाहीची रोपं. आणि त्यांना लागलेली अमाप लोकसंख्येची फळं. आम्ही यातून काय शिकलो?– तर आमचं कोणी वाकडं करू शकत नाही, हा उन्मत्त आनंद.
काळ म्हटलं की वर्षं आली. महिने आले. महिन्यांचे दिवस आणि दिवसांचे तासही आले. तासांनाही मर्यादा आहेच. सात दोनदा वाजतात. आठ, नऊ, दहा, अकरा, बारा... सगळे तास दोनदा वाजतात.
एवढ्या प्रचंड, अनादि-अनंत काळाची किती छोटी शकलं?
चोवीस तासांचा एवढास्सा तराजू. तो कसा काळाला न्याय देईल? दोन पायांचा माणूसही मग काळापेक्षा वेळेचं भान जास्त ठेवतो. वेळेइतकाच छोटा होतो. क्षुद्र

होतो. माणूस क्षुद्र होतो आणि काळाचं काम सोपं होतं. क्षुद्र कीटकाला मारण्यासाठी फार बळ वापरावं लागत नाही. काळ फक्त वेळ साधतो. सेकंदाइतका छोटा होतो. उशाशी त्या क्षणी डॉक्टर असेलच तर ते म्हणतात, 'आय ॲम सॉरी.'
जगायचं म्हटलं की वय आलं. वर्षांचा हिशोब आला. महिन्यांचा हिशोब आला. खरं तर आयुष्य जगायचंच नाही. गणितच जगायचं. दिवस आणि जागेपणीचा काळ आकडेमोडीत घालवायचा आणि रात्री झोपताना त्याच आकडेमोडीच्या वह्या उशागती ठेवून झोपायचं. मग जाग येते ती नवे कंस मांडण्यासाठी. कंसात मांडलेली कालची उत्तरं बरोबर की चूक ते तपासण्यासाठी काळ चोवीस तासांनी पुढे गेल्याची जाणीवही नसते. जागेपणची जाणीव तीन काट्यांचं गणित सोडवण्यात गेलेली आणि झोपेत तर जाणिवेचाच काटा निघालेला. कालची उत्तरं चुकीची आहेत असं वाटलं तर ती फेकून देण्याचं धाडस हवं. त्या वेळी अहंकाराचा काटा सलत राहतो. तो काटा तर काळालाही व्यापून उरतो. मग कालचं चुकीचं उत्तर घट्ट कवटाळून धरायचं. चोवीस तासांनी फक्त दूध नासलेलं समजतं. विचार नासल्याचं ध्यानी पण येत नाही. कालच्या शिळ्या जाणिवा, शिळे मानपान, भांडणं, बेबनाव, धर्मभावना, कायदे मेंदूचा फ्रीज करून त्यात ताजे ठेवायचे. ते सांभाळताना आजच्या गणिताचंही चुकीचं उत्तर उद्यासाठी तयार ठेवायचं.
काळ पुढे जातो. वेळ तीच राहते.

"वर्तमानपत्रातल्या बातम्या वाचून तुम्ही जर काहीच करणार नसाल तर मग वर्तमानपत्र वाचून, क्षणभर हळहळता तरी कशाला? वर्तमानपत्र बंद करावं. ज्यांच्या दुःखावर मला फुंकर मारायलाही सवड नाही ते दुःख मी वाचू नये, पाहू नये."
"माणसं मग का वाचत असतील?"
"आपल्या वाट्याला ते दुःख आलं नाही ह्या समाधानासाठी. ज्यांना वाचताच येत नाही, त्यांचं काय अडतं? जे अत्याचाराचे बळी ठरतात ते वाचायला ह्या जगात राहतच नाहीत. जे ह्या अत्याचाराने धनी आहेत, ते अत्याचार झाला हेच नाकारतात. जे वाचतात ते आपल्या कामाला लागतात. म्हणूनच अनेक अत्याचार रोज घडतात. त्यात खंड नाही."

उपयोग नाही तेव्हा तू त्याला विचारलंस, "माझ्याशी लग्न का केलंत?"
तो म्हणाला, "तू माझ्यावर प्रेम केलंस म्हणून..."

तू विचारलंस, "ती अभिलाषा असेल तर?"
तो म्हणाला, "पाण्यावरच्या तरंगाप्रमाणे अभिलाषा एखाद्या जलाशयाच्या पृष्ठभागावर उमटते. खरं प्रेम, त्याच जलाशयाच्या तळाशी असलेल्या जिवंत झऱ्यासारखं असतं. मला अभिलाषा वाटली ह्यात काहीच गैर नाही. आता झऱ्यासारखं प्रेम कर."
"म्हणजे कसं?"
'झऱ्यासारखी झुळझुळत राहा."
"मला जमेल का?"
"जमायलाच हवं. तू आटलीस की मी संपलो."
"झऱ्याला कोण आटवतं?"
"संशयाचं शेवाळं."

दोन हात आणि एक मन. माणसाने बेदम कष्ट करावेत आणि उदंड प्रेम करावं. उदंड प्रेम करणारी माणसं कशाचीच गॅरंटी मागत नाहीत. माणसाने हे प्रेम करायची शक्ती घालवली म्हणून आता नियतीसुद्धा कसलीच गॅरंटी देत नाही. संतांचं उदंड प्रेम परमेश्वरावर असतं. म्हणून संत कसलीच हमी मागत नाहीत. ते निर्भय असतात.

मनस्ताप ही अवस्था अटळ. पण आपणच संघर्ष टाळू शकलो तर... तडा गेलेल्या काचेच्या भांड्याचे दोन्ही तुकडे जागच्या जागी राहतात. त्यातून पाणी पिता आलं नाही तरी त्यात फुलं ठेवता येतात.

"अग्निदिव्य करूनही प्रभू रामचंद्राचे डोळे उघडले नाहीत किंवा खात्री पटूनही सीतेच्या नशिबातला वनवास टळला नाही आणि हे सगळं कुणासाठी? तर लोकांच्या कपड्याचे डाग, स्वत:च्या उदरनिर्वाहासाठी काढणाऱ्या एका धोब्यासाठी. ह्या धोब्यांना आपणच जन्म देतो आणि त्यांच्या मूर्ख अरेरावी भूमिकेसाठी, सगळी कर्तव्यं चोख बजावूनही स्वत: अग्निपरीक्षा देतो. धोब्याच्या पातळीवरच्या माणसांचं समाधान करण्याच्या नादात रामचंद्रांना पण सिंहासनाची पातळी सोडून घाटावरच्या धुण्याच्या दगडाची पातळी गाठावी लागली. कुणाच्या समाधानासाठी कुणाचा अंत पाहायचा हे माणसाने ठरवायला पाह्यजे."

संयमाची एक शिकवण असते. शिस्तीचा वस्तुपाठ असतो. आपल्यावाचून काही प्रमाणात इतरांचं अडतं ह्या अहंकाराला नोकरीच्या निमित्ताने एक सेफ्टी व्हॉल्व्ह मिळतो.

ह्या देशात कशाचीही जाहिरात केली जाते. राज्यकर्त्यांनी व्यापाऱ्यांना अख्खा देश विकलाय. पाठीतली उसण, सर्दी, खोकला, डोकेदुखी ह्यांपैकी कोणतीही व्याधी दोन सेकंदांत बरी होणारी असती तर ती मुळातच झाली नसती. कोणताही क्रिकेटवीर ॲनासिन घेतो आणि ते रक्तापर्यंत पोहोचायच्या आत सेंच्युरी काढतो. पाय मुरगाळलेला असाच कोणी एक आयोडेक्स लावतो आणि ते सुकायच्या आत तीनशे मीटर्स शर्यतीत पहिला येतो. माणसानं जसा कायदा हातात घेऊ नये त्याप्रमाणे मेडिसिनसुद्धा.

खऱ्या अर्थाने जी माणसं मोठी असतात त्यांची उंची न सांगता समजते. जी माणसं आपली उंची किती हे स्वत:च सांगत फिरतात ती जास्त बुटकी दिसू लागतात. फूट आणि इंच ह्या जुन्या मापात उंची सांगण्याऐवजी अशा माणसांना सेंटीमीटर्स जवळचे वाटतात.
'दु:खात होरपळलेल्या माणसाला शब्दांचा चेहरा दिसत नाही आणि त्याचा वासही ओळखता येत नाही. मग तो माणूस अजाणपणे सगळ्यांनाच दु:ख सांगत सुटतो किंवा सगळ्यांपासून पळण्याचा प्रयत्न करतो.'

'इट जस्ट हॅपन्स' म्हणत पुढच्याच क्षणी जी माणसं कामाला लागतात, ती जास्त जगतात. अश्रू गाळण्यात आपलं वीस टक्के आयुष्य वाया जात असेल. काही माणसांचं तितके टक्के आयुष्य इतरांच्या नावाने बोटं मोडण्यात जातं. पुढच्याच क्षणी मागचा क्षण विसरणारे अलिप्त, कृतघ्न, वास्तववादी, की हे सगळे समर्थांचे शिष्य?
'मरे एक त्याचा, दुजा शोक वाहे, अकस्मात तोही, पुढे जात आहे.'
–अकरा शब्दांत समर्थांनी सगळं उकलून दाखवलं.

शरीरसुखाच्या बाबतीत पुरुष निसर्गत: कड्याच्या टोकावर उभा असतो. स्त्री लांब, मागे पठारावर असते. तिला खुलवत, फुलवत, रुंजी घालत, हळुवारपणे टोकापर्यंत आणायचं असतं. तिथपर्यंत ती आली की मगच मिलनाचा अर्थ

समजतो. हे रहस्य ज्यांना समजत नाही त्यांच्या घरी फक्त पाळणे हलतात. तिथं शृंगार होत नाही. नवरा झाल्यावरही त्याच्यातला प्रियकर जिवंत असला तर शृंगार उरतो.

"नियतीच माणसाला काही सुखांना पारखं करते तेव्हा तिथं इलाजच नसतो. पण त्याहीपेक्षा, माणूस जेव्हा दुसऱ्या माणसाचं आयुष्य वैराण करतो त्याचं शल्य जास्त. नेहमीच्या व्यवहारात माणूस वाघ असतो. फक्त सेक्सच्या बाबतीत तो कमालीचा हतबल आणि परस्वाधीन असतो. स्त्रीपेक्षा हळुवार असतो. त्याचे ते क्षण जपले तर तो बायकोच्या मागे एरवी पहाडासारखा उभा राहतो. पत्नी म्हणून मी कुठेही कमी पडले नाही."

'आकाशात जेव्हा एखादा कृत्रिम ग्रह सोडतात तेव्हा गुरुत्वाकर्षणाच्या सीमेबाहेर त्याला पिटाळून लावेपर्यंतच सगळा संघर्ष असतो. त्याने एकदा स्वतःची गती घेतली की उरलेला प्रवास आपोआप होतो. असंच माणसाचं आहे. समाजात विशिष्ट उंची गाठेपर्यंत जबर संघर्ष असतो. पण एकदा अपेक्षित उंचीवर पोचलात की आयुष्यातल्या अनेक समस्या ती उंचीच सोडवते.'

'बेदम कष्ट करून पै-पै मिळवावी, असं मला अनेकदा वाटतं. सिंहगड पाहायचा असेल, तर तो पायी चढत चढतच बघायला हवा. मोटारीचा रस्ता वरपर्यंत केला किंवा हेलिकॉप्टरमधून उतरलात की विज्ञानाचा चमत्कार समजतो, इतिहास समजत नाही.'

'प्रारंभासाठी सगुण-साकाराची ओढ ही महत्त्वाची बाब आहे, पण कितीही देखणेपणा-देखणेपणा म्हटलं तरी त्याला सगुण साकाराच्याच मर्यादा छळतात. नावीन्य आणि परिचय ह्या दोन अवस्था एकमेकींच्या वैरिणी. मोर अधूनमधूनच, केव्हातरी दिसतो म्हणून जास्त आवडतो. सातत्य टिकतं ते विचार देखणे वाटतात म्हणून, वृत्ती जुळतात म्हणून. नावीन्याची ओढ ही एक सहजावस्था आहे. कोणतीही देखणी वस्तू तत्क्षणी आवडते. दीर्घ परिचयानंतरही जर व्यक्ती तेवढीच प्रिय वाटली, तर

सगुण-साकारापलीकडचं सौंदर्य दिसू लागतंय, अनुभवायला मिळतंय, असं समजावं. पुरुषाला प्रत्येक देखणी स्त्री आवडते, हा बायकोचा चुकीचा समज आहे. आकर्षण आणि प्रेम ह्या फार वेगवेगळ्या अवस्था आहेत.

'जे अमूर्त आहे त्याला मूर्त करू नये. जे अमूर्त आहे ते निराकार आहे. जे निराकार असतं ते अनंत असतं. विश्व व्यापून उरतं. स्वप्नं तशीच असतात. ती तशीच ठेवावीत. स्वप्नांचे रंग मोजता येत नाहीत. स्वप्नांची छायाचित्रं बनवू नयेत. छायाचित्रं सप्तरंगात कोंडता येतात. रंगांनी ओथंबलेली छायाचित्रं थोड्याच वेळात जुनी का वाटतात? आणि स्वप्नं कायम टवटवीत का वाटतात? तर स्वप्नात एक जास्तीचा रंग असतो. त्याचं नाव अंतरंग.'

'प्रत्येकाने काही ना काही वेड घेतलेलं असतं. केवळ शरीराने जगणाऱ्या माणसांच्या गरजा निव्वळ शारीरिक असतात. मन नावाची ठिणगी आहे ती सातत्याने प्राणवायूच्या शोधात असते. पण तरीही आपण घेतलेल्या वेडाला कुणीतरी ते वेड नसून शहाणपण आहे असं म्हणावं ही इच्छा असते. अशा दोन वेड्यांचा प्रवास त्यांच्याही नकळत एकमेकांच्या दिशेने चालू असतो. नियती ज्याप्रमाणे एखाद्याचं आयुष्य अपूर्ण ठेवते, त्याप्रमाणेच कुणाचा सहवास लाभल्यामुळे ते पूर्ण होईल, ह्याचं उत्तर पण नियतीजवळच असतं.'

काही माणसांचा व्यवसायच असा असतो की त्याला काळवेळाचं शेड्यूल नसतं. म्हणूनच अनियमित वेळापत्रकाच्या माणसाला सांभाळायचं असेल, तर कुटुंबातल्या इतर माणसांना काटेकोर दिनचर्या हवी.

संशयी माणसं 'टॅलण्टेड' असतात असं मुळीच समजू नका. तसं असतं तर संशयी वृत्तीच्या एकूण एक माणसांना समजलं असतं की, आपल्या जोडीदाराला निव्वळ प्रेम करून आपल्याला जिंकता आलं असतं. संशयाच्या बेडीपेक्षा प्रेमाची बेडी तोडणं फार कठीण असतं.

'सेवानिवृत्तीनंतर अनेकांची अवस्था बघवत नाही. कुत्रं विचारत नाही नंतर. पण काही माणसांचा मान टिकतो, पूर्वीइतकाच. कारण ते अधिकारपदावर असताना

सोसायटीने त्यांना जेव्हा सलाम केला, तेव्हा तेव्हा तो खुर्चीला नव्हता आणि युनिफॉर्मलाही नव्हता. ती मानवंदना मिळायची ती युनिफॉर्ममधल्या आतल्या माणसाला. काही माणसं खुर्चीचा आणि युनिफॉर्मचा उपयोग फक्त दरारा बसविण्यासाठी, फायद्यासाठी करतात. त्यांची घरं शांत, तृप्त असतात. वाममार्गाने पैसा मिळवायला कधीकधी आम्ही बायकाच नवऱ्यांना भरीस पाडतो. ऐषआरामाचा आम्हाला प्रथम मोह होतो, तो स्पर्धेतून, नथिंग एल्स.'

घरात पूजा असते. शेजारी पत्नी असते. त्या क्षणी ती फार वेगळी भासते. घरात एरवी आसपास वावरणारी व्यक्ती आपली पत्नी असली तरी ती मुलांची आईच जास्त असते. होमहवन, पूजाअर्चा ह्या वेळी जेव्हा ती शेजारी येऊन बसते, त्या वेळेला मात्र ती फक्त पत्नी असते. 'हाताला हात लावा, मम म्हणा' ह्या आदेशासरशी अंगावर शहारा उठवण्याची तिची शक्ती कायम असते. धार्मिक विधी पार पडल्यानंतर मनाला जी टवटवी येते ती विधीमुळे, की पत्नीच्या कोऱ्या स्पर्शामुळे?

माणूस हा तसा नेहमी एकटाच असतो. त्याला म्हणूनच हवी असते एक सोबत. जिला मनातली सगळी स्पंदनं समजतील, आकांत कळेल, आक्रोश उमगेल, महत्त्वाकांक्षा पेलेल अशी हवी असते. आयुष्यातली ही मोठी गरज नियतीने भागवल्यावर माणसाचं समाधान व्हायला हवं. पण नाही. एकमेकांचं एकमेकांवर जिवापाड प्रेम आहे, हे आणखीन कुणाला तरी समजावं असं त्याला वाटतं. असं का?– ह्याला उत्तर नाही.

'भूतकाळात झालेल्या अपमानांचे अश्रूच भविष्यातल्या पायवाटेवर शिंपडायचे असतात. म्हणजे अनोळखी पायवाट त्या सड्यामुळे परिचयाची होते. नव्याने होणाऱ्या अपमानांची शल्यं बोथट होतात.'

'दोन पुरुषांनी एकमेकांचा एकेरी उल्लेख करताना, म्हणे वयांतलं अंतर पाहायचं असतं, हा एक विकृत संकेत. अरे, प्रेमाचा उत्स्फूर्त पुकार हा एकेरीच असतो. व्याकरण न समजणाऱ्या एवढ्याशा दोन-अडीच वर्षांच्या मुलाचं बोलणं विलक्षण गोड वाटतं. बायकोने नवऱ्याला 'ए' म्हणणं आणि एवढ्याशा जिवाने 'ए बाबा' म्हणणं ह्यात फरक आहे की नाही?'

सगळ्या स्त्रियांच्या मागे हात धुऊन लागायला नियतीला वेळ पुरत नसावा. म्हणूनच तिने 'नवरा' नावाचा प्राणी निर्माण केला. तिच्याइतकाच लहरी. 'असं का?'– ह्या प्रश्नाचं समाधानकारक उत्तर न देणारा.

'आपण पहिल्यांदा मन कधी मारलं हे कुणालाच सांगता येत नाही. आणि, मनासारखी मुर्दाड गोष्ट जगात कुठलीच नाही. प्रत्येक हौस पुरवून घ्यायची त्याला सवय लागली की ते जन्मभर हौस भागेल कशी हा एकच छंद घेणार. मन मारायची तुम्ही सवय जडवून घ्या. तसं केलंत, तर तृप्तीच्या क्षणीही मन कासावीस होणार. त्यातही ते मन हुरहुर शोधायचा यत्न करणार.

काही जात नसतं तेव्हाच लोकांना जास्त उचापती हव्या असतात. ज्याला थोडी का होईना, झीज सोसावी लागते तो विचार करून बोलतो.

'राजकारणी, मुत्सद्दी, विचारवंत, तत्त्वनिष्ठ, धार्मिक किंवा सामाजिक कार्य करणारे, किंवा जबरदस्त पैसा कमावणारे व्यापारी वगैरे, अशी जी काही हेतू ठरवून जगणारी माणसं असतात, त्यांची केस आपण सोडून देऊ. पण बहुतांशी जी सामान्य असतात, ज्यांना 'तुमच्या जगण्याचं प्रयोजन काय?'– हा प्रश्न विचारला तर उत्तर माहीत नसतं, अशी जी माणसं असतात, ती सगळी पूर्वतयारीशिवाय जगतात, इतिहासाचा तास संपला की भूगोलाच्या वह्या पाकिटातून काढायच्या. इतिहास दोन तास ओळीने शिकवायचा, असं मास्तरांनी ठरवलं, तर इतिहासच शिकायचा. गंमत म्हणून समोरच्या बाकावरच्या मुलाला टप्पल मारावी किंवा खिडकीतून बाहेर एखाद्या झाडाकडे उगीचच बघावं, असं ह्या मंडळींना वाटत नाही. म्हणून शाळेत जेव्हा 'ऑफ पिरियड' येतो, तेव्हा ह्या माणसांची अवस्था केविलवाणी होते. आलटून-पालटून पाकिटातल्या वह्यांची उलटापालट करण्यापलीकडे ती जात नाहीत. ही सगळी जमात कोणत्याही कॉलेजात गेली, जरी अगदी एम्. ए.' झाली, तरी ती जमात उत्कृष्ट नोकरी करते. 'एम्. ए. नंतर नोकरी संपेतो 'एम्. ओ.'च्या वर्गात ह्यांचा मुक्काम. 'एम्. ओ.' म्हणजे मोस्ट ओबिडियण्ट. अशा माणसांचे आठवड्यातले साडेपाच दिवस छान जातात. शनिवार-रविवार म्हणजे 'ऑफ पिरियड.' रिकाम्या तासांचा विचार आयुष्यभर केलेला नाही. ही माणसं मग स्वत:ही जगत नाहीत आणि दुसऱ्याला तर मुळीच जगू देत नाहीत. इतर माणसं स्वत:चं मन रमवू शकतात ते

त्यांना बघवत नाही. ह्या माणसांना स्वत:भोवती वर्तुळ निर्माण करता येत नाही आणि त्यांनाही कुणी आपल्या वर्तुळात घेत नाही. अशा माणसांना समाजात, मित्रवर्तुळात, नातेवाइकांत जागा मिळते, ती दया म्हणून, माणुसकीचं नातं जपायचं म्हणून.'

जिथं उमटलेला ठसा जतन केला जाईल, तिथंच शिक्का उमटवावा. नाहीतर ते निवडणुकीचे शिक्के होतात.

'आपण असे का झालो ह्याचा शोध, कुणीतरी खनपटीला बसल्याशिवाय घेता येत नाही. एखादी कृती आपल्या हातून झटकन घडते. ती का घडली, ह्याचं उत्तर तात्काळ सापडत नाही. आपण यशस्वी का झालो, हे ज्याचं त्यालाही सांगता येत नाही. अयशस्वी माणसात समाजाला स्वारस्य नसतं. म्हणून यशाची व्याख्या काय हे अनेकांना हवं असतं. कारणपरंपरा लोकांना नंतर शोधावीशी वाटते!

प्रत्येक नव्या अनुभवाचं नातं, अंगावर काटा किंवा रोमांच उठवणाऱ्या केवळ एकाच क्षणाशी असतं. दुसऱ्याच पुढच्या क्षणी तो अनुभव एका क्षणाने जुना झालेला असतो. नंतरचा आनंद पुनरुक्तीचा असतो. 'क्षणभंगुर' हे विशेषण आयुष्याला न लावता अनुभवालाच लावलं पाहिजे. वैराग्याची व्याख्याही तशी सोपीच. पुनरुक्तीतला आनंद संपणं म्हणजे वैराग्य!

'स्वैराचारी वृत्तीची व्यक्ती स्त्री असो किंवा पुरुष, कोणतंच बंधन मानीत नाही. थोड्याफार आचारांची चाड बाळगणाऱ्या माणसालाच केव्हातरी स्वातंत्र्य मिळवावंसं वाटतं. अशी माणसं आपल्या गरजेनुसार स्वातंत्र्य मिळू शकेल, ह्याच्या आनंदातच स्वेच्छेने पारतंत्र्यात रममाण होतात.'

'भूतकाळाशी माझा संबंध नाही. न परतणाऱ्या काळावर स्वत:च्या आयुष्याची जबाबदारी टाकणं सोपं असतं. भविष्यकाळ किती दिवसांचा लाभणार हे माहीत नसतं. परमेश्वराने माणसाला बुद्धी दिली, ती वर्तमानाशी नातं टिकवावं म्हणून. त्याचा उपयोग आपण भूतकाळाचे गोडवे गाण्यात किंवा उद्धार करण्यात घालवतो आणि भविष्यकाळाचा उपयोग आश्वासनं देण्यासाठी. वर्तमानकाळाचा संबंध कुणाशीच नाही. जातायेता शिवाजी महाराजांना हार घालायचा, नाहीतर गांधी

की जय म्हणायचं. वर्तमानकाळ वापरण्याची अक्कल असलेल्यांची आपण पूजा करत आहोत हे पुतळ्यांना हार घालतानाच विसरायचं. ते झालं की, पंचवार्षिक योजना म्हणजे आश्वासनं. त्यासाठी जागतिक बँकेचं कर्ज. सतत भीक मागायची. बेसुमार कर लादून जनतेसमोर कटोरा पसरायचा आणि परदेशांसमोर झोळी फिरवायची.'

चांगलं आणि वाईट ह्या शब्दांना स्वतंत्र अर्थ आणि अस्तित्व असतं का? 'हो' आणि 'नाही' ही. 'तुलना' नावाची राक्षसीण जोपर्यंत मध्ये उभी राहत नाही तोपर्यंत ह्या शब्दांचा विहार चालतो. तिने हस्तक्षेप केला की संपलं! ही राक्षसीण येताना एकटी येत नाही. तिच्याबरोबर तिची बहीण येते. ती तुम्हाला बहिणीच्या स्वाधीन करते आणि दुसऱ्या मनाचा बळी घेण्यासाठी ती निघून जाते. ह्या बहिणीचं नाव 'तडजोड'. ही तुम्हाला आयुष्यभर साथ देते.

'प्रामाणिकपणा, राष्ट्रप्रेम, निष्ठा, राष्ट्रीय धर्म वगैरे वगैरे मूल्यं हा एका युगाचा धर्म होता. तेव्हा भ्रष्टाचार, लाचलुचपत, दिरंगाई ह्यासारखे प्रकारच नव्हते. आता ह्या गोष्टी केल्याशिवाय कामंच होत नाहीत. एक काळ साधुत्वाचा होता. आता भोंदूगिरीचं राज्य आहे. चांगलं-वाईट ठरवायचंच नाही. सातत्याने भ्रष्ट कारभारावर एक देश पस्तीस वर्षांच्यावर जगू शकतो, हा वेगळेपणा आपण सिद्ध केलाय की नाही?'

'जगायचं– आणि तेही जनावरापेक्षा वेगळं जगायचं– म्हटलं की भूतकाळही हवा आणि स्वप्नंही हवीत. केवळ कटू आठवणींनीच भूतकाळ भरलेला असला, तरी तो हवा, त्याच्या आठवणीही हव्यात. भोगून पार केलेली संकटं आणि यातना, त्यांच्या उच्चाराबरोबरच वेगळं सामर्थ्य देतात. त्याची नशा माणसाला गस्त बनवते, मस्तवाल बनवत नाही.'
'वर्तमानकाळ मानणारा माणूस अत्यंत अमानुष होतो. कारण ह्या माणसाच्या गरजा क्षणांशी निगडित असतात. कार्यक्षेत्रच संकुचित निवडलं की, यशस्वी ठरायला वेळ लागत नाही. भूतकाळाचं ओझं पेलायलाही सामर्थ्य लागतं. त्याचप्रमाणे प्रत्येक वेळेला भूतकाळ ओझंच टाकतो का? काही रम्य आठवणींचे नजराणे देण्याचं सामर्थ्यही भूतकाळातच असतं. अनेक माणसांचा उपयोग आपण शिडीसारखा केलेला असतो. ज्यांना हे मोठेपण नाकारायचं असतं, तीच माणसं गेलेल्या काळाचं काही देणं लागत नाहीत.'

'हेकट माणसाजवळ तर्कशास्त्र नसतं, तर स्वार्थी किंवा स्वत:च्याच सुखाचा विचार करणाऱ्या माणसाच्या जगात इतरांना अस्तित्व नसतं.'

'कर्तव्याची जाणीव तीव्रतेने जतन केली की, काम कोणतं करत आहोत, हा विचार गौण ठरतो. फक्त कामच करायचं ठरवलं की मोजकी कामं केल्यावर इतर कामं आपण नाकारू शकतो. आवडीच्या कामाला प्राधान्य दिलं जातं. ते कामही पुरून उरण्याइतकं असतं. आणि तरीही जी कामं राहतात किंवा आपण टाळतो त्यासाठीच हाकाटी सुरू होते. संसारासाठी राबूनही श्रेय हरवून बसावं लागतं. काम आणि कर्तव्य ह्यांतला फरक नेमकेपणाने समजावा लागतो.'

'चोख कर्तव्य बजावणाऱ्या माणसांचा आनंदही स्वावलंबी असतो. नेमून दिलेल्या कामांना मी स्वीकारलेल्या कामांचे गणवेष चढवले. काम आणि कर्तव्य ह्यांत मग फरक राह्यला नाही. म्हणूनच ही बाई इतकी आनंदी कशी राहू शकते ह्याचं कोडं इतरांना उकललं नाही. अनेक कोडी उकलण्यापलीकडची असतात, कारण निव्वळ उभे शब्द आणि आडवे शब्द ह्यांच्या चौकटीत ती सजवता येत नाहीत.'

'वृत्तीप्रमाणे माणूस समर्थन शोधतो की समाधानकारक समर्थन सापडल्यावर तो तसं वागायचं ठरवतो? आधी वृत्ती की आधी समर्थन? ह्याचा शोध घेण्यातही अर्थ नाही. जोपर्यंत त्याचे फटके ज्याचे त्याला बसत नाहीत तोपर्यंत वृत्तीही तशा राहतात आणि समर्थनाची शक्तीही.'

'मृत्यूवर कुणालाच विजय मिळवता येत नाही. त्याचं कारणच हे, तो काटेकोरपणे वेळा सांभाळतो. वर्तमानकाळ जपतो. मागच्या-पुढच्या क्षणांचं तो काही देणं लागत नाही. जीव वाचावा म्हणून केलेल्या प्रार्थनांशी त्याचा संबंध नाही. जिवाभावाचा माणूस त्याने नेला म्हणून तुम्ही दिलेले शिव्याशाप आणि पुढच्याच क्षणी नातेवाइकांनी फोडलेल्या किंकाळ्या तो ऐकत नाही.'

'आयुष्यात नुसती गुणवत्ता उपयोगी पडत नाही. वेळेचं भान ठेवणं महत्त्वाचं. वेळेशी आणि काळाशी फटकून वागणाऱ्या गुणवान माणसांचा आक्रोश, म्हणजे

इतिहास. टॅलेंटेड् पण वेळेवर न भेटणाऱ्या माणसांपेक्षा, मठ्ठ पण हव्या त्या क्षणी हजर होणाऱ्या माणसांवरच आपली मदार असते.'

'प्रत्येक मूल त्याच्या आईवडिलांना स्वत:च्या रूपाने दुसरं बालपण जगायची संधी मिळवून देतं आणि काळाबरोबर पुढे जाऊन सुधारलेला समाज तुमच्या मुलाचं बालपण तुमच्या बालपणापेक्षा समृद्ध करतं. जनरेशन गॅपच्या नावाने हाकाटी करण्यापेक्षा, आपण आपलं बालपण नव्याने अनुभवावं, अशी वृत्ती असते, तेव्हाच आपल्याला लहानपणी न मिळालेल्या गोष्टी आपल्या मुलांना मिळाव्यात ह्यासाठी धडपडावंसं वाटतं. तुमचं सगळं बालपण दु:खाने भरलेलं होतं, ह्याला जो जेव्हा जन्मालाच आला नव्हता तो तुमचा मुलगा कसा जबाबदार होऊ शकतो?

आम्ही कोण आहोत? जनावरं? छे!
आम्ही पूर्णत्वाने जनावरं झालो तर चांगलं होईल. जनावरं वाजवीपेक्षा जास्त खात नाहीत. जनावरं बलात्कार करीत नाहीत. जनावरं सज्जनांची राजरोस हत्या करून 'दयेचा अर्ज' करीत नाहीत.

"वर्तमानकाळ बोलायचा नसतोच. तो जगायचा असतो. माणसं बोलतात ती भूतकाळाबद्दल. त्यातल्या त्यात दु:खाच्या हकीगती. त्याचीच उजळणी. दु:ख जितकं जुनं तितकं त्याला जास्त पॉलिश. झाडाझुडपांत फुलं जशी उगवतात तशी ती बघायची नाहीत. वेगवेगळ्या आकाराची भांडी आणायची. त्या भांड्यात बाणांची शय्या करायची. आणि मग कर्दळीच्या पानापुढे निशिगंधाला ताटकळत ठेवायचं, आणि आफ्रिकन लिलीच्या घोळक्यात गुलाब रोवायचे. त्या काट्यांच्या शय्येवर फुलांना डुलायला लावायचं. म्हणायचं इकेबाना. तशी जुनी दु:खं जास्त आकर्षक करायची. ती अनेकदा सांगून सांगून निरूपणाला नेमकेपणा आलेला असतो. त्या दु:खाचा इकेबाना करायचा. झाडं तसं करत नाहीत. फुललेल्या फुलाच्या पाकळ्या गळत असतानाच इकडे देठाला नवा हुंकार उमटत असतो. मी तेवढंच मानते."
"त्याने भागतं?"
"दोनच मिनिटांपूर्वी वाऱ्याची झुळूक येऊन गेली ह्याच्या निव्वळ आठवणीने किंवा आता वारं येईल ह्या प्रतीक्षेवर, ह्या क्षणी उकडण्याचं थांबतं का?"

मोठ्या आघातांसाठी माणसाच्या मनाची तयारी झालेली असते आणि तशा प्रसंगी सावरणारेही अनेक भेटतात. छोटे छोटे आघात असंख्य असतात. ते एकट्याला गाठून हतप्रभ करतात. त्यात वाटेकरी नसतात. ते एकट्याने सोसायचे! माणूस थांबतो, शिणून जातो, खचतो. पण पुन्हा सावरतो. तो शीणवटा कुणाला कळत नाही, सावरणंही समजत नाही! नव्या उमेदीने, मागे पाहत पाहत प्रवास चालू असतो; ठेवावा लागतो.

"आपली मुलं म्हणजे आपले खरे परीक्षक असतात. आई, वडील म्हणजेच नवरा-बायको आपण होऊन एका टीकाकाराला जन्माला घालतात. ती मुलं परखडपणे कुणाचं चुकतं हे अचूक सांगतात. आपण त्यांना 'तुला अक्कल नाही' म्हणून गप्प बसवतो."

"त्यांना अक्कल असते का?"

"नसते म्हणूनच ती खरं बोलतात. अक्कल वाढली की अहंकार वाढतो. आडमुठेपणा रक्तात वाहतो. खरं आणि खोटं ह्यात जे सूक्ष्म अंतर आहे तिथं मतलब साठू लागतो. पुढे त्यात स्वार्थाची भर पडते. मुलांना मग कुणाची बाजू घ्यायची ते कळायला लागतं. मुलं सब्जेक्टिव्हली बोलत नाहीत. ऑब्जेक्टिव्हली बोलतात. ह्याउलट आपण सब्जेक्टिव्हली जगतो."

"आपण कसे जगतो ह्याचाच पत्ता लागत नाही."

"आपण सगळे 'डिप्लोमॅटिक' कडून 'ऑटोमॅटिक'कडे दौड करीत आहोत. आपल्यातला माणूस झपाट्याने नाहीसा होत आहे. साधे प्रश्न आपण गहन करतो आणि मग जी समस्या निर्माण होते, तिचे बळी होतो. डिप्लोमॅटिकली प्रश्न विचारले की ऑटोमॅटिकली उत्तरं मिळतील ह्या भ्रमात आपण वावरतो. मुलांचा उपयोग मग 'साथीदारा'ऐवजी आपण 'साक्षीदारा'सारखा करतो. मुलंही मग 'कल' पाहून बोलायला शिकतात."

चार अपशब्दांपेक्षा अनावश्यक अनुकंपा ही कोणत्याही धारदार शस्त्रापेक्षा जास्त तीक्ष्ण असते.

'अ'ने प्रारंभ होणाऱ्या आपल्या मुळाक्षरातला, शेवटचा गार्डाचा डबा 'ज्ञ' आहे. आयुष्याच्या ह्या रेलगाडीचं प्रयोजन 'संवाद' हे आहे. प्रवासातल्या सगळ्या सवंगड्यांना जोडण्यासाठी, सहनशक्तीचे बफर्स बसवले तर, प्रवास सौख्याचा होतो. बफर्सची ही किमया ज्यांना समजत नाही त्यांनी 'अ' ह्या इंजिनला डायरेक्ट

'ज्ञ' हा गार्डाचा डबा जोडला, असं समजावं.
आणि ह्या देशात ते आवश्यक आहे. इंजिनपासून गार्डापर्यंत मतपेट्यांच्या डब्यांची ही लोकशाही एक्स्प्रेस, अज्ञ प्रवाशांशिवाय राजधानीपर्यंत कशी जाणार?

माणसाचं मन फार विचित्र असतं. आपण एखाद्या आजारी माणसाला भेटायला जातो, तेव्हा त्या आजारी माणसाला त्याची विचारपूस केल्याचा आनंद प्रत्येक वेळी मिळतोच असं नाही. त्याच्या मनात हा भेद कायम असतो की भेटायला येणाऱ्या माणसाचं विश्व हे निराळं विश्व आहे. धडधाकट माणसाचं विश्व ते! आपलं आजारी माणसाचं विश्व वेगळं. हा विचार त्याला कायम सतावतो. आजारी माणूस इतरांशी चिडल्यासारखा वागतो त्याचं हेच कारण. त्या आजारी माणसाला जेव्हा त्याच्याहीपेक्षा गंभीर अवस्थेतला रोगी दिसतो तेव्हा त्याला खरं समाधान होतं. एरवी इतर धडधाकट माणसं व आपण ह्यांत फार मोठं अंतर पडलं आहे आणि जे काही बरं-वाईट व्हायचं आहे ते आपलं होणार आहे. धडधाकट माणसं शाबूत राहणार आहेत ह्या विचारापायी तो चिडचिडा व अगतिक झालेला असतो. आणि थोड्याफार फरकाने संकटात सापडलेला माणूस हा आजारी माणसासारखाच असतो. त्याला सहानुभूती नको असते. त्याला आपल्यापेक्षा मोठ्या संकटात सापडलेला माणूस पाहायला हवा असतो. आपली अवस्था इतरांपेक्षा वाईट आहे ह्या विचारापेक्षा, आपली अवस्था आपल्याला वाटली होती तेवढी वाईट नाही, हा विचारच त्याला तारून नेतो.

"आयुष्यात जो अत्यंत महत्त्वाचा निर्णय असतो की, ज्या निर्णयामुळे सगळ्या भवितव्याला कलाटणी मिळण्याची शक्यता आहे, अशा क्षणी कुणावरही विसंबून राहायचं नाही. आपला बेत फसेल किंवा कुणीतरी उधळून लावेल अशी परिस्थिती निर्माण होऊ द्यायची नाही. निर्णयाच्या क्षणी आपण स्वतंत्र असलं पाहिजे."
हे स्वातंत्र्य ज्या भगिनींना मिळत नाही, त्यांच्या संसाराचं काय होतं, हे त्यांच्या भूमिकेत जाऊन पाहावं. अंतरावर राहून, 'यू हॅव टू ॲक्सेप्ट' असं ओठाच्या लिपस्टिकला धक्का लागू न देता म्हणणं, फार सोपं असतं.

'निसर्गाने माणसाला फार अफाट शक्ती दिलेली आहे. स्वत:त असलेली निर्मितीची शक्ती त्याने स्त्री-पुरुषांना बहाल केली. म्हणूनच नवरा-बायको जेव्हा तादात्म्य पावतात, एकरूप होतात तेव्हा स्वत:सारखाच एक चालता-बोलता जीव निर्माण

करू शकतात. इतकी एकरूप ती जर वैचारिकदृष्ट्या, भावनात्मकदृष्ट्या पुन्हा होतील, तर स्वतःच निर्माण केलेल्या संततीला ताब्यात ठेवू शकणार नाहीत, असं कसं होईल?'

"माणसाचं मन ही एक फार मोठी शक्ती आहे. ती कोणत्या स्वरूपात कुठं, कशी प्रकट होईल, हे सांगता यायचं नाही. प्रकट झाल्यावर ती विधायक होईल की विध्वंसक होईल, हेही सांगणं कठीण आहे. मला तर मन म्हणजे बाटलीत कोंडलेला राक्षसच वाटतो. अफाट शक्ती आणि बुद्धीवर ताबा नाही.''

एखादी व्यक्ती जाता-जाता जेव्हा आपल्याला अपेक्षित नसलेला एखादा कॉमेण्ट करते, तेव्हा त्याचं फक्त नवल वाटतं. पण केव्हातरी सगळ्या आयुष्याचा पट उलगडून बसण्याचा क्षण येतो तेव्हाच त्या माणसाचे खरे विचार समजतात. पृष्ठभागावरून नुसतंच वाहून गेलेलं पाणी किती आणि जमिनीने धरून ठेवलेलं किती हे 'बोअरवेल' खणल्याशिवाय कळत नाही. 'वर्ष संपलं की आपण नवीन कॅलेंडर' आणतो. काही वाणी सामानाबरोबर फुकट देतात. कधीकधी कॅलेंडरसाठी आपण अनावश्यक वस्तूही विकत घेतो. प्रत्येक महिन्याला वेगवेगळं चित्र असलेलं, कधी जाहीरपणे लावता येणारं किंवा लावता न येणारं, भारी कॅलेंडरही आपण पळवलेलं असतं. कितीही आकर्षक-आकर्षक म्हटलं तरी त्याचं नावीन्य किती काळ? नावीन्याइतकी चटकन् शिळी होणारी दुसरी कोणतीही वस्तू नसेल. भिंतीकडेच पाहत आयुष्य घालवणाऱ्या रिकामटेकड्यांना कॅलेंडरवर कोणतंही चित्र चालतं. व्यक्तिमत्त्व घडवणाऱ्या माणसांच्या बाबतीत, तारखांचे चौकोन जास्त सचित्र असतात. प्रत्येक चौकोनावर वेगळं चित्र, वेगळा विचार, वेगळी प्रगती, वेगळं शिखर. तो पट जेव्हा जेव्हा उलगडला जातो तेव्हाच समोरच्या माणसाला जाणवतं की, प्रत्येक श्वासाचं दाम मोजून श्याम विकत घेणारी गदिमांची नायिका आणि समोरचा माणूस एकच आहे. बुद्धी, मन आणि शरीराचं दान करून ह्या माणसाने कॅलेंडरचा कालनिर्णय स्वतः विकत घेतला आहे.

"मूल वृत्तीने जसं व्हायला हवं असं आपल्याला वाटतं त्यानुसार आपण त्याचं नाव ठेवतो. आणि मूल प्रत्यक्षात कसं असतं ते आठ वर्षांनी समजतं. तेव्हा वृत्तीप्रमाणे नाव बदलावं. एक असतो आदर्शवाद. दुसरा वास्तववाद.''

"परदेशातल्या वास्तव्यामुळे मी पहिला राहिलोच नाही. तीनच वर्षं मी जेमतेम तिथं होतो, पण त्यापूर्वी जिथं माझं आयुष्य गेलं ते घर मला परकं वाटायला लागलं."

"नवल वाटतं."

"त्याचं असं आहे, पावसातून भटकताना अंगावरचा शर्ट भिजतो तेव्हा काही वाटत नाही. तो अंगावरच हळूहळू सुकतो तेव्हा त्याचंही काही वाटत नाही. सुकला नाही, तरी ओल्याची सवय होते. पण म्हणून कुणी ओलाच शर्ट अंगात घाल म्हटलं तर कसं वाटतं? परत आलो तेव्हा असंच झालं. ओला शर्ट वाळवायच्या आत पुन्हा घालायला लावल्याप्रमाणे..."

"इंग्लंड-अमेरिका खरोखर एवढे ग्रेट देश आहेत का? विचारायचं कारण..."

"तुम्ही काय पाहता ह्याच्यावर आहे. मला तिथं प्रत्येक माणूस दिवसाचं मिनिट नि मिनिट वापरताना दिसला. खरी संपत्ती वेळ हीच. मी फक्त तेवढंच टिपलं. तो देश समृद्ध का झाला ते मला समजलं. त्या दिवसापासून वावदूकगिरीला मी फाटा दिला. अनेक टॅलेण्टेड माणसं वेळ न सांभाळल्यामुळे कशी वाया गेली ते मी पाहिलं. वेळेचं माहात्म्य मला अमेरिकेने शिकवलं."

मुळाक्षरं, बाराखडी म्हणा किंवा वर्णमाला सगळेच शिकतात. पण ह्या वर्णमालेत सुसंवादाला 'सु' मिसळला तर त्याचीच सुवर्णमाला होते.

कबुतराला गरूडाचे पंख लावता येतीलही, पण गगनभरारीचं वेड रक्तातच असावं लागतं. कारण, आकाशाची ओढ दत्तक घेता येत नाही.

पायाखालची वाट स्वत:ची असावी. ती सापडेपर्यंत, प्रवासाचा प्रारंभ करू नका. निसर्ग जवळून दिसावा म्हणून प्रवासात दुसऱ्या प्रवाशाची दुर्बीण उसनी मिळू शकते, पण डोळ्यांचं काय? ते स्वत:चेच लागतात. ते डोळे मिळवा. तुमच्याजवळच ते आहेत. त्या डोळ्यांजवळ शक्ती पण असेल. पण तुम्ही त्याचा शोध घेतलेला दिसत नाही. शिकारीत मचाण बांधून देणारा मिळवता येतो. सावजाला उठवण्यासाठी 'हाकारे' गोळा करता येतात. पण सावज टिपण्याचं काम शिकाऱ्याचं असतं. तेच आयुष्यातल्या प्रत्येक व्यवसायाचं. 'टिपणं' हा महत्त्वाचा घटक. तुमच्या सध्याच्या धडपडीतून तुम्हाला प्रसिद्धी मिळेल. 'सिद्धी'चं काय? तेव्हा काय मिळवायचं ते ठरवा. दुसऱ्याची दुर्बीण वापरायची की फक्त नजरेची ताकद

अजमावून पाहायची ह्याचा विचार करा. नजरेचीच शक्ती वाढवलीत तर जवळचं आणि लांबचं पण दिसेल.

ज्या मनाला आपण हळवं समजतो, ते तुफान बलदंड आणि मस्तवाल असतं. त्याला पर्याय चालत नाहीत. त्याला हरवलेली वस्तूच हवी असते.
आणि दुरावलेली व्यक्ती.
पैशाचं पाकीट चोरीला गेलं तर त्याला तेच पाकीट हवं असतं. जिवाभावाची व्यक्ती जवळ असली तरीही त्याचं मन मारल्या गेलेल्या पाकिटाभोवतीच फिरतं. सोडून गेलेली व्यक्ती तुम्हाला काहीच सुचू देत नाही. कोणताही उपदेश, उपदंशासारखा वाटतो. भक्तिरस सक्तीसारखा वाटतो. बेदम कामात स्वत:ला गुंतवून घ्या, हे सांगणं म्हणजे 'गाडीतलं पेट्रोल संपलंय हे कुणाला सांगू नका, प्रवास करा' असं म्हणण्यासारखं आहे.

स्वत:ची अस्मिता कधी टिकवता येते? तर मित्राच्या अस्मितेची जेव्हा सखोल जाणीव असते तेव्हा. ती जाणीव असली म्हणजे चारचौघांत आपल्या मित्राशी वा मैत्रिणीच्या बाबतीत कसं वागायचं, बोलायचं हे आपोआप समजतं. आयुष्यभर माणूस समानधर्मीयाच्या शोधात असतो. Birds of the same feathers flock together म्हणतात, ते उगीच नाही. मैत्रीत न पटणाऱ्या गोष्टींकडे दुर्लक्ष करण्याची शक्ती मिळवायची असते. वेगवेगळ्या प्रसंगी आपलं वर्तन कसं होतं आणि तीच परिस्थिती मित्र कशी हाताळतो इकडे भान हवं. त्याचं चुकलं तर कान पकडण्याचा अधिकार मिळवायचा असतो आणि त्याचं बरोबर वाटलं तर अनुकरण करण्याचा मोठेपणा कमवावा लागतो.

कुणी कुणासाठी किती त्याग केला ह्याचा हिशोब आला की आंब्याच्या झाडाने आपला मोहर येण्याचा काळ संपला हे जाणावं.

जगण्यासाठी प्रयोजन मिळालं की माणूस जगतो. तो प्रयोजन शोधत असतो. बायको, प्रेयसी, मुलंबाळं, नोकरी, पत, प्रतिष्ठा, पैसा, वाहन, कीर्ती, मानसन्मान... जितके डबे जोडता येतील तितके जोडायचे. व्याप वाढत गेला की बँकर्स शोधायचे. घाट संपला की गरजेपुरते जोडलेले बँकर्स सोडून द्यायचे. त्याच पळपळीत, गरज संपली आणि हौस भागली की आपल्यालाही तोडणारे भोवती असतात. पुन्हा

एकाकीपण सुरू.

अशा एकटेपणात ज्या माणसांकडे त्यांचं जगण्याचं प्रयोजन स्वत:च्या हातात नसतं, त्या माणसांच्या 'ने रे पांडुरंगा'च्या आरोळ्या सुरू होतात.

स्तुती हा प्रकार फार काळ नशा टिकवत नाही. कालांतराने निखळ स्तुती काहीही साधत नाही. रस्त्यावरून बँड वाजतगाजत जातो. बँड घरासमोरून जाताना आपण जितका ऐकतो तितकाच. पुढच्या घरासमोर गेला की आपल्या घरापुरता तो संपला. दार ठोठावून, ते उघडायला लावून थेट माजघरापर्यंत येणारे आणि तिथंच रेंगाळणारे सूर वेगळे असतात. नुसत्या स्तुतीचं तसं असतं. बँडसारखं. आवाज मोठा, पण त्याच गतीने विरणाराही.

प्रत्येक पुरुषाच्या बायकोला असं वाटतं की आपण फार सहनशील, साध्या, भोळ्या, मूकपणाने संसारातले फटके खाणाऱ्या आहोत आणि आपला नवरा एकदम इब्लीस आहे. त्याला जहांबाज बायको मिळणं फार जरुरीचं होतं. वास्तविक प्रत्येक बाई स्वत:च्या नवऱ्याशी यथास्थित खंबीरपणाने, सावधगिरीने संसार करत असते. तरीही दुसरी बाई तिला फटकळ वाटते, नवऱ्याचा मान न सांभाळणारी दिसते आणि तिला वाटतं की, अशी बाई आपल्या नवऱ्याला मिळायला हवी होती.

माणूस एकदा बाजूला पडला की, पार उतरला. मग स्पष्टवक्तेपणाला 'फटकळपणा' म्हटला जातो. मोकळ्या वृत्तीला 'वाह्यात' ह्या विशेषणाचा आहेर मिळतो. व्यवहाराला चोख असलेल्या माणसावर 'बिलंदरपणाचा' शिक्का मारला जातो. थोडक्यात, उपजत असलेल्या गुणांची शंका घेतली जाते, सावळेपणाला 'काळेपणा' म्हटलं जातं!

'दुर्गुणांना अनेक रूपं धारण करता येतात आणि त्यांच्या मोहात पडावं इतकी ती आकर्षक असतात. उदाहरण देऊ?'
'अवश्य.'
'मारीचाने सुवर्णमृगाचं रूप घेतलं एवढा एकच पुरावा खूप झाला. वास्तवापेक्षा जास्त आकर्षक होता आलं नाही की मग वास्तवाचीच नक्कल करायची हेही देवादिकांनी केलं. नलासारखे पाच नल मग दमयंतीच्या दरबारात कडमडले तर इंद्राला डिट्टो गौतमच व्हावं लागलं.'

''निष्क्रिय माणसं आणि अतिअहंकारी माणसं शेवटी एकटी पडतात. आपल्या ह्याच स्वभावापायी आपण एकटे पडलो आहोत, हेही ते मान्य करीत नाहीत आणि तरीही त्यांपैकी काहींचं नशीबच इतकं चांगलं असतं की, अशा माणसांना सांभाळणारी माणसं त्यांना शेवटपर्यंत लाभतात. त्यामुळे आपलं आजवर काहीच चुकलेलं नाही, अशा समजुतीत ती आपला आळस आणि अहंकार दोन्हींचं जतन करतात.''

'अशा माणसांना सांभाळताना आपली सहनशक्ती कमी पडते.'

'त्यासाठीच थोडी शक्ती कमवावी लागते. विरंगुळ्याचे क्षण मिळवावे लागतात. त्याहीपेक्षा, विरंगुळा नेमका कोणता त्याचा मागोवा घ्यायचा असतो. तो काही- काहींना माहीत असतो. तो ते अकारण नाकारतात. त्या नाकारण्याचा एक जास्तीचा संग्राम सुरू होतो. दोन-दोन आघाड्यांवर युद्ध सुरू होतं. नामस्मरणात न रमणारी माणसं, जपजाप्य आणि एकांताचा जास्त पाठपुरावा करतात. काही ड्रिंक्स घेतात आणि दोघंही अशांत राहतात. अपायावर उपायही नेमका पकडण्याचं भाग्य किंवा बुद्धी ज्यांच्यापाशी, ते आयुष्याचे स्वामी होतात.'

ज्या माणसाला सतत वाटतं की, आपल्याला गर्व नाही, तेव्हा ते तसं वाटणं हाही गर्वाचाच एक भाग असतो.

गर्व मुळातच नसावा. पण हा भलताच आदर्शवाद झाला. त्याच्या जागी आनंद ठेवला– मानला तर?

मग कोणतीही घोषणा गर्वाने करण्याऐवजी आनंदाने करावी.

सांत्वनासाठी आजवर जगात कुणालाही शब्द सापडले नसतील. सांत्वन म्हणजे दु:खाचं मूल. मूल आईपेक्षा मोठं कसं होईल? मूल मोठं व्हायला लागलं की आई आणखी मोठी व्हायला लागते. म्हणून, समजूत घालणारं कुणी भेटलं म्हणजे हुंदके वाढतात. हसता हसता माणूस एका क्षणात थांबू शकतो. दु:खातली व्यक्ती रडणं एका क्षणात विसरू शकत नाही.

'ज्या गोष्टींवर प्रेम करण्यात रिस्क नाही अशा गोष्टींवर प्रेम करणारी माणसं खूप असतात. खरं तर ते प्रेमच नाही. त्याला मालकी म्हणतात. कारण ते प्रेम सुरक्षित असतं. तिथं समर्पणाचा प्रश्न उद्भवत नाही, प्रतिसादाची पण त्या वस्तूकडून अपेक्षा नसते.'

माणसाला जन्माला घालण्यामागे त्याला छळावं अशीच काही नियतीची इच्छा नसते. ती प्रत्येकाला काही ना काही देते. बाकीचं आपण मिळवायचं. दिवसाचे अकरा तास हे हात जर राबले तरच एक तास नियतीकडे काही मागण्यासाठी पसरण्याचा त्यांना हक्क आहे. आपणही नियतीला मदत करायची असते. मग काही कमी पडत नाही. हे हात मदतीसाठी आहेत, सगळ्यांच्या. "the best helping hand is at the end of your arms."

सतत प्रत्येकाचा वापर करणाऱ्यांच्या आयुष्यातला सर्वांत अपमानास्पद क्षण कोणता? आपलाही वापर केला जातो, हे सांगणारा क्षण.

यांत्रिक हालचालीने हसता येतं. फोटोतली हसणारी व्यक्ती म्हणजे हसऱ्या व्यक्तींचा फोटो नव्हे. 'ह्या फोटोत तुम्ही किती छान हसत आहात.' असं कुणी म्हटलं, तर नव्याने प्रसन्न कुठे वाटतं?'
आणि रडताना कुणी फोटो काढत नाहीत.
रडणं भोगायचं असतं.
हसणं उपभोगायचं असतं. ह्याच कारणासाठी आनंदाला परिवार हवा, सगेसोयरे हवेत.
आनंदाला सहल हवी, दु:खाला घर हवं.

आपला अहंकार ज्यांना खपत नाही अशी माणसं स्वत: अहंकारी असतात. ती आपोआप अंतरावर राहतात म्हणून आपण मुक्त आणि आपल्यावर जी अवलंबून असतात, ती नम्रतेने वागतात. त्यांचाही उपद्रव नाही. परस्वाधीन माणसं बलवानांचा वापर कसा करतील?

मला पुष्कळदा प्रश्न पडतो की एखाद्या नामवंत माणसाचं प्राथमिक शिक्षण कुठे झालं इथंपासून अन्य तपशिलात कुणाला स्वारस्य असतं?– कलावंताचं आणि रसिकांचं आमनेसामने जे तीन तासांचं नातं असतं, त्यातला प्रत्येक क्षण त्याने चिरंजीव करायला हवा आणि हे त्याने प्रत्येक प्रयोगात केलं पाह्यजे. इथं कालची मैफल रंगून उपयोग नाही. तुमच्या नावामागे अभिनयसम्राट, गानकोकिळा, गानतपस्विनी, अशा लोकमान्य किंवा पद्मश्री, पद्मभूषणसारख्या सरकारी खिरापती, ह्यांपैकी काहीही असो. रसिकांच्या मनातलं सिंहासन कायम रितं असतं. इथं प्रत्येक प्रयोगात

राज्याभिषेक व्हावा लागतो. ह्या सिंहासनासाठी एकदा शपथविधी करून कारकीर्द संपेतो धुमाकूळ घालण्याची लोकशाही नाही. प्रत्येक प्रयोगात रसिकांकडून राजवस्त्रं मिळवायची आणि 'हेचि दान देगा देवा' होईतो शपथविधीचाच सोहळा करावा लागतो.
म्हणूनच नामवंत अध्यक्ष आणा किंवा निष्णात परिचय करून देणारा आणा. कलावंताचा प्रत्येक क्षण बॅट्समनसारखा असतो. प्रत्येक बॉलचं काही ना काही करावं लागतंच. परिचय करून देणाऱ्याचीही परीक्षाच असते. श्रोते कधी त्याला खाली बसवतील ह्याचा नेम नसतो. त्यामुळे त्याची काही काही विधानं पण अतिपरिचयाने ठिसूळ, पोकळ वाटतात. 'तुम्ही प्रमुख पाहुण्यांचं भाषण ऐकायला उत्सुक आहात, त्यांच्यामध्ये आणि तुमच्यामध्ये मी फार काळ थांबत नाही' वगैरे वगैरे विधाने आता 'भारत दडपशाही सहन करणार नाही'सारखी भंपक वाटतात. ह्या सर्व वातावरणात खरं तर मला वास्तव, अवास्तव कोणतीही विशेषणं किंवा स्तुती जरुरीची वाटत नाही.

धोबीघाटावर धबाधबा कपडे आपटणाऱ्या एखाद्या धोब्यापेक्षा क्राइम ब्रँचचा ऑफिसर वेगळा असायला हवा. धोबीघाटापेक्षा खुबीघाटावर समोरच्या माणसाला बोलतं करायला हवं. मार खाणं, हा त्या लोकांचा प्रारंभी अनुभवाचा, मग सवयीचा आणि शेवटी व्यसनाचा भाग होतो. मार देणाऱ्या माणसालाही कमी कष्ट होत नाहीत. सारखी संतापण्याची सवय लागते. तेव्हा मार खाऊन वठणीवर येणाऱ्या गुन्हेगारांची संख्या हळूहळू कमी होते. ह्यापेक्षा मनाला हात घाला. पोलिसी व्यवसाय दंडुक्यापेक्षा बुद्धीने करा. समोरच्या माणसाचं बलस्थान शोधण्यापेक्षा, तो दुर्बल कशाने होतो ते जाणून घ्या. प्रहार तिथे करा. त्याला मारझोड करणं म्हणजे त्याच्या बलस्थानाशी झुंज देण्यासारखं आहे. मारलं की गुन्हा कबूल केला जातो हा एकच नियम जर आयुष्यभर सांभाळलात, तर तुमच्याही बुद्धीची वाढ होणार नाही. फक्त झोडपून काढून प्रश्नांची उत्तरं मिळवायची असतील तर चार पैलवान नेमून काम भागलं असतं. गुन्हेगाराला बेरड बनवू नका. त्याला हळुवार बनवा, म्हणजे तुमचीही दमछाक होणार नाही.

कोणत्याही श्रेष्ठपदाला पोहोचलेल्या व्यक्तीला समर्थनाशिवाय स्वतःचं श्रेष्ठत्व टिकवता आलं पाहिजे.

शरण आल्याने फरक पडत नाही. रिअलायझेशन केवळ पाय पकडून होत नाही. क्षमा मागणारा माणूस जास्त धोकादायक. क्षमा मागणं, चूक कबूल करणं हा बहाणा असतो. पुन्हा पहिल्याच मार्गावर जाण्याचा परवाना असतो. कारण वाकावं लागलं ह्याचा खोलवर राग असतो. कुणाचा तरी अपमान केला, असभ्य उद्गार काढले, आपल्या प्रतिमेला तडा गेला, तो सांधण्यासाठी माणूस क्षमा मागतो. आपण मूळचे तसे नाही आहोत, हे ठसवण्याचा तो दुबळा प्रयत्न असतो. क्षमा मागण्याने पुन्हा पहिल्यासारखंच वागण्याची मोकळीक मिळते. त्याऐवजी आपल्याला क्षमा कोणत्या कारणासाठी मागावी लागत आहे, ह्याचं आत्मनिरीक्षण करावं.

व्यवहाराला गंध नसतो. स्पर्श नसतो. सूर नसतो. गोंगाट असतो. रुचीच नसते, मग अभिरुचीची बातच दूर.
व्यवहार प्लॅस्टिकच्या फुलांसारखा असतो. प्लॅस्टिकची फुलं सुकत नाहीत आणि ही तर इम्पोर्टेड फुलं. इम्पोर्टेड फुलांचे रंग विटत नाहीत. ही फुलं ज्यांना परवडतात त्यांच्या माना, त्या फुलांच्या देठासारख्याच ताठ राहतात. त्यांचं निर्माल्य होत नाही. जन्मच नाही, तिथं मरण कुठलं?
ह्या फुलांना फक्त धुळीचा शाप. सर्फने धुतली की झालं. पण नळाखाली धरल्यावर ती शहारून येत नाहीत. जन्ममरणाचाच फेरा नसेल, तर शहारे-रोमांच, आसक्ती, बिरह-मिलन, भय, सगळ्यातूनच मुक्ती. जिवंत फुलं स्वाभिमानी असतात. धुळीचा थर जमण्याआधीच मरण पत्करतात.
निर्माल्य म्हणजे हौतात्म्य.
धुळीचा पेहराव म्हणजे अमरता.

कस्टम्स, इन्कमटॅक्स, सेल्स टॅक्स आणि कोणत्याही इन्क्वायरी काउंटरवरचा माणूस कधीही हसत नाही. एखादा चुकून हसला तर त्याला पोस्टात किंवा एस.टी.मध्ये पाठवतात. इन्क्वायरी काउंटरवर जर एखादी बाई असेल आणि ती जर सौजन्याने बोलली तर शिक्षा म्हणून तिला टेलिफोन ऑपरेटर करतात. उघड्या जगातले व्यवहार वेगळे असतात. चोर कोण, साव कोण कळणं मुश्किल. ह्या देशात चोरांच्या अंगावर जास्त भारी कपडे असतात.

"दुःखात होरपळलेल्या माणसाला शब्दांचा चेहरा दिसत नाही आणि त्याचा वासही ओळखता येत नाही. मग तो माणूस अजाणपणे सगळ्यांनाच दुःख सांगत सुटतो किंवा सगळ्यांपासून पळण्याचा प्रयत्न करतो."

'फूल म्हणजे मातीचा हुंकार, पावसाच्या प्रत्येक थेंबाला दिलेला प्रतिसाद. म्हणून एक फूल एकदाच जन्माला येतं. टेलिफोनवरच्या प्रत्येक वाक्याला आपल्याला ऐकणाऱ्याकडून कमीत कमी 'हुंकार' हवा असतो, तसं हुंकाराच्या अलीकडे उच्चारच संभवत नाही. ह्या फुलातला सुगंध म्हणजे आकाशतत्त्व.'
'का. आकाशच का?'
'त्याला अंत नाही म्हणून. सुगंधाचा प्रारंभ आणि शेवट शोधता येत नाही म्हणून वाऱ्याचा एक हलकासा झोका त्याला जिथपर्यंत नेईल तिथपर्यंत त्याचं आकाश. वारा म्हणजे जमीन आणि आकाश ह्यांचं मिलन अंकुरित झालं हा संदेश माणसांपर्यंत नेणारा दूत. एका फुलात, मला इतकं दिसतं.'

निर्बुद्धातल्या निर्बुद्ध माणसालाही, 'तुला ह्यातलं काही समजणार नाही' म्हटलं की संताप येतो. बुद्धिवान माणसाला अकलेचा अहंकार असतो, तर मूर्ख माणसाच्या गर्वाला मूर्खपणा जाहीर झाल्याने त्याचा धक्का पोचतो.

संथ जलाशयात दगड टाकला म्हणजे जे गोल तरंग किनाऱ्यापर्यंत जातात ते बघताना अंगावर तशीच वलयं निर्माण होतात. पण असा अकारण आणि अचानक दगडांचा आघात होता क्षणी, जलाशयाला काय वाटत असेल याचा कुणी विचार करतं का? जलाशय काहीही बोलत नाही. शिवी दिली तरी एखाद्या संताने हसून पाहावं त्याप्रमाणे वर्तुळाकृती तरंगांचा जलाशय आहेर करतं.

'कोंब आणि माणूस सारखाच. बी जमिनीत सुरक्षित असतं. अंकुर उघड्यावर पडतो. कुणीतरी ओरबाडेल, कुणाचा तरी पाय पडेल, अशा दहशतीत त्याचा प्रवास सुरू होतो. माणसाचंही तसंच. आईच्या गर्भात मूल सुरक्षित असतं. श्वासही घेण्याचे कष्ट नाहीत. पोटापाण्याचा प्रश्न नाही. जन्म झाला की सगळं सुरू, त्यातही कुणाच्या ललाटी कोणता प्रवास...'

आपण डावीकडून उजवीकडे लिहितो आणि वाचतो. दिवसेंदिवस दोन्ही गोष्टी 'उजवीकडे' झुकाव्यात म्हणून... मी मात्र एकच पान, म्हणजे कागद उजवीकडून डावीकडे वाचतो. तो कागद म्हणजे पंचतारांकित हॉटेलातलं 'मेनूकार्ड'. त्यातला डावीकडे छापलेला पदार्थ आपण खातो तर उजवीकडचा आकडा आपल्याला खातो.

परिचयाच्या किंवा नात्यातल्या माणसांपेक्षा, चार तासांच्या प्रवासात, अनोळखी माणसाजवळ, कधीकधी समोरची व्यक्ती जास्त मोकळी होते.

एका प्रवासात, 'हे असं का?'– ह्याचं मला उत्तर मिळालं.

मी नमस्कार करून निरोप घेणार तोच त्या म्हणाल्या,

'दोन मिनिटं थांब. तुला हे सगळं का सांगितलं सांगू?'

मी मान हलवली.

'तुझा माझा काहीच संबंध नाही म्हणून; नातं नाही म्हणून. स्वत:च्या क्षुल्लक फायद्यासाठी नातेवाइक लावालाव्या करतात. अगदी वचन देऊनही! पण तुझा माझ्याशी, माझ्या नातेवाइकांशी कोणताच संबंध नाही. तरीसुद्धा मनातली मळमळ मला एकदा ओकायची होती. देवावर माझा विश्वास नाही. इतर बायकांप्रमाणे त्राग्याने मला स्वत:शीच बोलायला आवडत नाही. म्हणून तुला सांगितलं. चालत्याबोलत्या माणसाजवळ मन रितं करायला आवडतं. तुझ्याकडून वचन न मागता मी सगळं बोलले. आता बरं वाटतंय.'

नुसत्या वाचनाने माणूस मोठा होत नाही. वाचलेल्या विचारांना स्वत:चे अनुभव जोडायचे असतात म्हणजे ते ते साहित्य स्वत:पुरतं चिरंजीव होतं. करमणूक करवून घेतानाही स्वत:ला खर्ची घातल्याशिवाय ती करमणूक भिनत नाही. "साहित्य हे निव्वळ चुन्यासारखं असतं. त्यात आपल्या विचारांचा कात टाकल्याशिवाय आपल्या आयुष्याचं पान रंगत नाही आणि लेखकाला हवा असतो संवाद. त्याशिवाय त्याचं पान रंगत नाही."

भाऊबंदकीचं आपल्या महाराष्ट्रात बारमास पीक येतं.

त्याशिवाय आणखी एक पीक आहे.

ह्या पिकाला पाऊस नको. जमिनीची निगा राखायची कटकट नको. विहीर न खणताच 'ती खणली' असं दाखवून सरकारी खर्च वसूल करणं नको. ह्या पिकाला

खडकाळ जमीन पण चालते. ह्या शेतात 'कंड्या' पिकतात. सर्वांत जवळचे नातेवाईक हे पीक काढतात.

हे भाऊबंदकीचं ठीक आहे. तो आपला राष्ट्रीय धर्म आहे. पण फुटीर बाणा हा तर आयुष्याचा कणा आहे.

संसारातला नवरा-बायकोचा चार्म का जातो? तर तिथं प्रतीक्षा ही अवस्थाच नसते. एकमेकांना गृहीत धरलं जातं. सुख हाताशी असतं म्हणूनच हातातून निसटतं. संसारातील उदासीनता ही निव्वळ अभिरुचीवर अवलंबून नाही, प्रतीक्षेची अनुपस्थिती हेही एक कारण.

माणसांची माणसांबद्दल मतं कशी तयार होतात, हे पाहणं मोठं मजेचं असतं. स्वत:च्या अनुभवांवरून ठाम निष्कर्ष काढण्याची परिपक्वता प्रत्येकाला निरनिराळ्या वयात येत असेल. पण प्रारंभीच्या काळात ही मतं बनवण्याचं काम घरातली मोठी माणसं करीत असतात. पाहुण्यांची पाठ वळल्याबरोबर जे त्याच्याबद्दल बोललं जातं किंवा ती व्यक्ती मागे जे वातावरण निर्माण करून जाते, त्यावरून लहान मुलांची मतं बनतात.

गाडीची गती आणि तालबद्ध खडखडाट, दोन्ही मानसिक पातळीवर मान्य केलं की दोन्हींचा उपद्रव होण्याऐवजी उपाय होतो आणि झोप येते. गाडीबरोबर मनाने घेतलेली गती विरायच्या आत, गाडी दहा ठिकाणी थांबून पुन्हा सुटली तर झोपेत व्यत्यय येत नाही. किती स्टेशनं आली-गेली कळत नाही. ह्याउलट सगळ्या शरीरभर भिनलेली गती आणि नाद विरेपर्यंत जर गाडी थांबली तर जाग हमखास येते.

ज्या माणसांना इतरांच्या भानगडीत रस वाटतो अशा माणसांत मी रमत नाही. इतरांच्या विवाहबाह्य संबंधाबद्दल बोलणं किंवा पिकलेल्या कंड्यांवर विश्वास ठेवणं, चर्चा करणं ही अत्यंत हीन दर्जाची करमणूक आहे, असं मी मानतो. आपलं सर्वांत मोठं दुर्दैव कोणतं माहीत आहे का? स्वत:ला कोणतीही संधी न मिळालेली माणसं चारित्र्याच्या व्याख्या ठरवतात, हे!

मैत्रीतही स्वत:चे असे वेगळे तास हवेत. त्या कालावधीत मित्राचीही लुडबूड नसावी. त्या कालावधीत भले तुम्ही नुसते लोळत राहा. तो निष्क्रिय राहण्याचा अवधी मैत्रीत मिळायला हवा. त्या एकांतात मग आपोआप मानापमानाच्या व्याख्या तपासता येतात, ठरवता येतात.

एकदा असे केवळ स्वत:चे क्षण वेगळे ठेवले की प्रसंगी छंद बाजूला ठेवून मित्रासाठी वेळही देता येतो. कटाक्षाने ही पथ्यं सांभाळली की नंतर ही देवाण-घेवाण एक सहजावस्था होते. निखळ मैत्रीतली एक विलक्षण ताकद जर कोणती असेल तर त्यातली सहजता. त्या सहजेतमधून सुरक्षितपणाची साय आपोआप धरते. साय दुधातूनच तयार होते आणि दुधावर छत धरते. साय म्हणजे गुलामी नव्हे. सायीखालच्या दुधाला सायीचं दडपण वाटत नाही. मैत्री तशी असावी. दुधापेक्षा स्निग्ध. सायीची नंतरची सगळी स्थित्यंतरं– म्हणजे दही, ताक, लोणी, तूप– ही जास्त जास्त पौष्टिकच असतात. तसं मैत्रीचं घडावं.

मैत्रीचा प्रत्येक टप्पा हा व्यक्तिमत्त्वाचा नवा उत्कर्षबिंदू ठरावा. ज्यांच्या मैत्रीमुळे प्रगती खुंटते ती मैत्री संपण्याच्याच लायकीची असते.

ह्याच दृष्टिकोनातून ज्या ज्या संसारात पतिपत्नीचं नातं मैत्रीसारखं राहिलं ते ते संसार टिकले. संसारात रुसवे-फुगवे हवेत. चेष्टा-मस्करी हवी. जोडीदाराच्या व्यासंगात साथ हवी त्याप्रमाणे हक्काने 'आता तुमच्या एकूण एक गोष्टी माझ्यासाठी दूर ठेवा' असं अतिक्रमण पण हवं. केवळ स्वत:चं स्वास्थ्य आणि ऐषाराम जोपासण्यासाठी जोडीदाराला गुलाम करायचं नसतं.

समाजातल्या कोणत्याही व्यक्तीच्या व्यथा ज्याला बघवत नाहीत त्याला निकटवर्तीयांचे अश्रू पुसता येणार नाहीत का?

पण अश्रू पुसायला कासावीस झालेल्या रुमालाचं तुम्ही पायपुसणं करायला लागलात तर? साखळी ओढल्याप्रमाणे जर जाता-येता अश्रुपात व्हायला लागला तर त्याचा दर्जा टाकीच्या पाण्यासारखाच होणार.

आंधळ्या प्रेमाकडेही डोळसपणाने पाहा; कारण अजून तुमचे डोळे तुम्हाला हवं ते दृश्य बघायला मोकळे आहेत. संसारात अधूनमधून बाईला 'गांधारी' व्हावं लागतंच. समजूतदार वृत्ती आणि पत्नीला पुरुषानेच सांभाळायची असते– ह्या रास्त जाणिवेच्या बाबतीत नवरा जर 'धृतराष्ट्र' असेल तर तो आपल्या पत्नीला जबरदस्तीने 'गांधारी' बनवणारच.

पण माझ्या मते, ह्या बदलत्या काळात महाभारतातील गांधारीची निष्ठा सर्वस्वी चुकीची ठरेल. 'जे सुख नवरा उपभोगू शकत नाही, त्या सुखाकडे मीही पाठ फिरवीन' ह्या गांधारीच्या जबरदस्त पत्नीधर्माचं तेज अलौकिक आहे.

पण सध्याच्या काळाचा विचार केला, तर आंधळ्या साथीदाराची 'डोळस काठी' व्हायचं की आपणही आंधळं व्हायचं?– हाच प्रश्न विचारावा लागेल.

ज्या माणसाला आपल्या Priorities समजत नाहीत तो काही प्रमाणात धृतराष्ट्रच.

ठिणगी ठिणगीच असते. ती कुठे पडते ह्यावर तिचं अस्तित्व टिकतं. पाण्याच्या पृष्ठभागावर पडते की ज्वालाग्राही साठवणीच्या गुदामात?

माणसाचं मनही जलाशयाप्रमाणे शीतल आहे की स्फोटक वस्तूंचं गोडाऊन आहे ते ठिणगीशिवाय समजत नाही. संशय, स्पर्धा, द्वेष, मत्सर, क्रोध अशी नाना रूपं ठिणगीला धारण करता येतात. मन इंधनाने तुडुंब भरलेलं असेल तर ठिणगी उग्र रूपाने जगते.

गादी-उशीशिवाय झोपणं तर सोडाच, पण नेहमीची उशी जरी वाटणीला आली नाही तरी आपली मिजास जाते. दिवसातून दहा वेळा जप करतो.

डोळ्याला डोळा नाही हो रात्रभर.

रात्र वैरीण नसते.

उशी तर नसतेच नसते.

सवय वैरीण.

आणि तिला जन्म देणारे आपणच.

एखाद्याला एकदम 'बोगस' ठरवू नका!– जग तुम्हाला वाटतं त्यापेक्षा फार निराळं आहे. समोर दिसणारा माणूस हा दिसतो त्यापेक्षा फार निराळा असतो. तर्काला सोडून किंवा स्वत:च्या वृत्तीला सोडून तो एकदम वेगळीच कृती करून दाखवतो. तुम्ही चमकता. हे कसं घडलं, असं निष्कारण, वारंवार, दुसऱ्यांना विचारीत बसता!– आपल्याला माणसं कशी आहेत, हे अजून समजत नाही, असं म्हणत स्वत:ला अज्ञानी मानून गप्प बसता.

– असं का होतं माहीत आहे का? मी सांगतो. आपण पटकन एखाद्याला 'बोगस' म्हणून निकालात काढतो व मोकळे होतो. मला तुम्ही सांगा, एवढ्या घाईघाईने निर्णय घेऊन तुम्हा-आम्हाला कुठे जायचं असतं?– ही घाई नडते आपल्याला! आपण थोडं शांतपणाने घेतलं तर माणसाच्या सगळ्या हालचाली आपल्याला समजतील. माणसाच्या हालचाली, माणसाचे विचार ह्यावर कित्येक गोष्टींचा पगडा

असतोच असतो. पण निर्जीव वस्तूही माणसावर आपली हुकमत गाजवतात.

"आम्ही बायका फार विचित्र असतो. आम्हाला सुखात, ऐश्वर्यात तर राहायचं असतंच, पण तेवढ्याने आमचं भागत नसतं. आपण सुखात आहोत, हे चार माणसांनी पाहावं असंही आम्हाला वाटतं."

मित्रामित्रांच्या वा दोन स्त्रियांच्या दोस्तीबाबत बघणाऱ्यांच्या डोळ्यांचा नंबर कमी-जास्त होत नाही.
पण एक स्त्री आणि एक पुरुष म्हटलं की रामायणातल्या लंकेतले नागरिक आणि महाभारतातील कौरव एकत्र येतात. पांडवांप्रमाणे क्रमाक्रमाने, जाणिवेने, पौरुषत्वाने द्रौपदीची जबाबदारी न उचलता, निव्वळ घटकाभर करमणूक म्हणून द्रौपदीच्या निऱ्यांना हात घालणाऱ्या कौरवांनी समाज भरलेला आहे.
म्हणूनच स्त्री-पुरुष मैत्री म्हटलं रे म्हटलं की ती Sex relation साठीच असते, अशा रबरी शिक्क्यासकट माणसं ती गोष्ट गृहीत धरतात. शिक्का सतत ओला ठेवतात. म्हणूनच त्या मैत्रीची शान सांभाळणं हे अश्वमेधाचा वारू सांभाळण्याइतकं जोखमीचं असतं.

प्रत्यक्ष पराभवापेक्षा, तो कबूल करावा लागणं हा पराभव मोठा असतो. पहिल्या पराभवात कधीकधी कर्तृत्व कमी पडतं तर कधीकधी कर्तबगारी असून, भूमीच रथाचं चाक पकडून ठेवते. पण दुसऱ्या पराभवासाठी, चाकं न गिळणारी मनोभूमीच विशाल लागते.
प्रत्येकाचं असणं हे जसं त्याचं स्वत:चं असणं असतं त्याप्रमाणे प्रत्येकाच्या समस्या पण Ownershipच्या असतात. समस्या आणि जखमा पण. समोरचा माणूस फक्त फुंकर घालण्याचं काम करतो. ठणका आतून पण फुंकर बाहेरून आत. समस्या ह्या वयाच्या कोणत्याही वळणावर पडतात. त्या सोडवण्याची आपली उमेद मात्र ओसरत जाते. अशी उमेद ओसरत असते, त्याचप्रमाणे फुंकर घालणारे सहप्रवासी पण कमी होत जातात. नवे प्रवासी जोडण्याची ताकद राहत नाही, कारण पूर्वीच्या प्रवाशांसाठी आपण खूप राबलेले असतो.

"मोटारी बाळगण्यापेक्षा त्या फक्त विकाव्यात, त्यात जास्त मजा आहे. कोणतंही मॉडेल तुम्हाला पूर्णत्वानं सौख्य देत नाही. कुठं ना कुठं काहीतरी कमी असतंच

आणि मग आपापल्या मॉडेलपेक्षा दुसरी मॉडेल्सच चांगली वाटतात. पण ती केवळ आपली नसतात म्हणून आवडतात. ती आपल्या मालकीची नाहीत हाच त्यांचा गुण-करेक्ट?''

''मला अनुभव नाही.'' मी हसून म्हणालो.

''अनुभवाची काय गरज आहे?– ज्याप्रमाणं दुसऱ्यांच्या बायका आपल्याला जास्त आवडतात– तसंच मोटारींचं. पण कोणतंही मॉडेल परफेक्ट नसतं.''

स्वतःभोवती परंपरेचेच कोष गच्च आवळून, फुलपाखरात रूपांतर होऊ न देण्याचा अट्टहास जी माणसं आयुष्यभर करतात, त्यांच्यापासून समाजाला कसलाच उपद्रव होत नाही. अशा माणसांच्या परिवाराला, त्या माणसांनी घातलेल्या भक्कम तारांच्या काटेरी कुंपणाचा जो जाच होईल तो होईल. तो जाच त्यांच्या अंगवळणी पडला तर ती माणसं किमान टाचा उंच करूनसुद्धा कुंपणापल्याड बघत नाहीत. पण त्या कुंपणांच्या तारा लांबूनही ओरखडे उठवायला लागल्या तर 'टाचा' घासतच जिणं घालवायचं. तिथंही औषध नाही.

मान्य करा अथवा करू नका, माणसाला सतत काही ना काही थरारून टाकणारं हवं असतं.

'माणूस'.

कोणतीही व्याख्या, गणित, न्यायशास्त्र, मानसशास्त्र आणि तर्कशास्त्र ह्या सगळ्यांतून 'निसटण्याचं शास्त्र' शिकल्याप्रमाणे पळणारा वा निसटणारा प्राणी.

वर्तमानपत्रातील भयानक बातमी वाचून तो थरारतो. खून, आत्महत्या म्हटलं की हळहळतो. महापुराच्या बातम्या पाहून तो परमेश्वराचा उद्धार करतो. अत्याचार, बलात्कार, लाचलुचपत, खुर्चीसाठी पागल झालेले पुढारी पाहून त्याची झोप उडते. तो शिव्यांची लाखोली वाहतो. पुढाऱ्यांचं रोज वस्त्रहरण करणाऱ्या आर. के. लक्ष्मणचा घरातल्या घरात सत्कार करतो.

आणि हाच माणूस पेपर उघडल्याबरोबर जर ह्यांपैकी काही सापडलं नाही तर म्हणतो,

''आज पेपरमध्ये काहीच नाही.''

ह्यातला कोणता माणूस खरा? कोणता खोटा?

आपल्याला जिवापाड
आवडणाऱ्या माणसाचं मूल वाढवणं,
आपल्या जोडीदाराला अंशरूपाने
स्वत:च्या शरीरातच जागा देण्याच्या
आनंदाची बरोबर कशाशीच होऊ शकत नाही.
आपल्याला वाढवताना प्रत्येक स्त्री
काही प्रमाणात आपल्या नवऱ्याचीही
आई होत असावी.
पहिलं मूल होण्यापूर्वी ती केवळ प्रेयसी असते.
कायम जीव टाकावा अशा पात्रतेचा
नवरा लाभला तर दिवसाचे किती क्षण
ती नवऱ्याचाही अपत्यासारखा सांभाळ करते
हे कोणत्याही पुरुषाला कळायचं नाही.
स्त्री जेव्हा जेव्हा संघर्षासाठी उभी असते
तेव्हा तेव्हा ती भले पत्नी असेल,
पण जेव्हा जेव्हा ती क्षमा करते
तेव्हा तेव्हा ते नातं आईचंच असतं.

'तडजोड आणि संवेदना ह्या एकाच नाण्याच्या दोन बाजू आहेत. ज्या व्यक्तीला संसारात जोडीदारासाठी सतत तडजोड करावी लागते तेव्हा संवेदनांचा छाप त्याला सलत राहतो. त्याला किंवा तिला. सहनशक्ती जितकी चिवट तितकी वर्षं संसार चालतो. नाण्याच्या दोन्ही बाजूला, तडजोडीचाच शिक्का उमटायला लागतो, तेव्हा प्रतिध्वनींचा शोध अन्यत्र सुरू होतो. त्या मार्गावर कधी एकच व्यक्ती परिपूर्ण भेटते, तर कधीकधी वेगवेगळ्या कलात्मक मागण्यांसाठी, वेगवेगळ्या व्यक्तींची चाचणी सुरू होते.
इथे समाजाकडे एक तराजू असतो. स्त्री आणि पुरुष, दोघांसाठी एकच मापदंड, 'चार दिवस ही, किंवा हा', 'आता तिला सोडली', किंवा 'हल्ली दुसराच कुणीतरी तिच्याबरोबर असतो' असं म्हणायला मिळालं की समाज खूष.'
'पण ही बकबक विवाहित माणसांच्याच मागे का?'
'सॅमसन अँड डिलायला' पिक्चर पाहिलं आहेस का?'
'पाह्यलंय.'
'सॅमसन फक्त मुख्य दोनच खांब पाडतो, पण संपूर्ण सुंदर मंदिर पडतं. गाव

उद्ध्वस्त होतं. तसं संसारात, पतिपत्नीचं असतं. म्हणून तर अनेक जीव, दोन्ही बाजूला तडजोडीचा छाप असलेलीच नाणी वापरतात. प्रतिध्वनीचं मंदिर चुकवतात. एखाद्याला ह्या प्रवासात सगळ्या संवेदनांना प्रतिध्वनी देणारी आणि व्यक्तिमत्त्वाच्या सगळ्या फ्रिक्वेन्सीज झेलणारी व्यक्ती मिळतेही. अप्सरेसारखी बायको सोडून, किंवा राजबिंडा आणि शब्द झेलणारा नवरा सोडून, ह्या शूर्पणखेत किंवा म्हसोबात ह्या माणसांनी काय पाहिलं, अशा चर्चा सुरू होतात. गौरीशंकरपेक्षा, पंचावन्न फुटांवरची टेकडी विलोभनीय का वाटली, हे सगळ्यांना कोण सांगत बसणार?'

'पंचावन्न फूटच का?'

'एको म्हणजे प्रतिध्वनीसाठी कमीत कमी तेवढं अंतर लागतं.'

''टॅलण्टेड माणसं तर फार उपद्रवी होऊ शकतात. बुद्धी हे एक प्रचंड शस्त्र आहे. मी तर अस्त्रच म्हणतो. आणि ते स्वयंचलित असतं, हा मोठा धोका. बुद्धीला विशाल मनाचं मैदान लाभलं तर आयुष्य एखाद्या खेळासारखं रंगवता येतं. तेच मन जर कुरुक्षेत्रासारखं झालं तर मग किती अक्षौहिणी जीव बरबाद झाले हे मोजायचं नाही. हत्या ही हत्याच. ती एका मानवी मनाची केली काय किंवा असंख्यांची काय, सारखंच. वृत्ती हीच शक्ती. भरडले किती जातात हे गौण.''

काही काही माणसांचं सरळ रेघेशी वाकडंच असतं. नाकासमोर जाणाऱ्या रस्त्याचं वळण झुगारून देण्यात त्यांना आनंद वाटतो. मळलेल्या पायवाटा त्यांना स्वच्छ दिसत नाहीत. त्यांना स्वतःच्या पावलापुरती वेगळी जमीन हवी असते. स्वतःच्या पाऊलवाटेच्या खुणा मागे उरोत अथवा न उरोत, आपली वाट वेगळी होती व आहे, एवढी नशा त्यांना पुढची वाट दाखवते. ह्या त्यांच्या स्वनिर्मित वाटेवर सावल्या नाहीत. 'सावध', अपघाताची जागा शंभर फुटांवर आहे'– अशा विनोदी पाट्या नाहीत. कारण ह्या माणसांचा उभा प्रवासच धोक्याचा असतो. मुक्कामाचं ठिकाण गाठण्यासाठी किती मैल उरले हे सांगणारे दगड जोपर्यंत दिसत असतात, तोपर्यंत प्रवासाची उमेद वाढती राहते. मुक्कामाला पोहोचण्याचाच जरी मूळ हेतू प्रत्येकाचा असला तरीही, मुक्काम किती मैलांवर आहे हे समजण्यात तेवढीच लज्जत असते. पण स्वतःची वाट स्वतः शोधणाऱ्या प्रवाशांना मुक्कामाचं ठिकाणच माहीत नसतं. म्हणूनच ही अनोखी वाट सतत धोक्याचीच. ह्या माणसांच्या प्रवासातल्या पाट्या वेगळ्या. ह्या पाट्यांवर धूळ बसत नाही आणि म्हणूनच, निवडणुकीच्या लिलावात, 'आम्हीच कसे श्रेष्ठ' हे सांगणारे फलकही ह्या पाट्यांवर

कुणाला चिकटवता येत नाहीत. कारण ही माणसं अजून धूळपाट्या वापरतात. धूळपाट्यांच्या अंगात, दगडी पाट्यांपेक्षा एक गुण वरचढ असतो. ह्या पाट्यावर चरे उमटत नाहीत म्हणूनच गतकाळातील दुःखद आठवणींची ह्या पाटीवर नोंद राहत नाही. प्रत्येक अनुभवाला म्हणूनच ही माणसं नव्याने सामोरी जाऊ शकतात.

'नर्सिंग सोपं आहे म्हणून कुणी सांगितलं हो महाराजा? तिथेही कष्ट आहेत. वर्षंच्या वर्षं घालवावी लागतात. तपश्चर्या करावी लागते.'

'हा नवीन शोध आहे. थोडं स्पष्टीकरण कराल काय?'

'हो, त्यात काय? पेंटिंग, नर्सिंग– दोन्हींत फार साम्य आहे. दोन्ही व्यवसायांसाठी ॲनाटॉमीचा अभ्यास करावा लागतो. करेक्ट?'

'करेक्ट!'

'मनातली व्यथा तुम्ही रंगांच्या साहाय्याने चेहऱ्यावर रंगवता तर आम्ही चेहऱ्यावरून व्यथा, व्याधी कोणती आहे ते शोधतो. मानसशास्त्र दोघांना कळावं लागतं. जिचं चित्र काढायचं ती व्यक्ती तुम्हाला समजून घ्यावी लागते. रडणाऱ्या व्यक्तीचं हुबेहूब चित्र काढलं की तुमचं कार्य तिथं संपलं. ह्याउलट नर्सिंगचं काम तिथून पुढे सुरू होतं– ते त्या व्यक्तीचे अश्रू पुसले जाईपर्यंत थांबत नाही.'

नर्सिंगचा व्यवसाय, युनिफॉर्म आवडतो म्हणून करणाऱ्या मुलींना हा संदेश समजेल का?

मनात आलेले विचार नेमक्या शब्दांत मांडणं अनेकांना साधत नाही. तुम्हाला तो नेमकेपणा साधला आहे. आणि कदाचित ह्याच नेमकेपणाची तुम्हाला आयुष्याकडून, अवतीभवती वावरणाऱ्या माणसांकडून अपेक्षा असेल. ही अपेक्षा पूर्ण न झाल्यामुळे होणारी तगमग तुम्ही शब्दाशब्दांतून मांडली आहे. आपली पट्टी मुळातच वरची आहे. आयुष्य हे समूहगीतासारखं आहे. समूहगीत गायचं म्हणजे सर्वांना लावता येतील ते सूर आणि झेपेल ती पट्टी निवडावी लागते. एकट्याने गायचं तेव्हा आपल्याला हवा तो सूर आपला आहेच. तो कोण हिरावून नेतोय?

मुळातच घर उंचावर बांधलं की गावातली घाण जास्त दिसणारच. पण इतरांपेक्षा आकाशही जास्त दिसतं. उगवणारा व मावळणारा सूर्य आपल्या साक्षीने उगवतो. मावळतो. रातराणीचा सुगंध आपल्याला जास्त येतो.

तुमच्यासारख्यांनी हे लक्षात ठेवणं जरुरीचं आहे की लोक तुमचं देणं लागत नाहीत. कारण तुमच्या मागण्या पूर्ण करण्याची त्यांची हिंमत नाही. त्यांना इच्छा नाही असं मी म्हणत नाही. हिंमत नाही. तुम्हीच त्यांना काही ना काही द्यायचं आहे. कारण त्यांचं लक्ष तुमच्यावर आहे तेही तुमचं घर उंचावर आहे म्हणून.

हातात पडलेले पैसेच मी स्वत:चे मानत आलोय. करार– लेखी करून देखील बुडवणारे भेटत नाहीत का? तेव्हा त्यात अर्थ नाही. एवढ्यासाठी मी आयुष्यात कुणाशीही लेखी करार केला नाही. माणूस फसतो केव्हा? दुसऱ्याच्या हातातले पैसे स्वत:चे समजून चालतो तेव्हा फसतो. न मिळालेल्या पैशाबद्दल मी झुरत बसलो असतो तर, एवढी वाटचाल झालीच नसती. बुडालेल्या पैशाचे धक्के मी मनावर घेतले असते, तर बरबाद झालो असतो...

स्वत:चा रुबाब स्वत:च्या पायावर उभा नाही, हे कितीजण जाणतात? खुर्चीच्या चार पायांची ताकद फार वर्षं पुरत नाही. काही माणसांची तर रिव्हॉल्व्हींग खुर्ची असते. नावडत्या माणसांकडे त्यांना झटकन पाठ फिरवता येते. राज्यकर्त्यांची खुर्ची, विरोधी पक्षाच्या नेत्यांची खुर्ची तर अनेकांच्या खांद्यावर असते. तो खांदा खुर्चीऐवजी, खुर्चीवरच्या माणसाला देण्याची वेळ फार अंतरावर नसते. खुर्चीपेक्षा माणसांना जिंकावं. ते जास्त सोपं. त्यासाठी काय लागतं? हसतमुख चेहरा. आणि इतरांपेक्षा स्वत:शी प्रामाणिक राहणं.

'वहिनी, संसाराबद्दल तुमचं मत काय?'
'संसार ही जबाबदारी असते. त्याचं ओझं वाटायला लागलं, की आनंद संपला.'
'जबाबदारी आणि ओझं, ह्यातला नेमका फरक सांगाल?'
''ओझं म्हणजे खांद्यावर दिलेला बोजा. पण कधीकधी दहा-बारा हजारांचा एखादा दागिना सांभाळायचा असतो. ते इतरांनाही माहीत नसतं. त्याला जबाबदारी म्हणतात. आयुष्यापासून मघाशी मी सांगितलेली यादी...''
''प्रेम, मैत्री, संगोपन, शुश्रूषा ह्या सगळ्या जबाबदाऱ्या. त्यांचं ओझं वाटलं की सहजता गेली.''
''ओझं हीदेखील जबाबदारी नसते का?''
''ओझं दिसतं कारण ते लादलेलं असतं. जबाबदारी स्वीकारलेली असते. ओझं

बाळगणाऱ्याला कदाचित मदतीचा हात मिळतो. तसं जबाबदारीचं नसतं.''

जगण्यासाठी करावा लागणारा कोणताही व्यवसाय सामान्य असूच शकत नाही. संसार हाच एक प्रचंड मोठा व्यवसाय आहे.

बाकीची कामं असतात.

संसार करताना, प्रत्येक वेळी समोरच्या प्रत्येक व्यक्तीबद्दल माणसाला जिव्हाळा वाटावा अशी अपेक्षा अवास्तव ठरेल. पण स्वत:च्याच व्यवसायाबद्दल विलक्षण आत्मीयता असेल तर समोरच्या माणसाचं समाधान, त्याच्यासाठी वेगळं काहीही न करता आपोआप होतं. एखाद्या कामातलं स्वत:चंच प्रेम नाहीसं झालं की त्या माणसावर अवलंबून राहणाऱ्याचे हाल शब्दातीत असतात.

''प्रत्येक माणूस प्रेमळ असतो असं मी मानतो. आपली फक्त रीत बदलणं आवश्यक आहे.''

''कशी?''

''चार भिंतींच्या आत फक्त प्रेमच असावं. चार भिंतींच्या बाहेर तर्काने प्रश्न सोडवावेत. आपण उलट करतो. ज्यांच्याबरोबर आयुष्य घालवायचं त्यांच्याशी मोकळेपणाने न बोलता नुसते तर्क करीत बसतो.''

अनेक माणसांचे भयानक अनुभव घेऊन घेऊन कोणत्या माणसाला विश्वासात घ्यावं असा प्रश्न पडतो हे एक आणि दुसरं म्हणजे, उद्ध्वस्त माणूस जास्त स्वाभिमानी आणि कडवा होतो. पराभव मान्य करायची त्याची शक्ती संपलेली असते. दुसऱ्या माणसाशी युद्ध करायला फार बळ लागत नाही. स्वत:शीच सामना करणं भयानक, कठीण आणि स्वत:च्या माणसांजवळ पराभव मान्य करणं त्याच्यापेक्षा कठीण.''

''शादी किसी की भी हो, अपना दिल गाता है!''

ह्या वृत्तीचं वरदान देऊन परमेश्वराने आपल्याला पाठवलं आहे. त्यामुळे कोणतीही दोन माणसं एकमेकांत किंवा इतरांशी माणुसकीने वागली की, इथे इंद्रधनुष्य पडायला हवं, कारंजी उडायला हवीत, मोगरा दरवळायला हवा आणि सनईच्या सुरांनी मनाचा आरसेमहाल भरून जायला हवा.

ही वृत्ती ज्याने जपली त्याचं त्रिखंडात स्वागत होतं. तो माणूस राहत नाही, 'फरिश्ता' होतो.

"तुम्ही कराल तो नियम होतो. मी संन्याशाची वस्त्रं वापरीत नाही. हारतुरे स्वीकारीत नाही. मला इतर साधकांबद्दल काही म्हणायचं नाही. सर्वजण आपापल्या परीने मोठी आहेत. कुणीही गर्वाने 'मीच मोठा' किंवा 'मीच मोठी' असं म्हणू नये."

"हे सगळं रूप अनुयायी देतात."

"त्यांनाच प्रथम थांबवता आलं नाही, तर समाजाला कसं आवराल? समाज मनाइतकं अंध, निर्बुद्ध म्हणून दुबळं असं कुणी नाही. म्हणूनच बहुसंख्य माणसांना बुवा हवा असतो नाहीतर युनियन किंवा पक्षनेते."

"ह्यावर उपाय?"

"बेदम कष्ट. ज्याच्यापाशी बुद्धिमत्ता आहे त्यांनी मेंदू शिणवावा, ज्यांच्याजवळ आरोग्य आहे त्यांनी शरीर राबवावं. मानवाजवळ दोनच गोष्टी असतात. बुद्धी आणि शरीर. मन नावाची चैन शंभर वर्षं तरी आपल्या देशाला परवडणार नाही. मग देश वर येतो की नाही बघा."

ह्या दुर्दैवी देशात शेतकरी सवलती पिकवतात, सरकार आश्वासनं पिकवतं आणि सो कॉल्ड नेते घोषणांचे मळे लावतात."

चार घटका बसायला मिळावं म्हणून केवढी पळापळ. एक राखीव जागा मिळवण्यासाठी आपण जी धावपळ करतो, ती एनर्जी जर वाचवली तर तेवढ्या शक्तीत आपण उभ्यानेही प्रवास करून जाऊ. पण नाही. गाडीत बसायला मिळणं हा प्रवासी म्हणून आपला अधिकार आहे असं आपल्याला वाटतं. तेवढेच पैसे भरून काही माणसं बसू शकतात आणि काहींना उभं राहावं लागतं ही विषमता आपण पचवू शकत नाही. हक्कावर अतिक्रमण आणि अहंकारावर वार एवढ्या भावना बसायला जागा न मिळाल्याने निर्माण होतात.

आपण खरंच, वर्तमानपत्र का वाचतो?— स्वतःचं कौटुंबिक आयुष्य काही क्षण अशांत का करतो? वर्तमानपत्रात काय असतं? कधीकधी अंतुले आणि आदिक ह्या देवमाणसांच्या बातम्यांनी दिवसाची मंगलप्रभात होते. हाजी मस्तान किंवा तत्सम गुंड, दबाव आणून तुरुंगातून निसटलेले असतात. प्राध्यापकांवर हल्ला करणारे विद्यार्थी, पोलीस इन्स्पेक्टरला मारणारे कैदी, दहा-दहा वर्षं पेन्शन न मिळालेला एखादा कर्मचारी, खराब बांधकामापायी

कोसळलेल्या इमारतीचा फोटो इत्यादी बातम्यांबरोबरच, मँचेस्टरमध्ये सत्यनारायण, न्यूयॉर्कमध्ये मुलाची मुंज करणारं एखादं जोडपं, कॅलिफोर्नियात गीतारामायण अशा बातम्या वाचत वाचत, नऊ वर्षांपासून, साठ वर्षांपर्यंत वयाचे हरवलेले, घर सोडून गेलेले महाभाग, हे वाचायचं. एका बाजूला हे चित्र, दुसरीकडे 'टूरटूर'चा दोनशेवा प्रयोग, 'मेलडी मेकर्स'चा पाचशेवा प्रयोग सारख्या जाहिराती आणि पंतप्रधानांनी 'कोणतंही दडपण सहन केलं जाणार नाही' असं केलेलं भाषण, हे सर्व वाचून, 'देश कुठे चालला आहे?'– असं म्हणत आपण आंघोळीला जाणं, ही रोजची सकाळ. ह्या सर्व बातम्या वाचून जर मन विषण्ण झालं नाही, तर वर्षोन् वर्षं गाजलेल्या, पत्नीला, सुनेला जिवंत जाळणारे आणि तरीही कोर्टात तसं शाबित न झाल्यामुळे निर्दोष सुटलेले नवरे, सासरे, दीर व सास्वा ह्या बातम्या असतातच. आणि तरीही ह्या सगळ्यांना माणसं म्हणायचं.

आपल्या मनात ज्या ज्या गोष्टींबद्दल आदरभाव असतो, त्या त्या गोष्टींची महानता इतरांपर्यंत पोचतेच असं नाही. आयुष्यातलं सत्तर ते ऐंशी टक्के जगणं फक्त स्वत:चं असतं. वीस-पंचवीस टक्केच केवळ कुटुंबाचं किंवा समूहासाठी असतं. प्रत्येक माणूस म्हणूनच जितका समजतो त्याच्या कितीतरी पट अनाकलनीयच राहतो. फक्त मरणच शंभर टक्के ज्याचं त्याचं असतं. श्रद्धा ही एक अत्यंत वैयक्तिक बाब आहे. ती सार्वजनिक झाली की पंथ निर्माण होतात. श्रद्धेचं समर्थन करता येत नाही.

'संसाराबद्दलचे माझे सगळे विचार तुम्हाला माहीत आहेत.'

'समोरची व्यक्ती शंभर टक्के आपल्याचसारखी असेल, अशी अपेक्षा तर तू करत नसशील. आपण किती टक्के गोष्टी सोडून देऊ शकतो ह्याच्या प्रमाणात आनंद मिळतो. आनंद हीच एक गोष्ट 'ॲडजस्टमेंट'च्या पॅकिंगमध्ये मिळते. इतर वस्तू रॅपर फोडल्याशिवाय वापरता येत नाहीत. पण आनंद नेहमी रॅपरसकट सांभाळावा लागतो.'

'नुसतं रॅपरच वाट्याला आलं तर?'

'असंही कधी घडत नाही. गणपतीबरोबर त्याचं वाहन, उंदीर येणारच. नुसतेच उंदीर आले तर पिंजऱ्यात पकडून फेकून द्यायचे असतात.'

'स्थूल रूपाने अस्तित्वाचा साक्षात्कार घडवण्याचा निसर्गालाही कंटाळा येत असावा. नॅशनल जिऑग्राफीकच्या दूरदर्शनवर तुम्ही काही मालिका पाहिल्या असतील तर आपण कल्पनाही करू शकणार नाही असे किडे, प्राणी आपल्याला दिसतात. तिथे पडद्यावर ते फक्त दिसतात. त्यांचा स्पर्श कसा असेल तो अंदाजसुद्धा करता येत नाही. त्यांचे आवाज रेकॉर्ड झाले तर ध्वनी कळतो. पण गंध कळत नाही. स्थूल आविष्काराच्या मर्यादा संपल्या की निसर्गही सूक्ष्म रूपाकडे वळतो आणि विचारांच्या इतकं सूक्ष्म दुसरं काही नाही. तिथे सौंदर्यच आहे. त्यांचं कृतीत रूपांतर झाल्यावर जर आनंदाची निर्मिती झाली तर माणसातलं देवत्व प्रकट होतं आणि क्लेश निर्माण झाले तर सैतानाचा जन्म होतो असं मानावं. विचार व्यक्तीला घेरून टाकतात, आचार समाजावर आघात करतात आणि समाज फक्त प्रतिध्वनी करतो. म्हणूनच सर, विचार कसेही असले तरीसुद्धा, जे मिळवावंसं वाटतं, ते प्रथम द्यावं लागतं.

अपघाती मरण म्हणजे त्या मृतात्म्याचे धिंडवडे, शरीराची विटंबना आणि नातेवाईक, आप्तेष्टांची ससेहोलपट. कॉरोनरकडे ताटकळणं, पोस्टमार्टेम विनाविलंब व्हावं म्हणून तिथंही हात ओला करणं, फार कशाला, प्रेतावर टाकण्यासाठी पांढरा कपडा हवा असेल, तर तिथंही दक्षिणा मोजणं, बससाठी डोळ्यांत प्राण आणून, बॉडी ताब्यात मिळेतो पळापळ करणं, नाहीतर नोटांमागून नोटा खर्च करायची तयारी ठेवून टॅक्सीने प्रवास करणं. 'मृतात्म्याला शांती मिळो', असं फक्त म्हणायचं, पण त्यात काय अर्थ आहे? चार घटका माथा टेकायला जमीन हवी असेल तर लाखो रुपये ह्या शहरात ओतावे लागतात. जिवंतपणी सामान्य माणसाची जी परवड व्हायची ती होतेच. पण मरणही जिथे शांतपणे मिळत नाही तिथे मृतात्मा शांत कसा राहील?

समाजात गेंड्याची कातडी पांघरून वावरणारी माणसं कमी आहेत का? आहार, निद्रा, मैथुन एवढ्याच त्यांच्या गरजा. ह्या गरजांना धक्का लागू नये म्हणूनही माणसं पात्रता नसताना फक्त स्पर्धा करतात. कुणाशी? तर स्वत:च्या हिमतीवर मार्ग शोधणाऱ्या स्वयंप्रकाशी प्रतिभावंतांशी, कष्टांवर भक्ती करणाऱ्या माणसांशी. लोकप्रियतेचं वरदान लाभलेल्या सेवाभावी जोडीदाराशी. काही संसारांतून गृहिणी अशा असतात तर काही संसारांतून स्वत:ला कुटुंबप्रमुख म्हणवून मिरवणारे पुरुष

तसे असतात. जोडीदाराचे पाय खेचणं, स्वतःच्या स्वास्थ्यासाठी, कार्यरत असलेल्या पार्टनरचाच अंत बघणं हे अशा, लोळून दिवस काढणाऱ्या महाभागांचं जीवितकार्य.

पाकिटावर पत्ता टाईप करणाऱ्या माणसांचा मला उगीचच राग येतो. बाहेरच्या अक्षरावरून पत्र कुणाचं आहे हे कसं पाकीट फोडण्यापूर्वी समजलं पाहिजे, म्हणजे मग पत्र फोडता फोडता स्वारीने काय काय लिहिलं असेल ह्यासंबंधी तर्क लढविताना 'मजा' येतो. पत्ता टाईप करण्याचा कसला हा आगाऊपणा?

सकाळचे जाग आल्याबरोबरचे क्षण नेहमीच शुद्ध असतात. निर्लेप असतात. दिवसांच्या कारस्थानांचा, कपटांचा, खोटेपणाचा थर त्यावर चढलेला नसतो.

पॅटर्न म्हणून स्वीकार करायचा. सगळ्याचाच. सत्ता गाजवण्यासाठी जे गळचेपी करतात, खून करतात, पोलीसयंत्रणा राबवतात. पद्मश्री, पद्मभूषणच्या खिरापती वाटून विचारवंतांना गप्प बसवतात. फार कशाला, कोण्या एखाद्या महात्म्याने हा जन्म संपवून, पुनर्जन्मातलं निम्मं आयुष्य संपवल्यावर त्याची गणना 'रत्नात' करतात, हे सगळं 'पॅटर्न' म्हणून मान्य करायचं. नुसतं मान्य करून थांबायचं असेल तर फार नफ्फड़ व्हावं लागतं. गेंड्याची कातडी... ओह् नो! गेंडाही जिव्हाग्री बाण लागला तर मरतो.
त्यापेक्षा चिवट कातडी झेंड्याची. मग रंग कोणताही असो. मूळ रंग स्वार्थाचा. तो झाकायचा. तोही पॅटर्न.
पण ज्याला तो पॅटर्न शरीराला, मन आणि बुद्धी पणाला लावून सांभाळावा लागतो तो त्या पॅटर्नचं किती काळ कौतुक करील? विषारी सापाचा दंश झाल्यावर, त्या सापाच्या हिरव्यागार रंगाचं आणि चापल्याचं कौतुक राहील काय?

पुरुषांना नक्की काय हवं असतं?
फक्त स्त्रीसौख्य?
मग असल्या वृत्तीची माणसं लग्न का करतात? मजेत एकट्याने राहावं. इच्छातृप्तीसाठी बाजार काही ओस पडलेला नाही. पण तसं होणार नाही.
ह्या पुरुषांना मोलकरीण, स्वयंपाकीण, शय्यासोबतीण, मैत्रीण, पत्नी आणि पोरांची जबाबदारी उचलणारी एक परिचारिका हवी असते. त्याशिवाय ती मिळवती

हवी पण तिला लौकिक नको.
एका बायकोत त्यांना इतकं हवं असतं.

एक माणूस अनेकांना देण्याचा जेव्हा काही एक प्रयत्न करतो तेव्हा त्याचे अनेक वाटे होतात. प्रत्येकाचं पात्र वैयक्तिक आकारमानाप्रमाणे भरतं. छोटं पात्र ओसंडून वाहून जातं. पुष्कळसं वायाही जात असेल. अफाट आणि अमर्याद असं काही सामावून घेण्याची क्षमता ज्या पात्रात असेल तिथे देणारा कमी ताकदीचा पडत असेल. काही शिगोशीग भरत असतील तर काहींजवळ प्रसरण पावून मिळेल ते झेलण्याची कुवत असेल. देणाऱ्याची खोली, उंची हे स्वीकारणाऱ्याच्या ओंजळीच्या आकारावरून मोजलं जातं. पण जेव्हा अनेक माणसं एका व्यक्तीवर अनंत हस्ते वर्षाव करतात तेव्हा हेच म्हणावं लागतं, 'देणाऱ्याचे हात हजारो, दुबळी माझी झोळी.'

शरीर ही दिसणारी गोष्ट आहे. दोन व्यक्तींना एकमेकांबद्दल विचार करायला लावणारं आणि म्हणूनच जवळ असणारं ते माध्यम आहे. शरीर गौण मानण्यात काहीच अर्थ नाही. संसाराचा प्रवासच ह्या स्टेशनावरून सुरू होतो. तेव्हा हे पहिलं स्टेशन चुकवता येत नाही. तिथे रेंगाळू नये वा मुक्काम करू नये, पण चुकवता कसं येईल? सौंदर्याचा वेध नेहमीच दृश्यापासून अदृश्याकडे जाणारा असतो. प्रत्येकजण आपापल्या कुवतीनुसार अधलंमधलं स्टेशन निवडतो. सगळेच संसार बघूनसवरूनही सुखाचे होत नाहीत, ह्याचं कारण ते आहे. पहिलं स्टेशनच ते सोडायला तयार नसतात.

"मी तसा फार भित्रा आहे. पण नंतर, कशी कुणाला ठाऊक, भीती आपोआपच गेली."
"त्याचं असं आहे बघ. पंगतीत शंभरजण बसले आणि आपण एकटे मागे राह्यलो की त्रास होतो. पण आपल्याबरोबर आणखी पंचवीस-तीसजण थांबलेले असले की काही वाटत नाही. तसंच आहे. सगळ्यांचंच एकदम जे काय व्हायचं ते होणार आहे म्हटलं, की माणसाला समाधान वाटतं."
"म्हणजे सर्वनाशातही माणसाला जस्टिस हवा असतो."
"खरं आहे."
"हे झालं आमच्याबद्दल. जे आपण होऊन, उघड्या डोळ्याने मरण पत्करायला

युद्धावर जातात, त्यांचं काय?"

"त्याचं काहीसं असंच असतं. भीती प्रत्येकालाच असते. सैनिक माणूसच असतो. त्यामुळे आपण हत्यार उचललं नाही, तर समोरचा उचलणारच आहे ह्या भीतीतून काही शूर होतात. कृती करून मोकळे होतात. वाचतात ते वाचतात, बाकीचे जातात. प्रत्येक सैनिकाला त्याची बायको युद्धावर जाण्यापूर्वी ओवाळते आणि युद्धावर आलेल्या प्रत्येक सैनिकाला असं वाटतं की फक्त आपल्याच बायकोचा चुडा हा सावित्रीचा चुडा आहे, आपण सुखरूप परत येणार आहोत. धोका आहे, तो आपल्याबरोबर लढतोय त्या सहकाऱ्याला किंवा शत्रूला. एक हा विचार किंवा दुसरा विचार पंगतीतल्या माणसाचा. जे दुसऱ्याचं होईल तेच माझं."

"माणसाच्या अंतर्मनात विचार जन्माला येतो. मनात त्या विचाराचा एकदा उगम झाला की तो पृष्ठभागावर येतो. मग तो वाणीतून प्रकट होतो किंवा कृतीत व्यक्त होतो. वाणी आणि कृतीचा परामर्ष घेता येतो. तिथे काही प्रमाणात हिशेब संपतो. पण अप्रकट विचारांची एक अफाट शक्ती असते. त्यातूनही काही लहरी निर्माण होत असतात. मेटॅफिजिक्सच्या काही तत्त्वांप्रमाणे ते त्याला 'ऑरा' म्हणतात. मी त्याचा फार मोठ्या आध्यात्मिक पातळीवरून अभ्यास केलेला नाही. तरीही काही एक निश्चित शास्त्र म्हणून आता काही विचार मानले जातात. त्या ज्या काही मॅग्नेटिक लहरी असतील, त्यांचा नक्की वातावरणावर परिणाम होत राहतो. मनातल्या मनात सतत कावलेली, दुसऱ्या व्यक्तीला कायम क:पदार्थ मानणारी व्यक्ती, वर्षोन् वर्षं वास्तूत वावरत असेल तर मग त्याचा काहीच परिणाम होत नसेल का?"

'माझी संसाराची व्याख्याच निराळी आहे. एकमेकांचे वाभाडे काढण्यासाठी किंवा वर्मावर चोची मारण्यासाठी संसार करायचा नसतो. तिथे जोडीदार कमी पडेल तिथे आपण उभं राह्यचं. मी तुला स्वीकारलं ते तुझ्या वलयासहित स्वीकारलं. माणसाच्या स्वभावातली एखादी छटा म्हणजे तो संपूर्ण माणूस नाही. एखाद्या क्षणी, एखादी भावना अनावर होते. का? ह्याचं उत्तर ज्याचं त्याच्याजवळ नसतं. भावनांचे तिढे आपण बुद्धीने सोडवायला बघतो आणि बुद्धिवादाने कठोर प्रश्न सोडवायचे असतात, तिथं भावनेचा घोळ घालतो. ही भावनेची बुद्धीवर आणि बुद्धीची भावनेवर अवेळी पडणारी झापडच असते. झापड उडायच्या आत माणूस संसारात पडतो. आणि जाग येण्यापूर्वी संसार संपलेला असतो.

फेरीवाले, झोपडीवाल्यांपासून स्वत:चाच स्वार्थ पाहणाऱ्या राज्यकर्त्यांचा अन्याय सहन करणं, सगळ्या गोष्टी गृहीत धरायची शक्ती वाढवणं, उत्कटतेने कुठलीच गोष्ट न करणं, लोकांच्या दु:खाने कासावीस न होणं, हे कणाकणाने दगडच होण्यासारखं आहे. निव्वळ मैत्रीचं नातं असू शकतं, त्याचं आकलन न होणं, हेही दगडच होणं. अशा महाभागांना नातेवाईक असतात, प्रेम नसतं. मित्र मिळतात पण मैत्री मिळत नाही.

समोर बसलेली व्यक्ती, प्रत्येक क्षणी तुमचं ऐकत असतेच असं नाही. त्याच्या कानावर जे जे पडतं ते ते मनावर उमटेनासं झालं की तेवढ्यापुरतं बहिरेपण येतं. ते बहिरेपण चेहऱ्यावरही उमटतं. अर्थात तो चेहरा वाचण्याचं भान बोलणाऱ्याला हवं. चेहऱ्यावर मजकूर उमटेनासा झाला की कान मनापर्यंत पोचला नाही हे जाणावं.

स्वत:त काय सौंदर्य आहे, अंगावर कशा छान लहरी आहेत, हे लाकडाचीच कातडी काढून त्याला दाखवून द्यायचं हे काम सोपं नाही. एखाद्या माणसाला स्वत:च्या अंतरंगात किती सात्त्विक भाव आहे, मनाची श्रीमंती आहे हे त्याला आपण होऊन सांगता येत नाही. कुणीतरी असाच रंधा मारून बहिरंग खरवडून अंतरातलं धन प्रकाशात आणावं असं त्याला वाटत असतं. मला वाटतं, रंध्याला आपली कातडी सोलून देताना, लाकडांना हेच वाटत असावं. त्याशिवाय का फर्निचर दिमाखदार दिसतं?

"सुविचारांची वही ही नंतर शोभेची वस्तू होते."

डिपेण्डण्ट माणसं फार प्रेमळ आहेत असं आपल्याला वाटतं. प्रेम दाखवणं ही त्यांची व्यावहारिक गरज असते. मुलं जोपर्यंत लहान असतात तोपर्यंत त्यांचा तो आंतरिक उमाळा असतो. त्यांच्या वैयक्तिक गरजा कमी असतात. आपण आपल्या प्रेमाचा वर्षाव वस्तूंच्या रूपाने व्यक्त करतो. देणग्यांचा वर्षाव करतो. तिथं चुकतं."

"आपल्या मुलांचं वस्तूंवरचं प्रेम आपणच वाढवीत नेतो. त्यांच्या गरजांची वाढ करतो. मग चालत्याबोलत्या माणसांपेक्षा, वस्तूंना प्रायोरिटी मिळते. मुलं मोठी व्हायला लागली की त्यांची स्वत:ची मतं तयार व्हायला लागतात. ती तुमचं

मूल्यमापन करायला लागतात. देणग्यांचा वर्षाव करून करून तुम्ही त्यांना इनडायरेक्टली आत्मकेंद्रित बनवत जाता. कालांतराने मिळणाऱ्या वस्तूंचीही किंमत राहत नाही आणि त्या वस्तू देणाऱ्याचीही.

प्रत्येक जुन्या अनुभवाला नव्याने सामोरं जाण्याची एक कला असते. मी ती कला आत्मसात केली आहे. आयुष्य म्हणजे पुनरुक्ती. ब्रेकफास्ट, आंघोळ, दुपारचं जेवण, त्यासाठी स्वयंपाक, आलटूनपालटून त्याच भाज्या, आमटी, तीच कणीक. त्याच पोळ्या. मग एखादी डुलकी. पुन्हा दुपारचा चहा. परत रात्रीचं जेवण. मग झोप. हा झाला एक दिवस. प्रति क्षणी नवा जन्म घेण्याची शक्ती फक्त मनाजवळ असते. पण त्याला ते शिकवावं लागतं. मनाची ताकद मनालाच कुणीतरी दाखवायची असते. त्याने ती ताकद उचलली की मग सगळं सोपं असतं. मग ते मनच तुम्हांला एक आयुष्य पुरणार नाही इतक्या युक्त्या शिकवतं. ते मन मग लेखकाला कथानकं पुरवतं, कवीला शब्द सुचवतं, संगीतकाराला चाल, नर्तकाला पदन्यास, शास्त्रज्ञाला शोध. साध्यासुध्या, सर्वसामान्य बाईचं आदर्श गृहिणीत रूपांतर कसं करायचं, हेही मनच शिकवतं. स्त्रीची गृहिणी होणं, हीसुद्धा कलाकृतीच आहे, असं मी मानते.

फक्त कलेच्या संदर्भात आणि कोणत्याही कार्यक्रमासाठी, वातावरणनिर्मिती हा शब्द आपण खूपदा वापरतो. खरं तर संवेदनाक्षम माणसाच्या लहरींचा तो अविभाज्य घटक आहे. चार घटका एखाद्या नातेवाइकाकडे किंवा मित्राकडे आपण बसायला गेलो तर तिथे किती वेळ बसायचं हेही तिथल्या वातावरणावरच अवलंबून असतं. अनेक महाभागांना कुणाच्या घरी किती वेळ बसावं ह्याचं तारतम्य नसतं. त्यांना भरपूर रिकामा वेळ असतो किंवा वेळेची पर्वा नसते. दोन्ही असेल किंवा वेळ कसा घालवायचा ह्याचा 'चॉइस' नसेल. 'आपण एखाद्याच्या घरी थांबावं' असं आत्ता इथे वातावरण नाही हे अनेकांना समजत नाही. स्वतःच्या सभ्यतेला, आदरतिथ्याच्या संकेतांना बाध न आणता अशा माणसांची उपस्थिती एक ताण निर्माण करत आहे, हे त्यांना कसं सुचवायचं असा यजमानांना प्रश्न पडतो. कोणत्याही व्यक्तीचं, केव्हाही, आपण सारख्याच वजनाने स्वागत करतो

अशी परंपरा आणि सवय आपणच जर, वाट्टेल त्या वेळी धडकणाऱ्या पाहुण्यांना लावली असेल तर ते केव्हाही उगवणार, कोसळणार किंवा उपटणार. मग ते वातावरणाचा का विचार करतील?
आणि आता अलीकडे तर एका महान पिशाच्चाकडे आपण सगळ्यांनीच वातावरणासहित वास्तू गहाण ठेवली आहे. ते पिशाच्च म्हणजे टीव्ही. हे पिशाच्च हाकलणं अशक्य. कारण ते आधुनिकतेचा, स्टेटसचा 'सफारी' घालून आलं आहे. जेवणाच्या वेळा, मुलांच्या अभ्यासाच्या वेळा ह्या सर्व जीवनावश्यक बाबींचा बळी घेऊन टीव्ही हीच आवश्यक चीज ठरवली आहे. सगळ्या सांस्कृतिक उपक्रमांकडे पाठ फिरवून विचारवंत समजला जाणारा वर्ग वीस इंची चौकोनाकडे डोळे आणि कान लावून बसला आहे. अचानक आलेल्या पाहुण्यांशी तर सोडाच, पण घरातल्या 'हम दो नाही हमारे दो'शी बोलण्यासाठी हवं ते वातावरण राह्यलेलं नाही.
मग वाटतं, निव्वळ कार्यक्रमाच्या बाबतीतच 'वातावरणाचा' विचार करताना, सगळ्या दिनक्रमाचा, कौटुंबिक संवादाचा, भविष्याचा विचार कधी करायचा?

चार कागदांवर सह्या आणि पंचवीस रुपड्या फेकल्या की मिळणारी काळ्या मण्यांची बेडी आणि पुसता न येणारा तुझ्या आडनावाचा टिळा, एवढं झालं की मी संपूर्ण तुझी झाले ह्याच्यावर तू विश्वास ठेवणार ना? म्हणजे 'नवरा' ह्या कागदोपत्री नोंदीवर तू माझ्यावर चोवीस तास पहारा करायला मोकळा. हेच हवंय ना तुला?– ज्यांना मनं वाचता येत नाहीत ती तुझ्यासारखी माणसं सरकारी छापील कागद वाचून निश्चिंत होतात. म्हणूनच, असाच एक घटस्फोटाचा कागद लग्नाच्या कागदाचा पराभव करतो. समर्पणाचा भाव ज्यांना आयुष्यात कळत नाही, त्यांना कायद्याच्या चौकटीत सुरक्षित वाटतं.

ज्या माणसाला विचारांची सोबत आहे त्याला कोणतंही अंतर लांब वाटत नाही. एकदा विचारांची साखळी सुरू झाली की, त्या साखळीपेक्षा रस्ता कधीच लांब नसतो.

''जगण्यासाठी पैसा किती लागतो हे एकदा ठरवता आलं पाहिजे. नोकरीशिवाय भागू शकतं हे एकदा पटलं तर, ताबडतोब ते मानहानीचं आयुष्य झुगारून द्यायला

हवं. इलाज नसतो तेव्हा आपण सतत अपमान पचवतोच. म्हणूनच मानाचं जीवन जगायची संधी आल्याबरोबर तिचा स्वीकार करायला हवा.''

यशाइतकं बोलकं दुसरं काही नसतं.

कष्ट करणारा माणूस नेहमी, जास्तीचे कष्ट कुठे करावे लागतील अशा व्यवसायाच्या आणि प्रांताच्या शोधात असतो; म्हणूनच राबणाऱ्या माणसाला मुंबईसारखं गाव नाही. मुंबईत माणसाच्या सगळ्या आशाआकांक्षांना, इंद्रियांना आणि कर्तृत्वाला 'दमलो' म्हणायची पाळी येईल, एवढा वाव आहे. 'अनंत हस्ते कमलावराने, देता किती 'कष्टवशील' दो करांनी,' असा थोडासा फरक करावासा वाटतो, तो मुंबईतच. इथं फक्त पुणेकरांप्रमाणे 'अठरा तास घाम गाळतोय' असं विधान करता येत नाही. कारण, हे व्याज इथं चक्रवाढाप्रमाणे आणि तेही मुद्दल न गुंतवता मिळतं. घामाचं नातं कष्टांशी जोडता येणार नाही एवढा एकच शाप या शहराला आहे.

'ज्याला प्रेम समजतं, शब्द समजतो तो वेळ पाळतो, नि ज्याला फक्त स्वार्थ समजतो, तो वेळ साधतो.'

एक लग्न स्त्रीला अनेक प्रकारांनी उद्ध्वस्त करतं. सप्तपदीच्या सातव्या पावलाने, नवरा सखा होईलच ह्याची शाश्वती नसताना, लज्जाहोमात मुलीला प्रथम माहेरच्या बालपणाची आहुती द्यावी लागते. ते आयुष्य पुन्हा नाही. झाडावरचं फूल म्हणजे आई-वडिलांच्या सान्निध्यात जगणारी मुलगी. खऱ्याखुऱ्या जीवनरसावर फुलणारी कळी. ती तोडली की संपलं. सासर फ्लॉवरपॉटसारखं असतं. तिथं मुलगी सजवली जाते, रुजवली जात नाही. स्मशानात गोवऱ्या जायची वेळ आली तरी बायका, माहेर म्हटलं की क्षणभर कात टाकतात. आई-वडील अगदी साधे, भोळे, कदाचित संगोपनही नीट समजलेले नसले तरी मुली त्यांच्या आठवणीने गहिवरतात. त्यामागचं कारण हेच.

आपल्याला न आवडणारे विचारही आपल्यावर हुकमत गाजवून जातात.

'माणूस बोलेनासा झाला की नजर वाजवीपेक्षा जास्त बोलते. नीट ऐका, वाजवीपेक्षा.'
'पण...'
'नजर जेव्हा बोलू लागते तेव्हा ती बघायचं काम करत नाही. स्वत:चं नेमून दिलेलं काम ती बाजूला ठेवते.'

बाणेदार माणसालाच बाणेदारपणाची किंमत किती मोजावी लागते ते समजतं. अशा वेळी डोळ्यांतून येऊ पाहणाऱ्या पाण्याला सांत्वन नको असतं. स्वत:चा पराभव जेव्हा स्वत:जवळही मान्य करावासा वाटत नाही, तेव्हा डोळ्यांतून येणारं पाणी पापणीच्या काठावरून आत जिरवायचं असतं.

'आपण आयुष्य जगत असतो त्या आयुष्याला अर्थाचं कोंदण अशाच कोणत्या तरी निसटत्या क्षणी मिळतं. मग तो नेमका क्षण कोणता ह्याचा शोध सुरू होतो. कालांतराने तो क्षणही गौण होतो. फक्त आपण काहीतरी शोधत आहोत, ह्याच्यावरच प्रेम बसतं. मुक्कामाला नेमकेपण असतं. मुक्काम मर्यादेनं वेढलेला असतो, शोध अनादि-अनंत असतो. मुक्काम तुम्हाला झपाटून टाकत नाही, तो सगळं संपल्याचं सांगतो. शोध झपाटून टाकणारा असतो.'

विवाहबाह्य नातं.
ह्या परिस्थितीवर उत्तर असतं का? असलेलं उत्तर वेळ निघून
जाण्यापूर्वी मिळतं का? आणि मिळणारं उत्तर मानवणारं असतं का?
लग्न झालेल्या पुरुषाला दुसरी विवाहित स्त्री आवडणं किंवा एखाद्या
स्त्रीला दुसरा पुरुष आवडणं ही परिस्थिती समर्थनीय नसली तरी
अटळ आहे का?
युगानुयुगं, देशोदेशी ह्या कहाण्या घडत आहेत. नियती अथवा
परमेश्वर (कुठे आहे बापडा कुणास ठाऊक!) ह्यांनी पण हे हेरलेलं
आहे. विश्वामित्रांचा तपोभंग असो, भस्मासुराचं भस्म करण्याचं काम
असो वा सुंदोपसुंदीत दोघांचा बळी घेणं असो, एकच अक्सीर
इलाज– 'स्त्री.'
शब्द जन्माला येण्यापूर्वीपासूनच्या ह्या कहाण्या. त्यानंतर माणूस बोलू
लागला. म्हणून काय झालं? तर परस्त्री का आवडते ह्याचं समर्थन
करू लागला. कहाणीत फरक नाही.

म्हणूनच वाटतं, ह्या स्वरूपाच्या समस्येवर उत्तर नसतं. असतात
फक्त कारणं आणि उपाययोजना.

'वियोग झाल्यावर माणूस का रडतो माहीत आहे?'
मी मान हलविली.
'ते फक्त वियोगाचं दु:ख नसतं. जिवंतपणी आपण त्या
व्यक्तीवर जे अन्याय केलेले असतात, त्याला आपल्यापायी जे
दु:ख भोगावं लागलेलं असतं, त्या जाणिवेचं दु:खही त्यात
असतं. त्याशिवाय जीवघेण्या यातनाही त्यात असतात.
ज्याच्यासाठी आपण रडतो, नेमकी तीच व्यक्ती वगळून,
आपण किती दु:ख करीत आहोत अशा अनेकांना ते नुसतं
दिसतं. ज्याच्यापर्यंत ते दु:ख, अश्रू तसेच्या तसे पोचले असते
तोच तिथं उपस्थित नसतो.
'तुम क्या जाने, तुम्हारी यादमें हम कितने रोये' हेच खरं.

एखाद्या ऐतिहासिक किल्ल्याप्रमाणे माझ्या मनाची अवस्था झालेली
आहे. मी माझ्याच मनात जाते ती एखाद्या चोरवाटेने. हे मन इतकं
अवाढव्य आहे की आत शिरायचं ठरवलं की प्रत्येक प्रवासात एक
वेगळी चोरवाट सापडते. त्या चोरवाटेने जाताना अचानक एक नवं
दालन उघडतं. त्यात एक वेगळा खजिना स्वागतासाठी सिद्ध असतो. मी
जर त्या दालनापाशी थांबले तर मला एक नव्याने शोध लागतो, की अरे,
आपल्याला ह्याही विषयात गोडी आहे. मग ते नवं दालन सोडावंसं
वाटत नाही. रसास्वाद घेत मी दिवसचे दिवस तिथे मुक्काम करते. पण
पुन्हा एका नव्या प्रवासात आणखी एक चोरवाट सापडते. मागच्या
प्रवासातली दालनं ह्या वाटेवर लागत नाहीत. पुन्हा एखादं नवं दालन.
पुन्हा हरवणं. असं कितीतरी दिवस चाललंय. कुठे स्थिर व्हावं कळत
नाही. ह्या अवाढव्य किल्ल्याला किती दालनं आहेत कळत नाही. प्रत्येक
दालन खुणावतं. आपल्याला इथेही गती आहे हे नव्याने जाणवतं. काय
करू? पुन्हा एक राक्षस ह्या चोरवाटेच्या बाहेर आहेच. हे सगळं जाणून
घेणारा नवरा मिळेल का?-हाच तो राक्षस- यक्षप्रश्न. तसा नवरा
मिळाला नाही, तर इतिहासात वाचतो त्याप्रमाणे गडावर फक्त हल्ले
होत राहतात, त्याच्या सौंदर्याची नासधूस होत राहते.

तडकाफडकी यश, रातोरात प्रसिद्धी, कष्टाशिवाय पैसा, व्यासंगाशिवाय लौकिक ह्या सगळ्या गोष्टींचं वेडही तरुणवर्गात रातोरात घुसलेलं नाही. हे सगळं घडवणारी यंत्रणा, स्वातंत्र्य मिळाल्यापासून राज्यावर आहे. 'सत्ता' हा एकच देव मानणाऱ्या ह्या यंत्रणेने लायकीपेक्षा 'नालायकी'च्या जोरावरच अनेक माणसं नीट नांदू शकतात ह्याचे वस्तुपाठ सातत्याने समाजासमोर ठेवले. तरुणांची माथी भडकल्यास नवल काय?– ह्या देशावर तीनच शब्दांचं राज्य तीन तपांवर चाललं आहे. चर्चा, मोर्चे आणि खुर्च्या. हे ते तीन शब्द. हा दत्तगुरूंचा सध्याचा अवतार. विचारवंतांचा वर्ग केवळ चर्चा करतो. विचारांशी सुतराम संबंध नसलेले फक्त मोर्चा काढतात आणि ह्या अडाणी, हिंसक वृत्तींच्या मोर्च्यांवर पुढाऱ्यांच्या खुर्च्या टिकतात.

हे सगळं पाह्यलं-ऐकलं की वाटतं, न सुटणारं व्यसन, भले ते मग दारूचं असो वा नटण्यामुरडण्याचं असो, ते सगळंच घातक. उपाययोजना व्हायला हवी ती वृत्तीवरच. शाळा, कॉलेज, वनिता-भगिनी मंडळं, ह्या प्रत्येक स्तरावर, प्रत्येक माध्यमातून, विचारसरणीवरच वेगळे संस्कार व्हायला हवेत. बुद्धिमत्ता, विद्वत्ता, एखादी निसर्गदत्त कला, कोणत्याही विषयातलं प्रावीण्य आणि जन्माला घालतानाच विधात्याने जेवढे सौंदर्य दिलं असेल त्याची जाणीव हेच अलंकार वाटायला हवेत. संसारासाठी द्रव्यार्जन करता यावं, परिस्थितीला यशस्वीपणे सामोरं जाता यावं म्हणून आर्थिक भार उचलणारी 'स्त्री' हाच एक चालता-बोलता, मौल्यवान दागिना आहे, अशी अस्मिता स्त्रीवर्गात जागी होईल का...? तशी जाणीव आणि जाग यावी ह्याचं शिक्षण कुठं दिलं जाईल का?

लेखक आणि वाचक ह्यांचं नातं कोणतं? गायक आणि श्रोते ह्यांचा एकमेकांत संबंध काय? अभिनेते, अभिनेत्या आणि प्रेक्षक ह्यांचा ऋणानुबंध असतो का? असतो! ह्या सगळ्यांचा ऋणानुबंध, न तुटणाऱ्या गरवारे नायलॉनच्या दोरखंडासारखा असतो. तो म्हणजे 'आनंदाचा ऋणानुबंध.' हा अक्षय्य टिकणारा संबंध. लेखकांना टोप्या घालणारे संपादक, प्रकाशक भेटतात, अभिनेत्यांना निर्माते भेटतात, गायकाला कॅसेटवाले भेटतात. कलावंतांना राजरोस टोप्या घालून त्यांचा आवाज, अभिनय आणि लेखण्या विकून ही दुकानदार मंडळी

गबर होतात. मस्तवाल होतात.

पण लेखक-वाचक, गायक-श्रोते, अभिनेते-प्रेक्षक ह्यांची
एकमेकांपासून फारकत करण्याचं सामर्थ्य ह्यांच्यापैकी एकालाही नाही.
आनंद दशदिशांना वाटून टाकणं हे दैवी कार्य. म्हणूनच हे कार्य
करणाऱ्या कलावंतांच्या आड येण्याची ह्यांची हिंमत नाही. व्यवहारात
बुडणं हा कलावंतांचा स्थायीभावच. पण समोर श्रोते दिसले, एखाद्या
अनोळखी व्यक्तीच्या हातात आपलं पुस्तक दिसलं, की 'आनंदाचे
डोही आनंद तरंग' ही रचना तुकाराम कानात नव्याने सांगून जातात.
ह्या सेतूला प्रकाशक, निर्माते, दुकानदार ह्या कमानी नसतात.

माझं वैयक्तिक आयुष्य माझ्या साहित्यापासून लांब नाही म्हणूनच मला 'वाङ्मयीन
अलिप्तता' साधलेली नाही हे मला जाणवतं, पण त्याच वेळेला माझ्यातल्या
लेखकाच्या आणि माणसाच्या संवेदना एकच आहेत ह्याचा मला अभिमान वाटतो.
म्हणूनच गांधीजींची हत्या झाल्यावर, ज्यांचा ह्या हत्येशी सुतराम संबंध नव्हता
अशांच्या घरांची जी राखरांगोळी झाली त्या माणसांना न बघताही त्यांचे भकास
चेहरे मला दिसत राहिले. गोवा आंदोलनात ज्यांनी प्राण गमावले त्यांनी केलेला
त्याग कमी मोलाचा नाही. त्यांच्या अमरत्वाच्या घोषणा काही काळ झाल्या. पण
मी आक्रोश ऐकला तो कुणाचा? तर पोरक्या झालेल्या तीन मुलांच्या आईचा.
तिच्या सांत्वनासाठी मी गेलो तेव्हा ती शांत होती; तशीच 'अमर रहे'च्या घोषणा
ऐकून कासावीसही झाली होती. ती मला म्हणाली.
'हे गेले. अमर ठरले. पण त्याग त्यांनी केला नाही. आम्ही केलाय. ही तीन
कच्चीबच्ची बछडी आता मला एकटीला वाढवायची आहेत. देश आमच्यासाठी
काय करील? पाच-सहा लाख रुपये खर्च करून क्रांतिवीरांचं स्मारक बांधील.
माझ्या नवऱ्याच्या नावाची त्यात एक वीट असेल. पुढे काय? आमची ही मुलं
हीच त्यांची चालती-बोलती स्मारकं आहेत. त्यांचं संगोपन कुणी करायचं? चार
घरी पोळ्या लाटत मी ह्यांना शिकवायचं. ह्यांच्या शिक्षणावर हजारो रुपये खर्च
करताना, ते मिळवताना अपमान सोसायचे. कणाकणाने मरायचं. 'अमर रहे'च्या
घोषणांचे पडसाद चितेच्या धुराअगोदरच वाऱ्यावर विरून जातात. स्मारकांचं
उद्घाटन करून राज्यकर्ते घरोघरी जातात. एक स्मारक उभं राहतं, त्यासाठी
अनेक घरांच्या भिंती कोसळतात. खरा त्याग माझ्या नवऱ्याने केलेला नाही, मी
आणि माझ्या तीन मुलांनी केलाय.'

हे शब्द एका पत्नीचे आहेत. एका बाईचे आहेत, एका आईचे आहेत.
मग ही स्त्री, अमेरिकेतली आहे, की रशियातली की भारतामधली हा प्रश्न मनाला शिवत नाही. पृथ्वीचे खंड राजकारण खेळणाऱ्या माणसांसाठी पडतात. कलावंत फक्त एकच खंड मानतो, त्याचं नाव 'त्रिखंड.'

जगाच्या पाठीवर कोणत्याही देशातल्या माणसांना, मानवी रक्त हाच एक धर्म आहे ह्याचं आकलन होईल, त्यांनाच 'निधर्मी' शब्दाचा खरा अर्थ समजला आहे. ज्यांना तो अर्थ समजला नाही, ते सगळे सत्ता टिकवण्यासाठी, मानवी रक्त इंधन म्हणून वापरतात.
वयाच्या सोळाव्या वर्षी सगळ्या विश्वात शांती नांदावी म्हणून 'पसायदान' मागणाऱ्या ज्ञानेश्वरांनाच फक्त 'निधर्मी' शब्द समजला होता.

ह्या अफाट चक्रावरचे आपण एक घटक. घटकाला पूर्ण चक्र समजावं ही अपेक्षाच अवास्तववादी. एका घटकाने दुसऱ्या घटकालाच जास्तीत जास्त जाणून घेण्याची धडपड करावी आणि ते करत असतानाच स्वत:च्या प्रवासाची बांधाबांध करावी. दुसरं काय?
माणूस हा किती संकेतांनी जखडला गेलेला असतो पाहा! 'प्रवास' शब्द उच्चारला की पाठोपाठ 'बांधाबांध' हाच शब्द डोक्यात येतो. 'इथून-तिथे' ह्या दोन शब्दांतलं अंतर जोपर्यंत 'मैलांत' मोजता येतं, तोपर्यंतच बांधाबांध ह्या शब्दाला अर्थ आहे. पण जिथे मैलांचा हिशेब नाही तिथं डागांचाही नाही. एकदम ट्रॅव्हल लाइट! पण परंपरेने बांधलेले आपण, प्रवास म्हटलं की विचार सामानाचा, बरोबर काहीतरी न्यावं लागतं हेच मनावर बिंबलेलं. त्याला कोण काय करणार? पाच वर्षांच्या मुलालाही आपण छोटी पिशवी देतो आणि 'हिला सांभाळायचं' असं सांगतो. नंतरच्या आयुष्यात मात्र आपण गळ्यात पडणाऱ्या पिशव्या कशा झटकता येतील ह्याचा विचार करीत राहतो.
फार मजा वाटते. फनी वाटतं.
आपला मुलगा एखादं वाक्य उलटून बोलला की संताप येतो. कारण 'उलटून बोलायचं नसतं' अशी एक पिशवी आपण त्याच्या गळ्यात कधीच लटकवलेली असते. अशा तऱ्हेच्या भ्रामक, खुळचट पिशव्या आपण बाळगतो. पाप-पुण्य, नीति-अनीती, स्त्री-पुरुष सहवास, व्यसनं... कितीतरी!
अशाच कुणाला तरी आपण केव्हा केव्हा खूप दिवसांनी पाह्यल्यावर विचारतोही–

'एवढे थकल्यासारखे, ओढल्यासारखे का दिसताय?' त्याच्या खांद्यावरच्या पिशव्यांची त्यालाही जाणीव नसते, तो म्हणतो.
"तसा आत्ता मी बरा आहे, पण मधूनमधून एकदम थकवा येतो. थकवा कशाचा असं विचारलं तर सांगता येणार नाही."

स्वत:च्या देशाचा अभिमान जरूर धरावा. पण कधी? पोस्टातली पत्रं वेळेवर पोचतील, मुलांच्या शाळाप्रवेशासाठी आईवडिलांना ऊर्ध्व लागणार नाही, झोपडपट्टीतल्या सैतानांना कुटुंबनियोजन समजेल, रास्ता रोको आंदोलनात संबंध नसलेल्यांची अडवणूक होते हे नेत्यांना समजेल, सामान्यातल्या सामान्य माणसाला पाण्याच्या प्रत्येक थेंबाचं महत्त्व समजेल, बांधकामात अफरातफर म्हणजे अनेकांच्या मृत्यूचं उत्तरदायित्व आपल्यावर ह्याची जाणीव जेव्हा क्रूर सैतानांना होईल आणि आपण देशाचं रक्षण कोणती संस्कृती जपण्यासाठी करत आहोत हे सैनिकांना समजेल त्या दिवशी 'सारे जहाँसे' म्हणताना, रक्तवाहिन्यांना रक्त आवरेनासं होईल.

रियाज स्वत:साठी असतो. चालून आलेल्या पायवाटेचा तो शोध असतो. शोध एका क्षणात लागत नाही. अनेक प्रयोगांपैकी एखादा सिद्ध होतो. तो सिद्ध होणारा क्षण सापडेपर्यंत आपण त्या शोधाच्या सान्निध्यात असतो. त्या झपाटणाऱ्या वेडाचा सहवास हेच संगीत. रियाज म्हणजे नामस्मरण. कार्यक्रम म्हणजे आरती. आरतीला अनेक येतात. त्यांचे उद्देशही वेगळे असतात. आरतीमध्ये देहभान हरपणारे फार थोडे. आरती म्हणणाराही प्रत्येक वेळी हरवतो असं नाही. नामस्मरण केवळ स्वत:साठी असतं. नामजप करणारेही आपणच. ऐकणारे आपण. मीच गायक, मीच श्रोता. मीच माझ्यावर नाराज व्हायचं, मीच खूष व्हायचं. खूष होण्याचे क्षण कमी असतात. कारण स्वत:ला प्रसन्न करणं फार अवघड असतं. प्रत्येक वेळी तुमच्यापेक्षा उंच शिखर तुम्हाला खुणावतं. मैफलीत तसं नसतं. तुम्ही जीव ओतून गायलात तरी ऐकणाऱ्याला सगळं गाणं ऐकू जात नाही. प्रत्येकाला वैयक्तिक कुवतीप्रमाणे स्वरांची ओळख झालेली असते. तेवढंच गाणं त्याच्यापर्यंत पोचतं. तर काही रसिकांची उंची अफाट असते. तिथे आपल्याला जाता येत नाही. मग जशी टीका सहन होत नाही, तशी नावाजणीही पेलत नाही. मैफल तुमच्या मालकीची नसते. तिचं यशापयश अनेकांच्या स्वाधीन असतं. मैफल संपूर्ण यशस्वी झाली तरीही काही जागा श्रोत्यांना हेरताच आल्या नाहीत, हे शल्य मागं उरतंच.

प्रत्येक सौख्याची किंमत त्याच्या मूल्यमापनाइतकी असते. काहीही फुकट नसतं आणि कोणताही सौदा स्वस्तात होत नाही. काही गोष्टींची किंमत अगोदर मोजावी लागते, तर काहींची नंतर!

मूल पाच वर्षांचं होईतो त्याला फारसं कळत नाही म्हणून त्याला विक्षिप्त म्हणायचं, नंतर दहा वर्षांपर्यंत 'वाढतं वय' म्हणून मुलांचं वागणं सहन करायचं. नंतरचं वय धड ना बाल्य, ना तारुण्य म्हणून हेकटपणाने वागायचा काळ. मग 'तारुण्याची धुंदी' म्हणून वेगळं वागणं. मग स्वभाव पक्का बनला म्हणून जो असेल तो स्वीकारायचा. असं म्हणता म्हणता 'आता एवढ्या उशिरा, ह्या वयात त्याचा स्वभाव बदलणं कसं शक्य आहे?'– हे म्हणायची पाळी येते.
कोणत्या वयाची हमी द्यायची?

लहानपणी निबंधासाठी एक विषय ठरलेला असायचा.
कोणत्या तरी निर्जीव वस्तूचं आत्मचरित्र.
परवा फिरायला जाताना सहज रस्त्याला म्हटलं,
'कसं काय?'
आणि रस्ता म्हणाला,
"संपूर्ण राष्ट्राच्या जीवनात रस्त्याचं महत्त्व अनन्यसाधारण आहे. ज्या गावाला रस्ता नाही, त्या गावाला अस्तित्व नाही. राष्ट्राची सामाजिक, राजकीय, आर्थिक, शैक्षणिक प्रगती रस्त्याशिवाय अशक्य. त्यासाठी आम्ही काय काय सहन करतो? अवाढव्य वाहनांखाली आम्ही नित्य जगतो, मरतो. तुम्ही माणसं आमच्या अंगावर कुठंही गलिच्छपणे थुंकता. रस्त्याच्या दोन्ही कडांना नको ते विधी करता. तुम्हा मानवांची घाण आम्ही अंगावर तर घेतोच, पण आमच्या पोटातूनही तीच घाण सतत वाहत असते. तुम्ही रस्ते खणता, वर्षानुवर्षं दुरुस्तीच्या नावाखाली उकळतं डांबर ओतता. तुमचं पिण्याचं पाणी आणि त्याचे अजस्त्र नळ आमच्याच आतड्यातून, टेलिफोनच्या तारा आणि इतर काय काय सांगू?– अर्थात आमचा जन्मच त्याच्यासाठी आहे. आमची जी कर्तव्यं आहेत त्यापासून आम्ही मागे सरकणार नाही. आम्हाला परतीची वाट नाही. पण आता आमचं जे प्रयोजन आहे, त्यालाच धक्का लागायची वेळ आली."
"म्हणजे..."
"आम्हाला मोर्चाचा भार पेलत नाही."
"येस. मोर्चा इज द लास्ट स्ट्रा ऑन द कॅमल्स बॅक."

“आम्ही स्थिर आहोत म्हणून देश गतिमान आहे.”
“वाहत असणं हा आमचा धर्म आहे आणि तुम्ही रस्तेच अडवता.”
“ज्या कामासाठी आमची योजना आहे, तेच काम जर आम्हाला करू दिलं नाही तर इथे राहायचं कशाला?”
“चला रे.”
सगळे रस्ते एकाएकी जायला निघाले. मी जिवाच्या आकांताने म्हणालो,
“आम्ही काय करायचं?”
“संप, हरताळ, मोर्चे ह्यात आमचा जीव गेला.
तुम्ही आता तुमच्या अस्तित्वासाठी...
आणि प्रगतीसाठी...
नवे रस्ते शोधा.”

स्त्रीला सौंदर्याचा लाभ होणं, तिच्या अस्तित्वासाठी श्वासाइतकं आवश्यक आहे. सौंदर्य हाच अधिकार, ह्याच सौंदर्याच्या अधिकारावर बायका श्रीमंत नवरे मिळवतात आणि पैशाच्या जोरावर पुरुष सौंदर्य विकत घेतात. सौंदर्याप्रमाणेच मूळचीच श्रीमंती लाभली तर माणसाला फारशी अक्कल नसली तरी चालते. श्रीमंत लोकांना अक्कल उपजत असते असं निर्धन समाजाला वाटतं आणि सौंदर्याला अक्कल लागत नाही. दोन्हीची युती झाली की जग हातात आलं. त्या ट्रॅकवर छोटी गावं लागत नाहीत. ‘लायन, रोटरी’ अशी शहरं असतात. फॉरिनच्या वाऱ्या असतात. तीर्थक्षेत्राला जाणाऱ्या पायी दिंड्या नसतात. कारण पायच ठरणार नाहीत, अशी त्यांची ‘तीर्थं’ असतात. तिथून विमानंच सुटतात. एस.टी.च्या यात्रा कंपनीच्या सर्व्हिसेस सुटत नाहीत. ही सगळी जमात सुटलेलीच असते.
ह्या जमातीच्या पंचतारांकित हॉटेलमधले सेमिनार्स पाहावेत. अमका लायन तमक्या लायनला हार घालतो आणि तो तमका लायन पुन्हा पुन्हा अमक्या लायनचं कौतुक करतो. इनर व्हीलवर, सतत एकमेकांभोवती फिरणाऱ्या ह्या सिंहांजवळ फक्त पैशाचं वंगण असतं आणि सौंदर्याची आयाळ असते. एखादा निर्धन पण साहित्य, नाट्यकला, चित्रकलेचं, गुणांचं धन असलेला माणूस ह्यांचा सभासद होऊ शकत नाही. ह्या माणसांच्या संस्थेला ते फार तर देणगी देतील. कारण देणगीपाठोपाठ तिथे आपल्याला संस्थेच्या नावाची पाटी लावता येते. पण एखाद्या कलावंताचं निव्वळ कलावैभव पाहून, त्याला ते मेंबरशिप देणार नाहीत.

आपले आईवडील आपल्याला निवडता येत नाहीत. मिळतात ते स्वीकारावे लागतात. प्रस्थान ठेवायचं तेच ठिकाण मालकीचं नाही.
अशा काहीशा परिस्थितीत आपण सगळे वाढतो. त्यातही बंगल्यात बालपण गेलं तर चाळीत, वाड्यात, खेडं-तालुका, जिल्हा, शहर असे कितीतरी 'तर' आणि 'स्तर' आपल्याला घडत-घडवत असतात. ह्यातल्या जितक्या घटना आपण जाणिवेने टिपल्या असं मानतो, त्याच्या कैकपट अधिक गोष्टी आपल्या सुप्त मनाने नोंदवून ठेवलेल्या असतात. उत्तरार्धात त्यातली कोणती पेशी कार्यरत होऊन ती घटना आपल्या समोर साकार करील आणि कदाचित आपल्याही वृत्तीला न पेलणारा निर्णय घ्यायला भाग पाडील, हे सांगणं मुश्किल. भूतकाळातल्या कोणत्या व्यथेने क्षणात प्रकट होऊन कोऱ्या करकरीत वर्तमानातल्या क्षणावर गारूड केलं ह्याचा पत्ताही लागत नाही. अशा असंख्य दृश्य रेघांनी आणि सुप्त अदृश्य चऱ्यांनी, पृष्ठभाग मलीन झालेल्या पाटीसहित आपण आंतरपाटापलीकडे उभे राहतो आणि ह्यापेक्षा वेगळ्या रेघोट्यांनी आच्छादित झालेल्या पाटीला अंतरपाट दूर होताच माळ घालतो. अशा दोन पाट्यांवर 'सावधान'ची अक्षरं कशी उमटणार?

"बटण दाबल्याबरोबर खोलीतला दिवा लागतो. आपण तेव्हा दिव्याकडे पाहतो का? तो लागला नाही म्हणजे लक्ष जातं. करेक्ट? त्याप्रमाणे तुम्ही एखादी मागणी नाकारून बघा. आत्तापर्यंत हा दिवा प्रत्येक क्षणी लागत होता, नव्हे, जळत होता– ह्याचं विस्मरण झालेलं दिसेल. डू यू गेट मी? तेव्हा मुलंही परकी. बायकोच जाणीव ठेवते."
"नॉट ऑलवेज."
"ऑलवेज. फक्त व्यक्त करताना मध्ये अहंकार येतो."
"जाणीवच नाही म्हणून बायको गप्प राहते की अहंकाराने हे कसं ओळखायचं?"
"वर्षो न् वर्षं एकमेकांना नावं ठेवीत नवरा-बायको संसार करतात. एकमेकांच्या नावाने चाललेला त्यांचा शंख येता-जाता ऐकून, आपण पटकन म्हणतो, ह्यांचं जर एक क्षण एकमेकांशी पटत नाही, तर ते विभक्त का होत नाहीत?"
"करेक्ट."
"त्याचं हेच कारण. एकमेकांचा चांगुलपणा सांगताना अहंकार आडवा येतो आणि तरीही ते विभक्त होत नाहीत, कारण आपल्यातलं इतर काय काय टॉलरेट केलं

जातं ह्याचं भान असतं आणि ही रिलेशनशिप फक्त नवरा-बायकोत असते. इतर सगळी नाती नीड ओरिएण्टेड.''

वाचेलल्या पुस्तकाबद्दल आपण कुणाशी तरी बोलतो तेव्हाच त्या पुस्तकाचं खरं वाचन सुरू होतं. नाहीतर बाईने केसात गजरा माळावा तसं त्या पुस्तकाचं होतं. तिला स्वत:ला तो गजरा कधीच दिसत नाहीत. गजरा आहे, इतकंच समाधान. त्याच गजऱ्याबद्दल कुणीतरी बोललं की तिला तो गजरा दिसतो.

निर्णय घेता न येणं ह्यासारखा दुसरा घातक दोष नाही. निर्णय न घेण्यापेक्षा चुकीचा निर्णय घेणं अधिक बरं. चुकीचा निर्णय घेणाऱ्या माणसांनी जीवनात यश मिळवलेलं आहे. परंतु जो निर्णय घेऊ शकत नाही त्याचं मन नेहमी हे करू की ते करू ह्या गोंधळात गुंतलेलं असतं. मात्र हा मनुष्य कधीही यशस्वी झाल्याचं ऐकिवात नाही. ज्याला निर्णय घेता येत नाही, त्याला कृती करता येत नाही आणि ज्याला कृती करता येत नाही, त्याला कोणत्याही क्षेत्रात यश मिळवता येत नाही.
व्यक्ती, मग ती स्त्री असो वा पुरुष, तिचा कस संसारात रोजच लागतो. प्रत्येक दिवस हा नवा दिवस असतो.
सुशिक्षित माणूस हा सुसंस्कारित असेलच असं नाही. पदवीचा उपयोग दरवाज्यावरच्या पाटीवर, बारीक अक्षरात लिहिण्यापुरताच. तो दरवाजा बंद केला की ती पदवी बाहेरच राहते. चार भिंतींत ज्यांना सुसंवाद साधता येतो, आनंदाचे मळे पिकवता येतात ती माणसं ह्या जगात येतानाच पदव्या घेऊन येतात. त्या विद्यापीठांना नावं नसतात. पदव्या मिळवण्यासाठी त्या विद्यापीठात कसलेही प्रबंध सादर करावे लागत नाहीत. तिथे बुद्धीची झटापट करावी लागत नाही. मज्जातंतू शिणवण्याची गरज नसते. त्या विद्यापीठांतून फक्त 'दृढ हात कलेजा' आणायचा असतो. पण माणूस फक्त तेवढंच वगळून इतर गोष्टी आणतो.

यश म्हणजे तरी काय?
यश म्हणजे प्रकाश. प्रकाश असतो तरी किंवा नसतो तरी. पण दोन्ही अवस्थेत त्याच्या प्रभावाचं किंवा अभावाचं अस्तित्व मानावंच लागतं. तीच गोष्ट यशाची. त्यामुळे शिखरापाशी पोचलेला हा यशस्वी असतोच पण त्याच वेळेला मिळालेल्या उंचीचा हिशेब साधण्यासाठी तितकेच लहान-मोठे खड्डेही ह्याच वाटचालीत निर्माण झालेले असतात आणि उंचावरून ज्याचे त्याला हे खड्डे, ह्या दऱ्या जास्त ठळकपणे

जाणवतात. ह्या वाटचालीतले काही खड्डे काही व्यक्तींना पटकन दिसतात. त्यातही बायको ही पहिली व्यक्ती. तिला नवऱ्याच्या यशाच्या शिखराअगोदर खड्डेच प्रथम दिसतात. ह्यात तिची चूक नाही. कारण ती रथाचं दुसरं चाक. तिला त्या खड्ड्याचे शारीरिक, मानसिक, आर्थिक, लौकिक हादरे जास्त बसतात. ह्या हादऱ्यांबरोबरच नवऱ्याकडे कुणी बोट उगारता कामा नये, हा तिने स्वतःच घालून घेतलेला दंडक असतो. सवलत वा संशयाचा फायदा ती तिच्या कोर्टातल्या आरोपीला द्यायला तयार नसते. तिची ती भूमिका योग्य असते. कारण ज्योत जळून तेजोमय ठरते, समई नुसतीच तापत राहते.

प्रेमाच्या प्रांतात स्वतःकडे कमीपणा घेण्याची वृत्ती लागते. स्वतःला लहान समजण्यातलं मोठेपण मिळवायचं असतं. अर्पणभावाचा कोंब त्याशिवाय फुटत नाही. देतं कोण, घेतं कोण, हा उखाणा न सुटण्यातच समागमाची लज्जत असते.
शरीराला मनाची साथ लागते का? आधी स्पर्श, की स्पर्श करावा ही भावना? कोण कुणाला मोहात पाडतं? मिलनाची उत्कट इच्छा असो नसो, एका ठराविक, अनाकलनीय वळणावर शरीर पराभव करतं, एवढं नक्की.

शब्द नेमकेपणा दर्शवतात. त्यांचं नातं सगुण साकाराशी. 'भाव' ही शब्दाधीन होणारी गोष्ट नव्हे. म्हणूनच परमेश्वराने डोळ्यांची मांडणी मेंदू आणि तोंड ह्यांच्यामध्ये केली.

गुलामगिरीत आयुष्य काढायचं म्हणजे डझनाच्या हिशेबानेच मुलं हवीत असं नाही. पाळणा एकदा हलला तरी पुरतो. पाळणा मुळीच हलला नाही तरी तुरुंग चुकत नाही.
नवरा असतोच.
तो बांधलेला असूनही मोकळा. बाई कायम बंदिवान. म्हणूनच, लग्न न करणाऱ्या बाईबद्दल कुचेष्टेने बोलल्याशिवाय त्यांना त्यांच्या पायांतल्या बेड्या हलक्या वाटत नाहीत. संसार कसाही असला, नवरा कितीही विक्षिप्त असला तरी उभ्या आयुष्याचं सार्थक, कपाळावरच्या टिकलीच्या आकाराचं होतं.
संसाराचा तुरुंग हा महाभयानक तुरुंग. कारण ह्या तुरुंगातले कैदी, इतर मोकळी माणसं कैदी कधी होतील ह्याची वाट बघत असतात. तुरुंगाच्या कोठड्या जास्तीत जास्त शोभिवंत करतात. आपल्या किती पिढ्या ह्या अशाच तुरुंगात जन्मठेपेची

शिक्षा भोगून नांदल्या ह्याच्या कहाण्या सांगतात. लग्न न करणं हाच गुन्हा असतो हे कोठडी-कोठडीतील गुन्हेगार आपापल्या मुलांना सांगतात.

एखाद्याने आपल्यासाठी काय काय सोयी उपलब्ध करून दिल्या, ह्याची यादी देणं सोपं असतं, सोयीचं असतं. मोठेपणा 'किलो किलो'ने मोजता येतो. किंबहुना गणिताच्या गावाकडे वळायचं ठरवलं की सगळाच मामला रोखठोक होतो. प्रवास संपला आणि किती उरला हे निव्वळ दोन आकड्यांत गुंडाळता येतं. बेरीज-वजाबाकीत प्रवास संपतो, पण हिरवी माळरानं, तटस्थ डोंगरांची तपस्वी रांग, खळाळणारे निर्झर, सुखावणारं वारं, मित्र-मैत्रिणींच्या गप्पा, टाळ्या, विनोद, झऱ्याला मागे सारणारे हास्याचे निर्झर, क्वचित कुणी ऐकवलेली भा. रा. तांब्यांची भारावणारी कविता, स्पर्शाचे मोहोळ, ग्रुपमधल्या एखाद्या आर्थोडॉक्स म्हणवणाऱ्याच्या घेतलेल्या फिरक्या, हे गणितात मांडता येतं का? आकड्यांच्या आहारी गेलेले प्रवास घड्याळाच्या काट्यावर तोलता येतात. टाइमटेबलात सापडणाऱ्या गावांचे प्रवास त्या त्या स्टेशनच्या पाट्यांशी संपतात. पण ज्यांनी आयुष्याच्या पाटीवर मुक्कामाचं नाव 'आनंद' लिहिलेलं आहे त्यांचे प्रवास शेवटच्या श्वासाने संपतात.

"प्रत्येक खुर्चीचा मान असतो, बाबा. खुर्चीची शान ज्याची त्याने टिकवायची असते आणि तिचा मान इतरांनी संभाळायचा असतो."
"ते ऑफिसात. घरी तसं काही नसतं."
"अरे बाबा, घरच्यांनी ही प्रथा संभाळली, तरच पाहुणेही त्या खुर्चीचं महत्त्व जाणतात. नाहीतर मग, आमची वाट्टेल तेवढी मैत्री आहे, हे सिद्ध करण्यासाठी माणसं वय, लौकिक काहीही न बघता शब्दही हवे तसे वापरतात आणि त्याची खुर्चीही."

बॉन्सॉयचं झाड बाबांनी आणलं. एकमेव खरेदी. ह्यात सगळं आलं. म्हणजे काय? झाडांच्या सावलीत जेव्हा माणसं वाढतात, तेव्हा ती झाडांपेक्षा उंच होतात आणि माणसांच्या सावलीत जेव्हा झाडं वाढतात, तेव्हा ती फक्त जगतात. वाढत नाहीत, फक्त दिसतात, पण त्यांची वाढ खुंटलेली असते.
'बाबांनी आणलेल्या ह्या एकमेव वस्तूवरून मला 'वडील' समजले.' हे बोलण्याची पाळी ज्या मुलावर येते, तो अभागी. पण ह्यावरून समजतं, जो माणूस आदर्श मुलगा असतो तोच तारुण्यात प्रेमळ पती होतो, त्याचाच एक पालनकर्ता बाप होतो

आणि वात्सल्यपूर्ण आजोबा होतो.

आईने सुचवलेल्या पहिल्यावहिल्या मुलीला मी होकार दिला. प्रेयसीवरचा हक्क संपला की पत्नी म्हणून कोणतीही मुलगी योग्यच असते. घराचं राज्य कोणीही चालवू शकतो. मनाच्या राजधानीसाठी प्रेयसीच हवी असते. संसार हे एक वेगळंच खटलं आहे. भावना आणि व्यवहार हे टोटली परस्परविरोधी असलेले अश्व ह्या रथाला जोडलेले असतात. पाठीवर चाबूक बसला की घोडे पळतातच. कधी व्यवहार नामक घोडा बलवान ठरतो. भावनेचा वारू निव्वळ फरफटला जातो. भावनेचा वारू जर बेफामपणे धावत सुटला तर कर्तव्य, समाज, गृहस्थधर्म, परंपरा, संस्कार वगैरे असंख्य लगाम गळ्यात पडतात आणि व्यवहारी घोडा 'जितं मया' म्हणत यशस्वी संसाराचे श्रेय स्वतःकडे घेतो. परमेश्वरी कृपेने आर्थिक सुबत्ता लाभली असेल तर त्या व्यवहारी घोड्याची मान आणखीनच ताठ होते. भावनाधीन घोड्याने कधीच मान टाकलेली असते. समाजाने टाकलेले लगाम नेमून दिलेलं काम करतात आणि मग तोच समाज कौतुकाने सांगत राहतो, 'अमक्यातमक्याचं छान चाललं आहे. दाराशी गाडी आहे. मनमिळावू पत्नी आहे!' वगैरे वगैरे. सतत हेच ऐकून ऐकून आपल्यालाही स्वतःचं छान चाललंय असं वाटतं!

माय लॉर्ड, आयुष्य हे गणित नव्हे. माणूस म्हणजे
कोडं, पण आयुष्य गणित नव्हे. ह्या गणितापल्याड
पत्नीचं काहीतरी पुरं न होणारं राह्यलेलं असतं आणि
नवऱ्याचंसुद्धा. लपंडावाचा खेळ खेळताना दहापैकी
आठ लोकांना आपण 'भोज्या'पर्यंत पोचू दिलं नाही
ह्याचा आनंद खेळ चालू असेतो वाटत राहतो. पण
रात्री गादीला पाठ लागली की, नवव्या खेळगड्याची
लपायची जागा मात्र सापडली नाही ह्याचं दुःख वर येतं.
संध्याकाळच्या तासाभरातल्या खेळाचं हे दुःख.
मग आयुष्याच्या संध्याकाळपर्यंतच्या खेळात, असे
कितीतरी नवे खेळाडू पुढे येत असतील?– हे दुःख.
अशा अनेक दुःखांची जागा आपल्याला सापडत
नाही. फुंकर घालायची इच्छा असून आपण तिथे पोचू
शकत नाही, पोचू दिलं जात नाही. आपल्या एखाद्या
दुःखाची जागा केव्हा केव्हा दुसऱ्याच एखाद्या

व्यक्तीला समजते. पण आपण त्याच्या जवळ जाऊ
शकत नाही, त्याचा पुढे असलेला हात स्वीकारू
शकत नाही. केवळ दु:खाचं असं होत नाही.
लपंडावाच्या ह्या गहिऱ्या डावात काही सौख्यंही अशी
असतात की त्यांच्या लपायच्या जागा सापडलेल्या
असतात. त्या फक्त माहीत असून चुकवाव्या
लागतात. एखाद्या प्रसंगाने, गौरवाने, मित्राच्या
गप्पागोष्टीने, एखाद्या मैफलीने, प्रवासाने,
देखाव्याने... जो नाना तऱ्हेचा आनंद होतो तो
जसाच्या तसा कागदावर उतरवता येत नाही, ही
केवढी वंचना?

''निर्णयाची घाई असलेल्या व्यक्तीशी चर्चा करताना सेफ वाटत नाही.''

अक्षता ह्या शब्दातलं प्रत्येक अक्षर महत्त्वाचं आहे.
अ = अर्पणभाव
क्ष = क्षमाशीलता
ता = तारतम्य
हे तीन गुण दोघांजवळ हवेत.
प्रेमातील नवी नवलाई आता काहीशी कमी झाली असेल तर दोघांनी आपापल्या डोळ्यांवरच्या पट्ट्या उतराव्यात. एकमेकांच्या वृत्तींचा खरा मागोवा घ्यावा. सप्तकातले किती सूर जुळतात ते भाबडेपणा टाकून तपासावं. मुख्य म्हणजे एकमेकांसाठी आपण कोणत्या गोष्टींना, किती प्रमाणात मुरड घालू शकणार आहोत, त्याचा ह्याच कालावधीत शोध घ्यावा. संघर्षाच्या जागा हेरून ठेवाव्यात. मुरड घालणं हा सहजधर्म व्हायला हवा. कात टाकली की साप तिकडे वळूनही बघत नाही. इतक्या सहजतेने आपण एकमेकांसाठी काय टाकू शकतो त्याचं संशोधनच करायला हवं. एकमेकांना टाकण्यापेक्षा, एकमेकांसाठी काही ना काही टाकणं ह्यालाच अर्पणभाव म्हणतात.
स्वत:तल्या उणिवांची खरी जाणीव झाली आहे. दोष समजले आहेत. कमकुवतपणाच्या जागा समजल्या आहेत. पण प्रामाणिक प्रयत्न करूनही आपल्या जोडीदाराचे वृत्तीदोष जात नाहीत समजल्यावर तिकडे दुर्लक्ष करायची शक्ती म्हणजे क्षमाशीलता.
तरतमभाव न बाळगता घ्यायचं कसं आणि लडिवाळ हट्ट करून वसूल कधी

करायचं, वाकायचं कधी आणि कधी वाकवायला लावायचं, स्थळ, काळ, स्थिती ह्याचं भान म्हणजे तारतम्य.

तेच आम्हा सगळ्या बायकांचं दु:ख आणि दुर्दैव आहे. पहिला पाळणा आनंदात हलला असेल. आपला जोडीदार बाप म्हणून कुचकामाचा आहे, हे समजूनही ज्या घरातून दुसऱ्यांदा पाळणा हलतो, तो मी तरी बलात्कारातूनच समजते. जोडीदार संसारातली कोणतीही जबाबदारी उचलत नाही. कुवत असून त्याला त्याची गरज वाटत नाही, हे समजल्यावर असल्या माणसापासून दुसऱ्या वेळेला राहणारा गर्भ नाकारणारी तेजस्विनी एखादीच. संसाराला पर्याय नसल्यामुळे शतकानुशतके बायका त्यात अडकणारच आहेत. कमीत कमी असल्या माणसाचं दुसरं अपत्य जरी त्या नाकारू शकल्या तरी तेवढ्या प्रमाणात त्या मुक्त होतील.

वारंवार प्रकट झाल्याशिवाय जे शांत होत नाही किंवा वारंवार प्रकट होऊनही जे शांत होत नाही त्यालाच 'शल्य' म्हणतात. गतकाळातील दु:खाची उजळणी करणं हाच त्या दु:खावर सूड घेण्याचा मार्ग असतो. काही काही घटनांची उजळणी करताना कधीकधी त्या घटनांना साक्ष असलेला श्रोता जवळचा वाटतो, तर काही काही वेळेला माझ्यासारखा 'कोरा', रॅपरही न फोडलेला, श्रोता, बोलणाऱ्याला हवा असतो. पहिल्या श्रोत्याच्या बाबतीत सगळं सगळं सांगावं लागत नाही. पटण्यात वेळ जात नाही ह्याचा आधार वाटतो,

तर दुसऱ्या श्रोत्यांच्या बाबतीत त्याच्या चेहऱ्यावरचं आश्चर्य, कुतूहल, उत्सुकता, मधूनमधून बसणारे धक्के, त्यात व्यक्त केलेली अनुकंपा अशा वळणावळणांनी आपण क्रमश: सगळं सांगू शकतो, ह्याचा आनंद मिळतो. भूतकाळातले काही क्रम नव्याने उलगडतात. श्रोता बदलला की वक्ताही बदलतो.

चेहरा म्हणजे भावना. डोळे म्हणजे शब्दातील भाव. स्पर्शाच्या-मोहाच्या राजधानीकडे नेणारी वाट. नजर चुकवली की पुढचा बराचसा प्रवास थांबवता येतो. स्पर्शाचा, मुक्कामाचा अखेरचा टप्पा टाळता येतो.

आनंदाच्या क्षणी किंवा दु:खाच्या प्रसंगी जगातली कोणतीही व्यक्ती आपल्यासारखीच वागेल, असं बहुसंख्य माणसं समजतात. स्वत:च्याच वृत्ती कथानकातल्या व्यक्तिरेखांवर चढवतात. सात्त्विक वृत्तीचे वाचक किंवा श्रोते मग कथानायकाला दु:खाच्या प्रसंगी देवळात पाठवतात, तर इतर स्वभावाचे लोक त्याला बारमध्ये पाठवतात. कथानकातील व्यक्ती जर वाचक श्रोत्यांच्या वृत्तीप्रमाणेच वागल्या तर त्यांना आपण आजपर्यंत योग्य वागलो असा दिलासा मिळतो आणि वाचक-श्रोत्यांपेक्षा कथानकातली माणसं वेगळं वागली तर व्यक्तिपूजा सुरू होते.

'मना सज्जना भक्तिपंथेचि जावे' ह्या वचनापासून कोणत्याही गोष्टीकडे, नाक उडवून 'ही फक्त थेअरी आहे,' असं म्हणून तिला निकालात काढता येतं. पण चार पावलं जर त्या दिशेने टाकून पाहिली तर, आपल्यापुरती ती 'थेअरी' राहत नाही. प्रथम थेअरी नाकारायची नाही. ती जगायची. त्यातून जो अनुभव येतो त्या अनुभवाची थेअरीला जोड द्यायची. मग तिला प्रत्ययाचं बळ येतं. ती थेअरी इतरांना सांगत बसायचं नाही. कारण विचार?'
तिने नुसतं पाहिलं.
'प्रचीती आली की ती तुमची तत्त्वं होतात आणि तुमची तत्त्वं इतरांची थेअरी होतात.'
'असं का?'
'अनुभव घेणारा प्रत्येकजण वेगळा असतो. प्रवासाला निघताना, केवळ कागदावर छापलेला रोड मॅप मिळतो. विश्रामधाम, गावं, पेट्रोलपंप, त्यांच्या जागा आणि मैल, इतकंच त्याच्यावर छापतात. रस्त्यावरचे खड्डे, ड्रायव्हर कसा आहे, ट्रॅव्हल कंपनीचा प्रामाणिकपणा आणि हल्ली विश्रामधामात चालणारे प्रकार, दुर्दैवाने वाटेत दरोडा पडला तर, अशा गोष्टी नकाशात छापत नाहीत. नकाशा म्हणजे थेअरी समज. प्रवासाचा अनुभव घेणारा प्रत्येक प्रवासी वेगळा. म्हणूनच आयुष्याच्या प्रवासात एकाची तत्त्वं दुसऱ्याला थेअरी वाटते.'

प्रेमभंगाचं दु:खं असो वा कोणतंही न पेलणारं दु:ख असो.
'सोन्याप्रमाणे आगीतून तावून सुलाखून पार होण्याची संधी म्हणजे, असं एखादं दु:ख. असा एखादा अनुभव. तुम्ही गुरूचा आधार मिळवलात की स्वत:चा विकास थांबवलात. रेडीमेड उत्तर म्हणजे शॉर्टकट. आयुष्य सोपं होईल कदाचित. समृद्ध होणार नाही.

एकाकीपण वेगळं, एकांत वेगळा. परिसराचं मौन म्हणजे एकांत. निर्विचार मन म्हणजे एकांत; आणि परिवारात असतानाही पोरकं वाटणं हे एकाकीपण. एकाकी वाटलं, तर मनसोक्त रडावं. अश्रू म्हणजे दुबळेपणा नव्हे. पावसाळी ढग जसे बरसल्यावर हलके होतात आणि दिसेनासे होतात, तसा माणूसही हलका होतो; आकाशाजवळ पोचतो. असंच, कोणतं तरी दुःख पार केल्यावर तुकाराम 'तुका आकाशाएवढा' असं लिहून गेला असेल.

मला एक सांग, नोकरी करता तेव्हा तुम्ही काय करता! जातीने-गोतीने एक नसलेल्या वरिष्ठाला मनातून शिव्या देत, प्रत्यक्षात तुम्ही माना वाकवताच ना! त्याची प्रसंगी मूर्खासारखी बोलणी सहन करताच ना! अपराध नसताना शिक्षा सहन करताच ना! मग तशीच थोडी पॉलिसी घरी का वापरू नये? दुसऱ्यासाठी नाही, स्वतःसाठीच! द्या थोडा मोठेपणा घरातल्यांना! एवढं काय नुकसान होणार आहे त्याने? घरातल्या माणसांशी असं दुटप्पी वागण्याची वेळ येऊ नये हे मान्य, पण दुर्दैवाने माणसं तशी भेटली तर काय इलाज? त्या मोठ्या माणसांचे स्वभाव तसे का बनत गेले त्यालाही काही कारणं आहेत, इतिहास आहे. त्यांच्या पूर्वायुष्यात त्यांनीही झगडा दिला आहे, पराभव पचवले आहेत. हे सगळं कुणी पाहायचं? याचा विचार कुणी करायचा? मी एकट्याने! कारण मला बायकोही हवी आणि आईही हवी, हा माझा दोष! मी माझ्या आईचं सबंध जीवन जवळून पाहिलं आहे. तिच्या स्वभावाचं बारीक निरीक्षण केलं आहे. तिच्या स्वभावातल्या गुणांपेक्षाही तिच्यात ह्या वयात निर्माण झालेले दोष मला जास्त माहीत आहेत. त्या दोषांसकट तिला कुणीतरी सांभाळायला हवं आहे.

सगळ्यांचं व्यवस्थित होणार आहे. आईच्या मार्गाने आई जाणार आहे. पत्नी चाललीच आहे. लोंबकळलो काय तो मीच!

एका गाडीने आपण प्रवासाला निघायचं. ठराविक स्टेशनपर्यंत आपला त्या गाडीने प्रवास व्हायचा. नंतर गाडी बदलायची आणि पुढच्या मुक्कामाला पोचायचं. दोन्ही गाड्या सारख्याच महत्त्वाच्या! पहिली गाडी वेळेवर पोचायला हवी. दुसरी प्रवास पुरा करण्याइतकी तेवढीच ताकदवान हवी. पण दोन्ही गाड्यांना प्रवाशापेक्षा स्वतःच्या गतीचं आणि दिशेचं जास्त महत्त्व वाटतं. असं ज्या ज्या घरात घडतं, त्या त्या घरातला पुरुष

स्वत:ला प्रवासी समजतो.

पण तो असतो निव्वळ मधलं जंक्शन. दोन्ही गाड्यांचे प्लॅटफॉर्म्स सांभाळणारं जंक्शन.

''शांत होणं किंवा असणं हा मनाचा मूळचाच धर्म नसेल, तर कोणताही बाह्य उपाय क्षणिकच असतो. 'देवाचिये द्वारी, उभा क्षणभरी' म्हटलंय ते कशासाठी? तो एक क्षण नको वाटणारं आयुष्य आणि नशिबाने सहवासात लादलेल्या माणसांना सांभाळण्याचं सामर्थ्य देतो.

''पारितोषिकं, प्रशस्तिपत्रकं, कप, पेले, सुवर्णपदकं म्हणजे यश नव्हे. ती कीर्ती. यशाचं नातं वर्तमानकाळातल्या प्रत्येक क्षणाशी, श्वासाइतकं असतं. प्रत्येक क्षणी श्वास घ्यावाच लागतो. यश तसंच. आणि संसार क्रिकेटसारखा असतो. विकेटसमोर उभं राह्यलं की प्रत्येक बॉलचं काहीतरी करावं लागतं. 'भूत, वर्तमान, भविष्य म्हणजे तीन स्टम्प्स' असं एक क्रिकेटिअर म्हणतो. बेल्स म्हणजे काळ. टाकलेला प्रत्येक चेंडू काळावर सोपवायचा नाही. तो तुम्हाला अडवावा लागतो. सोडून देणं, थांबवणं, टोलवणं यांपैकी काहीतरी एक करावंच लागतं. तुम्ही जर बॉलर्स एण्डला असाल तर साथीदाराबरोबर पळापळ करावी लागते. टेनिस, बॅडमिंटन किंवा आपल्या हुतुतूच्या खेळाप्रमाणे इथं पुनर्जन्म नाही. साथीदार आऊट होऊ नये, म्हणून जपायचं असतं.

साथीदाराशीच स्पर्धा केलीत, तर कदाचित आपल्याला पॅव्हिलियनमध्ये बसावं लागेल, आणि आपला जोडीदार मग दुसऱ्याच खेळाडूबरोबर खेळताना पाहावं लागेल.

मिळालेला लौकिक म्हणजे अश्वमेधाचा घोडा दाराशी आल्याप्रमाणे. त्याचा लगाम हातात धरला की मग कायम युद्ध.

हे युद्धाचं आव्हान व्यवसाय स्वीकारणारा पेलू शकेल का? वैवाहिक जीवनात पदार्पण करताना एक सप्तपदी असते तशीच ती व्यवसायातही.

पहिलंच पाऊल– शब्द.

दुसरं– वेळ.

तिसरं– तत्परता.

चौथं– नजर.

पाचवं– कौशल्य.

सहावं– ज्ञान.

सातवं– सातत्य.

सातवं पाऊल हे फार अवघड पाऊल. सातवं पाऊल सतराव्या, सातशेव्या, सात हजार... थोडक्यात शून्य वाढवत जायचं.

पत्करलेल्या व्यवसायात सातत्य टिकलं तर पहिल्या सहा पावलांना, बळीच्या तीन पावलांची शक्ती प्राप्त होते.

अश्वमेधाचा घोडा न बांधता उभा राहतो. राजसूय यज्ञ सफल होतो.

पहिल्या सहा पावलांसाठी गुरू भेटू शकतो. सातवं पाऊल रक्तात हवं.

एखादी व्यक्ती अशी का वागते, हे शोधण्यात, अन्वय लावण्यात खूप एनर्जी वाया जाते. वेळ जातो. स्वतःचा तो पराभव पचवता येत नाही. जगात कितीही प्रकारचे आनंद असले तरी त्यातला सर्वांत मोठा आनंद, आपण समोरच्या व्यक्तीला करेक्ट ओळखलं, हाच असावा. त्यात अहंकाराची तृप्ती असते, म्हणून तो आनंद सर्वश्रेष्ठ.

कुवतीनुसार कलावंतासाठी जे जे करता येईल, ते ते करण्यासाठी समाजातील छोटी माणसं फार झटतात. खरं तर छोटी माणसं, मोठी माणसं असं काही असतच नाही. संपूर्ण रामरक्षा मोठी की नुसतं 'राम' हे नाव मोठं?

प्रपंच करणारा जीव व्यवहारावरच जगतो. निर्माण केलेल्या वस्तूने आणि नेमलेल्या माणसाने सांगितलेलं काम करायला हवं. प्रत्येकजण म्हणून त्याच्या त्याच्या कार्यक्षेत्रातला सम्राट असतो. वाफेतली ताकद ओळखून इंजिनचा शोध लावणारा वॅट मोठा, हे कोण नाकारील? पण आपण ज्या गाडीने प्रवास करणार असतो त्या गाडीचा ड्रायव्हर वॅटपेक्षा मोठा असतो. योग्य वेळी योग्य ड्रायव्हर भेटल्याशिवाय संसाराचा गाडा चालत नाही. आपण आपला संसार चालवतो असं रुबाबात म्हणण्यात काही अर्थ नाही. अनेक ज्ञात-अज्ञात सारथ्यांच्या हातात आपल्या संसाराचे अनंत लगाम असतात. फक्त दुसऱ्या

माणसांसाठी नियमांवर बोट ठेवणाऱ्या आडमुठ्या ड्रायव्हर्सपायी आपली साधी साधी कामं कशी रखडतात, हे आठवून पाहावं; आणि अचानक एखादा असाच सारथी लाभल्यामुळे रेंगाळलेली कामं कशी हां हां म्हणता झाली आहेत, ह्याचंही स्मरण ठेवावं.

आकाशाची निळाई प्रभू रामचंद्रांची स्मृती जागवते तर हिरव्यागार धरणीमातेत मला नेहमी कृष्ण दिसतो. आदर्शवाद हा आकाशाइतकाच लांबवर असतो. एका वाचकाने पाठवलेल्या पत्राप्रमाणे लांब-वर. आदर्शवादात उदात्त रंग दिसतात, आकाशात जसे रंगीबेरंगी ढग दिसतात, तसे. मृगजळ जसं फसवतं त्याप्रमाणे आदर्शवादातही आशावाद अशीच हूल देतो. तेव्हा श्रीराम आणि आकाश, सगळं अंतरावरच. कृष्ण जवळचा वाटतो. त्या त्या वयात त्याने वयाला साजतील अशा गोष्टी केल्या. चोऱ्या केल्या, शृंगार केला, सुदाम्याचे पोहे खाल्ले, दानधर्म केला आणि युद्ध करायच्या वेळेला युद्धही करायला लावलं. 'मामनुस्मर युद्ध्य च' हेही सांगितलं. युद्ध करणं आपल्याला कधीच जमलं नाही. पण तरीही कृष्ण म्हणजे हातात हात घेऊन चालणारा सगा वाटतो आणि राम खूप वरच्या पायरीवर उभं राहून आशीर्वाद देणारा युगपुरुष वाटतो. मला नेहमीच उंचावलेल्या हातांपेक्षा हातातला हात जवळचा वाटतो.

आयुष्याचं पुस्तक वाचायला निराळंच इंद्रिय लागतं.
सरकारने मंजुरी दिलेल्या पुस्तकापेक्षा हे पुस्तक खूपच
निराळं. ह्या पुस्तकाची भाषा ही लिपी नसलेली भाषा
आहे. म्हणूनच ह्या पुस्तकाचं वाचन करणाऱ्या माणसाला
डिग्री नाही. आयुष्याचं पुस्तक वाचणारा माणूस
ओळखायचा कसा?- कधी? तर तो माणूस अर्थपूर्ण
हसतो तेव्हा ओळखायचा. 'मी अडाणी माणूस आहे'
ह्यासारख्या वाक्यातून अशा माणसाची विद्वत्ता बाहेर
पडते. नम्रतेचा पोशाख घालून चातुर्य जेव्हा प्रकट
व्हायला लागतं, तेव्हा ह्या माणसांची युनिव्हर्सिटी
शोधायची नसते.
ही माणसंच निराळी.
चार बुकं शिकलेल्या माणसांना आपली हुशारी, आपलं

ज्ञान, विद्वत्ता, रुखवतासारखी कधी मांडून ठेवू असं
होतं आणि ही माणसं कशी असतात?
पाकिटावर स्वत:चं नाव न घालता आहेर करणाऱ्या
आप्तांसारखी असतात.

'चार घरी 'वार' लावून अनेक वर्षं जेवलो. वार मागायला
कोणाच्याही घरी गेलं की त्यांना मी परीक्षेत पहिला नंबर मिळवीनच
ही गॅरंटी हवी असायची. सर्व प्रकारची सोय, सुबत्ता असताना
स्वत:ची मुलं नापास का होतात हा विचार त्यांनी कधी केला नाही.
पण आदल्या दिवशीचा उरलेला भात आणि एकदीड भाकरीच्या
अन्नदानावर, डोक्यावर छप्पर नसलेल्या 'माधुकऱ्या'कडून ह्या
कनवाळू माणसांना पहिल्या नंबरावर मी येईन ह्याची गॅरंटी हवी
असायची. त्या काळापासून मला कळलं की लोकांना ह्या अशाश्वत
आयुष्यात सातत्याने शाश्वती हवी असते.'

गरजेचं नातं घड्याळाच्या काट्यांशी असतं.
प्रेमाचं नातं वेळेचं भान विसरायला
लावणाऱ्या माणसांशी असतं. कामाचं
त्रैराशिक आठ तासांच्या पाढ्यांवर आखलेलं
असतं, सेवेचं नातं म्हणजे संपूर्ण हयातीचा
संकेत असतो. कामाची वेसण सक्तीच्या
हातात असली की जास्तीत जास्त वेळ
हुकूमशहाची उपस्थिती आवश्यक. ह्याउलट
कामाचं नातं भक्तीशी जडलं तर वरिष्ठांच्या
निव्वळ आठवणीवर कारभार चांगला
चालतो.
शिस्तीच्या आणि शिक्षेच्या बडग्याशिवाय
कामं होत नाहीत अशा विचारांवर भिस्त
असलेले सगळे मालक गुलामांसारखे
दिसतात. सेवकांपेक्षा जास्त दमतात.
ह्याउलट विश्वास, प्रेम, वात्सल्य ह्यांनी एकदा
माणसं बांधून ठेवली की मालक मुक्त

होतात. टवटवीत असतात. हाताखालच्या माणसांच्या शेपट्या हातात ठेवून जी माणसं कारभार चालवतात, ती स्वतः दोन पायांची जनावरं असतात. त्यांना सलाम होतात, ते रीत म्हणून. आदरापोटी नव्हे.

खूप मोठाली घरं आणि वैभवाने ओसंडणारी माणसं ह्यांचा एक जबरदस्त, व्यक्त करता येणार नाही असा ताण मनावर येतो. त्या संपत्तीचं दडपण यजमानांच्या हालचालीवर पडायचं काहीच कारण नसतं. आपला संकोच कमी व्हावा, असा त्यांचा प्रयत्न असतो. त्यांनी जिवाभावाने मैत्रीचा हात पुढे केलेला असतो, पण त्यांच्या वैभवापासून आपण त्यांना वेगळं काढूच शकत नाही. मला मात्र पायाला गुदगुल्या करणाऱ्या गालिच्यापेक्षा रोखठोक फरशी जवळची वाटते. फार तर चटई असावी. सारवलेल्या जमिनी आता हरवल्याच. त्यांच्याबरोबर एक विशिष्ट वासही दुरावला.

मिक्सर, कुकिंग रेंज, काटेचमचे, सुऱ्या, ज्यूसर ह्यांत हरवलेली ममी कितीही फॅण्टास्टिक डिशेस बनवत असली तरी ती सुगृहिणी वाटतच नाही. त्यापेक्षा आपल्याला हक्काने, जमिनीवर बसवून, दोन लसणीच्या कांड्या सोलून द्या म्हणणारी वहिनी जवळची वाटते. ममी डिशेस बनवते. वहिनी स्वयंपाक करते. 'तुम्ही शेवटी आंघोळ करा, म्हणजे तुम्हाला बंबात भर घालायला नको' ह्या वाक्यातच चार-दोन थेंब अंगावर शिंपडल्यासारखे वाटतात. बंब वाकडा करून दोन बादल्या गरम पाणी घेण्यात जे काव्य आहे, घरेलू मोकळेपणा आहे त्याची सर चकचकीत बाथरूममध्ये, चकचकीत टाइल्सच्या घेरावात केलेल्या आंघोळीला येईल का? बंब वगैरे जमात असलेल्या न्हाणीघराला एक उपजत, अंगचाच आंघोळीचा गंध असतो. त्या न्हाणीघराच्या दरवाज्याला फटी असल्या तरी 'सुरक्षित' वाटतं. ह्याउलट गीझर, चकाकणारे पाच-सहा नळ ह्यांच्या पहाऱ्यात केलेली आंघोळ, कुणाला दिसत असेल का, ह्याची दहशत वाटते. नल-दमयंती स्वयंवरात डिट्टो नलाचं रूप घेऊन प्रत्यक्ष देव आले होते. पाच 'नळां'तला आपला नळ कुठला हे जसं दमयंतीला समजलं नाही, तशीच आपली अवस्था त्या चार-पाच नळांकडे पाहून होते. गावाकडच्या न्हाणीघरात होते ती आंघोळ आणि चकचकीत बाथरूममध्ये आपण घेतो तो 'बाथ'.

आंघोळीचा दरवळ काही काळ रेंगाळतो; पण एकदा 'बाथ' घेतला की आपलं आणि पाण्याचं नातं संपलं. पायांत सपाता घालून वावरणाऱ्या यजमानांचे, पायांचे

स्वच्छ तळवे पाहून आपण पांगळेच आहोत, असं वाटत राहतं.

एकेकाळचे खूप जिवाभावाचे मित्र, खूप वैभवशाली झाले ह्याचा एकीकडे अमाप आनंद आणि तरीही ते दुरावल्याचा एक सल माझ्या मनात आहे. त्यांच्यात काहीही फरक पडलेला नाही; पण माझ्याच मनाची जडण तशी आहे, त्याला कोण काय करणार?

जो तुमचा आनंद वाढवतो, तो धर्म. आयुष्य एक सतारीसारखं वाद्य आहे. ती सतार वाजवण्याचं सामर्थ्य आणि कला अवगत करून घेणं, हाच धर्म. तो धर्म समजला तर छोट्या बीजातून प्रचंड वृक्ष जन्माला येतो. त्यावर पक्षी येऊन बसतात. गातात. त्यांचे संसार बहरतात. पैशाशिवाय. पक्ष्यांचं धन वेगळंच असतं. गाणं हेच त्यांचं आयुष्यभराचं कार्य. पक्षी पिल्लांसाठी घरं बांधतात. स्वत: वळचणीखाली राहतात. मला सांगा, एका तरी पक्ष्याची हाऊसिंग सोसायटी आहे का? तसं असतं तर झाडाझाडांवर राजीव, संजय, इंदिरा ह्यांसारख्या नावाच्या अनधिकृत कॉलनीज् दिसल्या असत्या. बघा, असं होतं. 'पक्ष्यांचा' हा शब्द वापरल्याबरोबर मी भरकटले. 'पाखरू' म्हणायला हवं होतं. पाखरं घरं बांधतात पिल्लांसाठी. पिल्लाला मुक्त आकाश खुलं झालं की घर आपण होऊन काटक्या टाकतं. म्हणून झाडंही नोटिसा पाठवत नाहीत. मनाचा हा मोठेपणा झाडं जमिनीपासून शिकतात आणि पावसाचा वर्षाव करून आकाश जमिनीवर प्रेमाचा अभिषेक करतं. सृष्टीतलं हे नातं ओळखता आलं की सतार योग्य हातात पडली, असं समजावं. हाच धर्म.

"सर्वांत टॅलेण्टेड माणसं त्या मानाने पटकन फसतात. अतिबुद्धिवादी म्हणून ती अगोदरच एकटी पडलेली असतात. भावनात्मक पातळीवरचा आक्रोश त्यांनी सतत दाबलेला असतो. ही माणसं त्यांच्या भावनांना बुद्धिनिष्ठेने कवटाळतात. दे आर इंटलेक्चुअली अॅटॅच्ड टू देअर सेंटिमेंटस. त्यामुळे त्यांना तृप्त व्हायला जसा वेळ लागतो तसाच त्या विश्वातून बाहेर पडायलाही विलक्षण प्रयास पडतो. दीर्घ काळ त्या भावनांचा इन्कार करत आल्याने ती जेव्हा त्या मागण्यांना वश होतात तेव्हा सामान्यांपेक्षा जास्त वेगाने वश होतात. पुन: पुन्हा फसतात, पुन्हा झगडा देतात. बुद्धीला खाद्य, बुद्धीला खाद्य असं कितीही मान्य केलं तरी त्याचा जबर थकवा असतो. तो थकवा घालवायची हाकाटी सुरू होते. तसं झालं की बुद्धी हेच ज्यांचं भांडवल अशी माणसं भांडवलशाही झुगारून देतात आणि बुद्धीला न पटणाऱ्या गोष्टीच अधूनमधून करतात. सिगारेटपासून नाना प्रकारची

व्यसनं कमी न होता वाढतात का? तर त्याचं कारण हेच. मग सामान्य माणसं ह्याच असामान्य माणसांच्या सामान्य गोष्टींचं अनुकरण करतात. उंची गाठणं ताकदीबाहेर. खोल जाण्यासाठी ताकद वापरावी लागत नाही. ग्रॅव्हिटेशनल फोर्स ह्याही प्रांतात उपयोगी पडतो.

अपयशाला वाचा नसते. असं का? खरंच वाचा नसते का? मला तसं वाटत नाही. अपयश आलं की अवतीभवतीच्या, प्रत्यक्ष कार्य न करणाऱ्या माणसांना इतकी वाचा येते, कंठ फुटतो, की त्यापुढे अपयशी मनाचा आक्रोशच कुणाला ऐकू येत नाही. यश मिळालं की, गळा दाटून येतो. अपयश मिळालं की, गळाच दाबला जातो. अपयश पचवायला शिकायचं म्हणजे, स्वकीयांनीच केलेला वार पचवायला शिकायचं. त्यांनी केलेल्या उपदेशाला धीराचा कान द्यायचा प्रयत्न करायचा. खरी फुंकर, खोटी फुंकर किंवा फुंकर किंवा फूत्कार पारखायची शक्ती वाढवायची. अपयश मिळालं तर छोट्यातला छोटा माणूस आपल्याहून मोठा होतो आणि त्याला काहीही सांगायचा अधिकार प्राप्त होतो ह्या सत्याला सामोरं जाण्याची तयारी ठेवायची. यश म्हणजे ताटाभोवतीची रांगोळी. सतत अस्तित्व दर्शवणारी. रांगोळीचा भुकेशी संबंध नाही. म्हणूनच ती पचवण्याचा प्रश्न उद्भवत नाही. अपयश हे वाढलेल्या ताटासारखं. अन्नावर वासना नसली तरी ते वाढणं गिळावं लागतं. पचवावं लागतं. चेहऱ्याची रांगोळी विस्कटू न देता.

आयुष्यात, संसारात ज्यांना काहीही घडलेलं चालतं, त्यांच्यासमोर काही समस्या नसतात. कॉफी की चहा इतक्या साध्या, ऐहिक गोष्टींपासून ज्या माणसांना विशिष्ट गरजा आहेत, आवडनिवड आहे, त्यांच्या समस्या रोज जाग आल्यापासून सुरू होतात. त्यात पुढे मग दुधाचं प्रमाण किती, टेंपरेचर किती, ब्रँड कोणता... एक न संपणारी किंवा कुठून सुरू झाली, ह्याचा पत्ता लागू न देणारी मुंग्यांची रांग. ही रांग जेव्हा वैचारिक भूमिकेपर्यंत जाऊन पोचते आणि अग्रहक्क मागू लागते तेव्हा डोक्याचं वारूळ झाल्यास नवल काय? विचारांचा शोध विचारच घेत राहतात. जोपर्यंत स्वत:च्या वृत्तीचा शोध स्वत:लाच लागलेला नसतो तोपर्यंत ठीक चाललेलं असतं. सगळ्यांचंच. तो शोध संपला, नक्की काय हवं होतं ह्याचा शोध लागला की समानधर्मीयांचा शोध सुरू होतो. कारण स्वत:च्या व्यक्तिमत्त्वाचा, निश्चित गरजांचा पत्ता लागला म्हणजेच संवादाची भूक वाढत जाते. 'गरजा' आणि 'व्यक्तिमत्त्व' हे शब्द खूप ढोबळ आहेत आणि काटेकोरसुद्धा. 'काहीतरी हवं

असणं' असं साधेपणाने म्हणता येईल. स्वत:चं स्वत:ला सापडणं हे महत्त्वाचं. कोणत्याही गरजा कमी लेखायचं कारण नाही. स्वत:चा पत्ता स्वत:ला सापडला म्हणजे मग वायफळ शब्दांनी भरलेला संवाद खपत नाही. शब्दही नेमके हवे असतात. नेमकेपणाला सगळंच 'नेमकं' लागतं. हा अभिप्रेत असलेला नेमकेपणा कधी एकाच व्यक्तीत एकवटलेला गवसतो. कधी तो विखुरलेला आढळतो. निरनिराळ्या व्यक्ती निरनिराळ्या कारणांसाठी आवडतात आणि म्हणूनच प्रत्येकाशी जुळणारे संवादही वेगवेगळे असतात. ह्या सर्व धडपडीतून चालतो तो पूर्णत्वाचा वेध. ते स्थळ सापडलं की माणसं तिथं स्थिरावतात.

काही मोजकी घरं वगळली तर विवाहसोहळ्यानिमित्त दरवाज्यावर लावलेलं तोरण जीर्ण व्हायच्या आतच सगळ्या वास्तूला विसंवादाची वाळवी लागल्याचं चित्र सर्वत्र दिसतंय.
इतक्या झपाट्याने अनेक ठिकाणी हेच चित्र का दिसावं? एकीकडे वेगवेगळ्या आकारांच्या, रंगांच्या, माध्यमांच्या कलापूर्ण मंगलपत्रिका छापल्या जाताहेत. प्रत्येक मंगलपत्रिकेगणिक गणपतीबाप्पा नावीन्यपूर्ण फॉर्ममध्ये अवतार घेत आहेत. बुद्धीच्या ह्या देवतेला कलावंतांनी वेगवेगळे आकार दिले आणि त्या दैवतानेही चित्रकाराच्या कुंचल्यापेक्षा आपण जास्त लवचिक आहोत, हे सिद्ध केलं. प्रत्यक्ष विवाहसोहळ्यात तर पौरोहित्य करणाऱ्या गुरुजींपेक्षा जास्त महत्त्व व्हिडीओ कॅमेरामनला प्राप्त झालं आहे. मंत्रसंस्कारांच्या पावित्र्याकडून किती झपाट्याने बुद्धिवान समजला जाणारा आपला समाज, यांत्रिक झगमगाटाकडे वळतोय, त्याचं हे विदारक उदाहरण. खरं तर सगळ्या मंगलकार्यावर 'थिएटर्स'चे फलक लावावेत. 'श्रुती मंगल थिएटर', 'आनंद थिएटर' असं म्हणावं. स्टुडिओतले कॅमेरे फक्त बटणच दाबायची अक्कल असलेल्या माणसांच्या हातात आले आणि संसारात रंग भरायचं कौशल्य, अर्पणभाव ह्या गुणांशी फारकत घेऊन आम्ही फक्त सोहळे सुशोभित करायला लागलो.
आम्ही इतके कुणाला विकले गेलो? का गेलो?

प्रगल्भ बुद्धीच्या माणसाला तेवढ्याच ताकदीची दुसरी व्यक्ती हवी असते. एकाच फ्रिक्वेन्सीवरची. नाहीतर एकदम साधी, अनभिज्ञ, चटकन थक्क होणारी व्यक्ती. अशा व्यक्तीला एखाद्या पुस्तकाबद्दल सांगताना उजळणीचा आनंद मिळतो. आपण किती लक्षात ठेवलंय, ह्याचा अंदाज येतो आणि जिथे जिथे थक्क झालो, विचारात पडलो, अस्वस्थ झालो ती ती सगळी स्पंदनं समोरच्या व्यक्तीबरोबर

पुन्हा जगता येतात. 'ही किती अफाट व्यक्ती आहे' असा भाव दुसऱ्याच्या डोळ्यांत तरंगताना दिसल्याशिवाय, केलेल्या व्यासंगाला कोंदण मिळत नाही. बुद्धिवान माणसाची तीही एक गरज असते. म्हणूनच की काय, कधीकधी प्रतिभाशाली माणसं मिडीऑकर लोकांच्या घोळक्यात रमताना दिसतात.

"शंभरापैकी नव्याण्णव कुटुंबांतून ह्याच कहाण्या
घडतात. म्हणूनच सगळी सुबत्ता असून, नजर लागेल
अशी परिस्थिती असूनही माणसं चिंतेत असतात."
"घरात, संसारात येणाऱ्या नव्या व्यक्तीकडे, म्हणजेच
सुनेकडे बघताना सून किंवा बायको किंवा वहिनी म्हणा,
भावजय म्हणा– जे नातं असेल ते– प्रत्येकजण एक
इमेज तयार करतो. ती इमेज तयार करताना त्या
मुलीच्या वागणुकीचा, हावभावांचा, एखाद्या
कॅमेऱ्यासारखा फोटो घेतला जातो. तिच्या अंतर्मनाचा
शोध घेऊन कोणत्याही कृतीमागची संवेदना कुणीही
जाणून घेत नाही. प्रत्येकाचं स्वत:ने तयार केलेल्या
इमेजवर प्रेम बसतं. त्या प्रेमापायी, प्रत्यक्षात वावरणारी
व्यक्ती उद्ध्वस्त झाली तरी फिकीर नाही, पण स्वत:
तयार केलेली चुकीची प्रतिमा अभंग राहील अशी
धडपड कुटुंबातली माणसं करतात.
कारण त्यांनी निर्माण केलेली प्रतिमा खोटी निघाली तर
त्यांच्या स्वत:च्या भूमिकेला तडे जातील, ते स्वत:
उद्ध्वस्त होतील अशी त्यांना भीती वाटते. ही अशी
माणसं भ्याड असतात. क्रियाशून्य असतात. क्रियाशून्य
माणसं खूपदा इतरांचं कर्तृत्व अमान्य करतात. अशी
माणसं कळप करून जगतात आणि सतत कार्यरत
असणारा माणूस 'चुकतो कधी?'–ह्याची वाट पाहतात.
दुर्दैवाने जर अशी कर्तृत्वशून्य साथ आणि आळसापायी
आयुष्य, तारुण्य वाया घालवणारी संतती वाट्याला
आली तर एखाद्या बाणेदार स्त्रीने काय करावं? अशा
नादान माणसांसाठी तिला आयुष्यभर खपावं लागतं.
तशी ती राब राब राबते. पण ते करताना तिला प्रक्षोभ

आवरता येत नाही. ती वाक्ताडन करते आणि श्रेय गमावते.

''सौंदर्य हा प्रचंड मोठा सर्वस्पर्शी शब्द आहे. भरपूर मेहनत करून घामाचा वर्षाव करीत जाणारा हातगाडीवाला, दुपारच्या भाजणाऱ्या उन्हात सौंदर्याने चमकत असतो. कष्ट हे सौंदर्य. बुद्धी हे सौंदर्याचंच रूप. नम्रता म्हणजे देखणेपणा. कोणतंही काम भक्तीने करणं हेच सौंदर्य. आणि प्राप्त झालेली कोणतीही शक्ती कुजवत ठेवणं ही कुरूपता.

समोरच्या चालत्या-बोलत्या माणसाशी जितकं छान वागता येईल तितकं छान वागायचं. आपल्यामुळे दुसऱ्याचं आयुष्य दुःखी होत नाही एवढं माणूस नक्की सांभाळू शकतो.

तुमचे पूर्वज दारिद्र्याला घाबरले नाहीत. तुम्ही पण घाबरू नका. तुमच्या वाट्याला, इतरांचे वैचारिक दारिद्र्य पचवणं आलं आहे. तेही पचवून दाखवा. सातत्य हा निसर्गाचा धर्म नाही. तेव्हा ढोंगयुग संपेल. भविष्याबद्दल निराश राहण्याचा आपल्याला अधिकार नाही. तुमच्या सहवासात जी माणसं येतात, तेवढंच जग नाही. हे जग अजून चाललंय. ह्याचा अर्थच हा की इथं चांगलं जास्त आहे, वाईट कमी आहे.

प्रिया,
तू प्रेमात पडली आहेस, मला माहीत आहे. संकेतस्थळी– क्षणी आज तुम्ही दिवसातल्या चोवीस तासांपैकी दोन-तीन तास एकमेकांना भेटत असाल. ह्या दोन-तीन तासांच्या भेटीत परस्परांना न दुखवण्याची पराकाष्ठा चालते. सतरा-अठरा तास भेटीसाठी वाट पाहण्याचा टॅक्स भरलेला असतो आणि पुन्हा तितक्याच तासांची प्रतीक्षा करायची शिक्षा असते. त्यामुळे ह्या चुटपुटत्या भेटीत फक्त एकमेकांना सुखी करण्याची आश्वासनं दिली-घेतली जातात. निरीक्षणातच दंग असलेले जीव परीक्षणासाठी मोकळे राहतच नाहीत. तरी सांगतो, हाच कालखंड अभ्यासाचा आहे. ह्या अभ्यासात आपला जोडीदार आपल्याशी कसा वागतो ह्याचाच केवळ

अभ्यास करून चालणार नाही. मित्र-मैत्रिणी, वडीलधारी माणसं, घरातले नोकरचाकर, हॉटेलातले वेटर्स, रेल्वेतले सहप्रवासी, टॅक्सी-रिक्षावाले, नातेवाईक, दुकानदार, थोडक्यात म्हणजे संसाराला प्रारंभ केल्यावर ज्या ज्या व्यक्तींचा समाजात समावेश होतो त्या सर्वांशी त्याचं वागणं कसं आहे ह्याचं अवलोकन तुम्ही करायला हवं. कारण दैनंदिन व्यवहार ह्या सगळ्या घटकांवरच अवलंबून असतो. सुख आणि संवाद ह्या तराजूत तोलून खरेदी करण्याच्या वस्तू नव्हेत हे तुम्ही जाणता. तुमचा-माझा परिचय नसताना, तुम्ही आपण होऊन फोन केलात आणि संवादाचा आनंद मिळवलात आणि दिलात. प्रपंच करणाऱ्या माणसाचा आनंद ह्या ना त्या रूपात व्यवहारातच गुंतलेला असतो. व्यवहारासारखी परखड गोष्ट, सुसंवादानेच सुलभ होते. ह्या सुसंवादाचं वेड, छंद तुमच्या जोडीदाराला आहे की नाही, ह्याचाच कसून शोध घ्या. वेगवेगळ्या स्तरांतल्या व्यक्तींशी बोलताना तुमचा सखा, त्या त्या गोष्टी जोडत जोडत व्यवहार साधतो की मोडतोड करीत कार्यभाग उरकतो ते पाहा. बारीकसारीक गोष्टींतूनच देवगण, माणूसगण, राक्षसगण प्रकट होत असतो. निरीक्षणाशिवाय, परीक्षणाशिवाय लक्षण-अवलक्षणांचा अभ्यास अशक्य. वेगवेगळ्या भूमिकांतून व्यक्तीचा वावर कसा होतो हे पाह्यल्याशिवाय माणसाचा सर्वांगीण विचार होत नाही. हे आवश्यक आहे. प्रेमात पडलेली व्यक्ती फक्त प्रियकर असते. ती 'प्रिय' असेल तेच बोलते. प्रिय असेल तेवढंच बघते, ऐकते, स्पर्शून घेते. 'प्रियकर' म्हणजे आदर्शवाद. 'माणूस' म्हणजे वास्तववाद.

संसारातल्या प्रत्येक व्यक्तीची सुखाची कल्पना, सुखाच्या जागा, सुखाची साधनं ही वयानुरूप, कालानुसार निरनिराळी असतात. आणि प्रत्येकजण त्याच्या कल्पनेतल्या सुखामागे पळतोही. पण संसार टिकतो तो कसा? तर दुःख जेव्हा सगळ्यांचं एकच होतं तेव्हा घर उभं राहतं.

दिवस कधी थांबत नाही म्हणूनच हवा असलेला दिवस हा असा उगवतो. काळ हा माणसाचा शत्रू नव्हे. तो सर्वांत जवळचा मित्र आहे. मुख्य म्हणजे तो गतिमान असल्याने नित्य टवटवीत, ताजा असतो. एखाद्याच दिवसाची तो तुम्हाला वाट पाहायला लावतो ते तुमचा अंत पाहायचा म्हणून नव्हे, तर त्या दिवसाला तुम्ही कडकडून, तीव्रतेने भिडावं म्हणून! जेवढी प्रतीक्षा मोठी, तेवढाच पूर्तीचा क्षण ज्वलंत, ताजा, उत्कट!

"कुणाच्या वाट्याला कोणतं आयुष्य येईल, का येईल, तसंच का, वेगळं का नाही, एका ठराविक प्रसंगी त्या त्या व्यक्तीने तसेच निर्णय का घेतले ह्या प्रश्नांना उत्तरं नाहीत. आधी घटना घडतात. प्रश्नमाला नंतर तयार होतात. इट् इज जस्ट लाइक पोस्ट-मार्टेम. प्राण गेला हे खरं. चिकित्सा नंतर. निश्चित कशाने मेला ह्याचं अचूक उत्तर मिळाल्याने प्राण थोडाच परत येतो? जिव्हाळ्याच्या वर्तुळाला माणूस हवा असतो, शास्त्राला उत्तरं हवी असतात."

लहानपणी प्रत्येकजण ठिकरीचा खेळ खेळतो.

"आयुष्य जवळपास तसं असतं. जवळच्या जवळच्या घरात तो ठिकरीचा चतकोर तुकडा अचूक पडतो. घरं लांब गेली की हातातला तुकडा नेमक्या घरात पडेल ह्याची शाश्वती नाही. त्याप्रमाणे आयुष्यात छोटे छोटे आनंद कदाचित मिळतात. आपण खेळ खेळणारे असलो तर सरावाने सगळी घरं जिंकूही. पण ते झालं की नंतरचा टप्पा म्हणजे त्या आखलेल्या चौकोनांकडे पाठ करून ठिकरी टाकायची. ह्या टप्प्यात जवळच्या जवळच्या घरांचीही शाश्वती नाही आणि कोणतं घर आपली ठिकरी अचूक झेलून धरील ह्याचाही भरवसा नाही."

वाटेल तिथे थुंकणारी माणसं, सुशिक्षित असली तरी अडाणीच. मवाली असो, सभ्य असो. मी परामर्ष घेते, एकटी असले तरी; आणि–

"समाजात बाई एकटी असतेही आणि नसतेही. योग्य कारणासाठी आवाज चढवला तर पाठीशी पंचवीस माणसं उभी राहतात असा माझा वीस वर्षांचा अनुभव आहे. मुळात माणसाला चांगल्या गोष्टींची चाड हवी. आणि ती व्यक्त करण्याइतपत धाडस हवं. काहीही वाईट घडलं की काहीतरी स्वतःचं जळतंय एवढी जगण्याबद्दल ओढ हवी. ती ओढ तुम्हाला गप्प बसू देत नाही. गप्प गप्प बसूनच आपण सगळे ह्या स्तराला आलो आहोत. गुन्हा तो गुन्हाच. छोटा की मोठा हा भेद करता कामा नये. तसंच गलिच्छपणाचं. इतर सहन करतात म्हणून ह्या माकडांचं फावतं."

"मान्य आहे. तुमचा हेतू चांगला आहे यात शंकाच नाही. तुमच्या पाठीशी माणसं उभी राहतात हा तुमचा वीस वर्षांचा अनुभव आहे. तो खोटा आहे असं मी म्हणणार नाही, पण तरीही एक सांगू का? तुम्ही स्त्री आहात म्हणून माणसं पाठीशी उभी राहत असतील. एखाद्या पुरुषाने हा प्रकार केला तर भोसकाभोसकीपर्यंत मामला जाऊ शकतो. तुम्ही बाई आहात तेव्हा..."

ती पटकन म्हणाली, "माझ्या स्त्रीत्वाचाच मी फायदा उठवते आहे. मी अबला आहे असं मला मुळीच वाटत नाही. माणसं आपल्या पाठीशी उभी राहतात म्हटल्यावर स्त्रीत्वाचा फायदा चांगल्या कारणासाठीसुद्धा घेता येतो. वास्तविक मवाल्यांना वठणीवर आणणं कठीण नाही. पण त्यासाठी शारीरिक बळ कमावलेले पुरुष हवेत. तसे पुरुष पाच टक्के पण नाहीत. बायका घराबाहेर पडल्यास त्या समाज बदलू शकतात. पण त्यांना जाणीव नाही. वेळ नाही. दृष्टी नाही. त्यांना स्वतंत्र व्हायचंय. कांगावा करायचा तो 'स्त्री' म्हणून. मी मर्यादित प्रमाणात माझ्या स्त्रीत्वाचाच फायदा उठवते आहे, चांगल्या कारणासाठी."

"पण?"

"मोठ्या प्रमाणावर ज्या चळवळी करायच्या त्या केल्याच पाह्यजेत, पण त्याच वेळेला ज्या गोष्टींचा मोठ्या प्रमाणावर उपद्रव होतो त्याचाही परामर्श घ्यायला नको का? आपला देश हा थुंकणाऱ्यांचा देश आहे."

'माणसाचं प्रेम फार मर्यादित असतं. त्याला परीघ असतो. माणूस मोठ्या मनाचा, खूप विशाल मनाचा असं म्हटलं तरी फरक पडत नाही. खूप मोठं वर्तुळ काढलं तरीही त्याला परीघ आलाच, आणि परीघ आहे, तिथे सेंटर– मध्यबिंदू आलाच. मध्यबिंदू म्हणजेच आत्मकेंद्रितपणा. परीघ कितीही मोठा असो, त्रिज्या अनेक मैलांची असो, ती फिरणार मध्यबिंदूभोवतीच.'

'काय बिघडलं?'

'त्यालाच पझेशन म्हणतात. मध्यबिंदूवर मग पत्नी असो किंवा प्रेयसी. परिघाशिवाय वर्तुळ पूर्ण करण्याची क्षमता फक्त निसर्गाजवळ असते. माणसाने त्या विराट, अंत नाही, स्वार्थ नाही, हक्क नाही अशा वर्तुळात जावं. मागणी करायचीच तर ती इतक्या मोठ्या प्रेमाची करावी. त्याच्याखाली कॉम्प्रमाइज नकोच.'

"भक्तीचं, आराधनेचं बदललेलं रूप म्हणजे कला. भक्ती स्वत:साठी असते. सगळे संत वेडेपिसे झाले होते, ते स्वत:साठी. त्यांचं भजन, कीर्तन, साधना सगळं स्वत:साठी होतं. ते जास्तीत जास्त निसर्गाजवळ जात होते. विजनवासात रमत होते. निसर्गातली प्रत्येक गोष्ट स्वत:साठी फुलते. निर्मनुष्य अरण्यात फुलं फुलतात. झरे वाहतात. पक्षी विहरतात. समाधान, तृप्ती ह्या पूर्ण होणाऱ्या भावना आहेत, असं मानलं तर तो प्रवास अतृप्तीच्याच

मुक्कामावर संपतो. रेल्वेचे रूळ कधीही एकमेकांना भेटणार नाहीत हे नक्की. म्हणूनच आपण तो बिंदू कधीही शोधणार नाही. त्याप्रमाणे, ह्या भावनांना अंत नाही, ही खूणगाठ पक्की झाल्याशिवाय पळापळ थांबत नाही. परतीमागे पळणारा कधी स्थिरावलाय? निसर्गनिर्मित प्रत्येक गोष्ट आत्मरतीचं उदाहरण आहे. त्याच निसर्गाचं तुम्ही अनुकरण केलंत तर साद, प्रतिसाद, कौतुक, प्रसिद्धी, लौकिक सगळं सामान्य पातळीवरचं वाटतं.

'माणूस कशाच्या आधारावर जगतो सांगू?
भूतकाळातल्या आठवणींवर!'
'ही निव्वळ कविकल्पना! आयुष्य आहे म्हणून जगतोय हे उत्तर फार रूक्ष वाटेल ह्या भीतीपायी माणूस बेधडक सांगतो, आठवणींवर जगतो म्हणून! आठवणी जीवन देण्याइतक्या तीव्र असत्या तर माणूस कशाचीही पर्वा न करता त्या आठवणींमागे लागला असता. पण तशी माणसं फार कमी. आठवणी असह्य होणारी माणसं सरळ जीव देतात. इतर आपल्या नशिबातच नव्हतं असं म्हणत, रडगाणी गात आयुष्याशी कॉम्प्रमाईज करतात.'

आर्थिकदृष्ट्या स्वत:च्या पायावर उभं राहण्याची काही सुशिक्षित स्त्रियांवर परिस्थिती वेळ आणते. बुद्धिवान मुली ते आव्हान स्वीकारतात, स्थिरावतात, यशस्वी होतात. आणि, कधीकधी चार अक्षतांनी बांधल्या जातात. पुरुष नोकरी सोडायला लावतात. दिवस किती मोठा असतो, ते अशा वेळी त्यांना जाणवतं; आणि त्याहीपेक्षा आयुष्यभर नवऱ्याची लहर सांभाळावी लागणार हा विचार जास्त कुरतडणारा असतो. नोकरी निव्वळ पगारासाठीच असते का? शरीराबरोबर ती बुद्धीची गुंतवणूक असते. संयमाची शिकवण असते. शिस्तीचा वस्तुपाठ असतो. आपल्यावाचून काही प्रमाणात इतरांचं अडतं ह्या अहंकाराला, नोकरीच्या निमित्ताने, एक सेफ्टी व्हॉल्व्ह मिळतो.

परिवर्तन ही अंतर्मनातलीच प्रोसेस आहे. लाऊडस्पीकर्स लावून, कानठळ्या बसवणाऱ्या आवाजात प्रार्थना म्हणणं, हा राजकारणाचा भाग आहे. भक्ती, प्रेम, श्रद्धा, दया, शांती, क्षमा ही सगळी मौनाची रूपं आहेत. बाहेरच्या कोलाहलापासून लांब गेलो म्हणजे तुम्हालाच तुमचा सूर ऐकू येतो. तो सूर ऐकू येऊनही जी माणसं तिकडे दुर्लक्ष करतात, त्यांना गुरू किंवा सायकिॲट्रिस्ट लागतो.

पंचवीस वर्षांपूर्वीच्या चुका मान्य करताना आपल्याला काही वाटत नाही. काळ फक्त सगळ्या दुःखावरच इलाज नसतो तर चुकांवरही असतो. काल जर आपण एखाद्याचा अपमान केला, तर आज दिलगिरी दर्शवणं जड जातं. काही माणसांजवळ लगेच चुका मान्य करण्याचा मोकळेपणा असतोही. तरी ती गप्प राहतात.

का?

एकच कारण.

मोकळी होणारी मनं खूप असतील. मोठ्या मनाची माणसं भेटतील न भेटतील. ह्या शंकेने ती गप्प राह्यली असतील, स्वतःचं मन कुरतडत असतील.

समाजात वाण आहे ती मोठ्या मनाची.

मोकळ्या मनाची नव्हे.

प्रत्येक नव्या अनुभवाचं नातं, अंगावर काटा किंवा रोमांच उठवणाऱ्या केवळ एकाच क्षणाशी असतं. दुसऱ्याच पुढच्या क्षणी तो अनुभव एका क्षणाने जुना झालेला असतो. भूतकाळात गेलेला असतो. नंतरचा आनंद पुनरुक्तीचा असतो. 'क्षणभंगुर' हे विशेषण आयुष्याला न लावता अनुभवालाच लावलं पाह्यजे.

मला हेही माहीत आहे की अखंड उत्साह,
शोधक नजर, वक्तृत्व, प्रवासाची विलक्षण हौस

हे सगळे गुणविशेष व्हिटॅमिनच्या गोळ्या खाऊन येत नाहीत. कलमी आंबा हा मातीचाच हुंकार असतो. तशा काही काही व्यक्ती ही मातीला पडलेली स्वप्नं असतात. वासुदेव बळवंत, सावरकर, लोकमान्य टिळकांपासून खरेखुरे क्रांतिकारक-विचारवंत, लता-आशा वगैरेंसारख्या तीन तपांच्यावर स्वरांच्या संततधारांनी चिंब करणाऱ्या पार्श्वगायिका, बडे गुलामअलीखाँपासून पं. भीमसेन जोशींपर्यंतचे गायक, बाबा आमट्यांपासून शिवाजीराव पटवर्धनांपर्यंत खरेखुरे मानवतेचे पुजारी, अशी सगळी माणसं पाह्यली की 'सुजलां सुफलां 'चा अर्थ सापडतो. राह्यलेल्या सगळ्या जनगणात जमिनीत फाळ खुपसणारे आहेतच. पण जेव्हा जमिनीलाच प्रसववेदनांचा मोह होतो, देठालाच जेव्हा रोमांच आवरेनासे होतात तेव्हा कळीचा हुंकार उमटतो त्याप्रमाणे धरित्री अशा काही माणसांना जन्माला घालते.

तुमचे पूर्वज दारिद्र्याला घाबरले नाहीत. तुम्ही पण घाबरू नका. तुमच्या वाट्याला, इतरांचे वैचारिक दारिद्र्य पचवणं आलं आहे. तेही पचवून दाखवा. सातत्य हा निसर्गाचा धर्म नाही. तेव्हा ढोंगयुग संपेल. भविष्याबद्दल निराश राहण्याचा आपल्याला अधिकार नाही. तुमच्या सहवासात जी माणसं येतात, तेवढंच जग नाही. हे जग अजून चाललंय. ह्याचा अर्थच हा की इथं चांगलं जास्त आहे, वाईट कमी आहे.

प्रेमपूर्तीत साफल्याची शंका असते. प्रेमभंगातलं वैफल्य नवी पायवाट शोधायला लावते, स्वत:च्या मालकीची.

प्रेम, प्रेमविवाह दोन्ही मान्य. पण संसार हा व्यवहारही आहे.

प्रेम करतानाही साथीदाराची वैचारिक पात्रता तपासायला हवी. संसार स्थैर्यासाठी असतो.

आता स्थैर्याची व्याख्या ठरवायला हवी.

अन्न, वस्त्र, निवारा ह्या मूलभूत गरजा. संसाराच्या प्रारंभी ह्या तीनही गरजा, मन

मारावं लागणार नाही इतक्या ठणठणीत अवस्थेत भागणाऱ्या असतील तर ह्याच्यापलीकडच्या ज्या गोष्टी हव्या आहेत, ह्या सगळ्या wants आहेत. त्या needs नाहीत.

मागण्या आणि गरजा इतका स्पष्ट फरक आहे हा.

अन्न, वस्त्र, निवारा ह्या किमान गरजा जो भागवू शकत नाही, त्याने मुळात लग्न का करावं?

'पुरुष' होण्यापूर्वी त्याने 'नवरा' आणि नंतर ओघानेच 'बाप' व्हायची घाई का करावी?

वरील तीन गरजांपैकी 'निवारा' ही गरज, राज्यकर्त्यांनी इतकी महाग करून ठेवली आहे की ती घेता घेता रक्त ओकावं लागतं. ह्या एवढ्याच एका बाबतीत पत्नीने आर्थिक सहकार्य द्यावं ही नवऱ्याची अपेक्षा गैर मानता येणार नाही. पण निवाऱ्याचा प्रश्नही सुटलेला असेल तर आडकाठी राहिली कुठे?

फ्रीज, फोन, होंडा, टीव्ही, टेपरेकॉर्डर हे फॅमिली मेंबर्स विकत घेऊन सांभाळायचे असतील तर 'फ्रीज' वगळता बाकीच्या wants आहेत.

ह्यासाठी तुमच्या जोडीदाराने तुमच्या मनाविरुद्ध तुम्हाला नोकरीची जबरदस्ती केली तर नाइलाजाने त्याच्या मनगटात ताकद नाही असं म्हणावं लागेल किंवा त्याला रातोरात पॅरिस बांधून हवंय म्हणावं लागेल.

ह्यातला दुर्दैवाचा भाग हाच आहे.

कष्ट आणि वेळ, सातत्य आणि निष्ठा ह्यांच्या पाठपुराव्याशिवाय जगात काहीच मिळत नाही. ह्यावरचा उपवर तरुणाचा विश्वास उडत जाणं हा दुर्विलास आहे. अशा माणसाच्या आयुष्यात तुम्ही एकजीव होऊ शकाल का? सगळं भवितव्य त्याच्या हातात सोपवताना, तुमचं अगदी छोटं पण रास्त स्वप्न, लग्नाच्या होमात आहुती म्हणून टाकणार का?

प्रारंभीच्या काळातलं प्रेम आंधळं असू शकतं. कोणती व्यक्ती का आवडावी, ह्याला उत्तरं नाहीत. पण संसार हा एक व्यवहार आहे. प्रेमाइतकाच तो कर्तृत्वाचा भाग आहे. कालांतराने कर्तृत्वशून्य सहवास तुम्हाला नकोसा झाला तर?

परंपरेने किती ठाम कल्पनांनी आपला मेंदू विचारहीन झालाय, सभ्य सिंधी, प्रेमळ शीख, प्रामाणिक दुकानदार, न लुटणारा व्यापारी, निष्ठावंत कार्यकर्ता, नि:स्वार्थी लीडर, सत्ता नको असलेला पक्ष, धर्मातीत विचारांचा मुसलमान असं समीकरण होऊच शकत नाही हे ठाम गृहीत धरून आपण विश्वबंधुत्वाच्या

गप्पा मारतो. आपल्या फूटपट्ट्या आपण कधी फेकणार?
अर्थात हा प्रश्न उपस्थित करण्यात काही अर्थ नाही. फूटपट्ट्या फेकायची किंतीही तयारी असली, तरीही त्या घट्ट धरून ठेवाव्यात, असंच सर्वत्र चित्र आहे.

शिक्षण म्हणजे काय? पाठांतर करून लक्षात ठेवलेली जुजबी माहिती. ज्याचं पाठांतर जास्त तो हुशार. ज्याचं कमी तो मागे पडणारा. म्हणूनच शिक्षण संपतं तेव्हा बरंचसं विसरलं गेलं तरी चालतं. व्यवहारात मिळतं ते शिक्षण वेगळं.
शाळेत भाषा शिकविली जाते. माणसा-माणसांतला संवाद कसा असावा हे व्यवहार सांगतो. पाढे पाठ करणं वेगळं आणि गणित समजणं वेगळं. शरीरशास्त्र वेगळं, तर आतला माणूस त्याहून निराळा. एकूण स्वर किती ह्याची संख्या समजणं आणि संगीताचं आकलन होणं ह्या भिन्न गोष्टी आहेत. ह्या सर्व उंची आणि जाडी वाढवणाऱ्या, मनाची खोली वाढवणाऱ्या गोष्टी वेगळ्या. तेवढ्यातच वरवर नजरेत आपण प्रतिसाद देणारं एक शरीर शोधतो. डिग्री पाहून, ऐपत पाहून. दोन रुपयांचा नारळ, पाच रुपयांचे पेढे, आठ आण्यांचा हार आणि चपला सांभाळणाऱ्या बाईला दहा पैसे एवढ्या साधनांवर माणूस देवळापर्यंत पोचतो. देवापर्यंत जातो का?

भारत देशाला 'सुजलां' म्हणायचं पण पावसाची शाश्वती नाही. 'सुफलां' म्हणायचं पण परकीय मदतीशिवाय श्वास घेता येत नाही.
मग हे शब्द खोटे आहेत का?
मुळीच नाही.
कोट्यवधी अशिक्षित, मागासलेल्या स्त्रियांच्या डोळ्यांतलं न आटणारं पाणी पाह्यल्यावर 'सुजलां' का म्हणायचं नाही? एका सेकंदाला एक मूल जन्माला घालणारा देश 'सुफलां'च नाही का? ती मुलं नागडीउघडी असली म्हणून काय झालं?–उपाशी राह्यली तरी बिघडत नाही. त्यांच्याच जिवावर राज्यकर्त्यांची पोटं सुटताहेत. त्यांना हवी ती फळं मिळताहेत, तेव्हा हा देश 'सुफलां'च.

समाजापासून, वर्तुळापासून, नातेवाईक, मित्र, थोडक्यात म्हणजे 'संवादा'पासून जो तुमची फारकत करतो, ज्या वृत्तीमुळे तुम्ही एकटे पडता तो सगळा दुरभिमान. दुरभिमानात थोडी हिंसा डोकावते. इतरांची मनं ही अशी सहजी मारता मारता, दुरभिमान स्वतःचीही हत्या करतो. स्वाभिमान गौरवास्पद असतो. तेवढाच फक्त जतन केला तर वर्तुळातली माणसंही त्याची बूज राखतात. स्वाभिमानाची सोयरीक कर्तृत्वाशी असते. कर्तृत्वशून्य स्वाभिमानाला 'पोकळ' विशेषणाचा भरगच्च आहेर मिळतो. स्वाभिमानी माणूस परावलंबी नसतो. नियतीच्या लहरीपायी त्याला सत्तेपुढे नमतं घ्यावं लागतं. पण ती परिस्थिती तो फार सहन करू शकत नाही. स्वतंत्र, स्वायत्त होण्याच्या वाटा तो शोधत असतो.

'स्वतः'ची यथार्थ जाणीव आणि ओळख असलेला माणूस स्वाभिमानी असतो.

'दोन तोंडांचं वासरू जन्माला आलं हेही वर्तमानपत्रात छापून येतं आणि महापालिकेचे दोनअडीचशे ठराव प्रसिद्ध होतात. दोन तोंडांचं वासरू जन्माला आलं की ते लगेच मरावं पण लागतं, नाहीतर संपादकाला ते दाखवावं लागतं. प्रश्न तो नाही. प्रत्येक वाचक त्याला हवी असलेली बातमी हेरत असतो. रस्त्याची किंवा ड्रेनेजची कामं करणारा कंत्राटदार टेंडर नोटिशीवर लक्ष ठेवून असतो, हरिजन स्त्रीवर झालेला बलात्कार वाचत नसतो. तिथेही एक गंमत असते. स्त्रीवर स्त्री म्हणून कधी बलात्कार होत नाही. ती नेहमी प्रथम हरिजन असते आणि मग ती स्त्री असते. वर्तमानपत्रवाल्यांना 'बलात्कार' झाला एवढं सत्य चालत नाही. ह्यातलं दुःख त्यांच्यापर्यंत पोचतच नाही. त्यांना फक्त 'सनसनाटी'पणा हवा असतो.''

''त्याशिवाय पेपर कोण वाचणार?''

''मला सगळ्या कलावंताचं, लेखकांचं, नाटककारांचं प्रकाशातलं आयुष्य हवं आहे. माझं आणि त्यांचं नातं तेवढ्यापुरतंच खरं आहे. अंधारातलं सगळ्यांचं वागणं सारखंच असतं. कुणी कुणाला जाब विचारायचा?''

काही माणसांना चौकटीतलं आयुष्य पेलत नाही. सुरक्षित वातावरणात ती कावरीबावरी होतात. त्यांना हुरहुर हवी असते.

सुखद बेचैनी हवी असते. चार वळून बघणाऱ्या माना हव्या असतात. कौतुकाने, आश्चर्याने बघणाऱ्यांच्या नजरेत ह्या अशा माणसांना, त्यांना अभिप्रेत असलेल्या स्वास्थ्याचा शोध लागतो. 'ह्यांना काय कमी आहे?' असं जेव्हा इतरांना वाटतं तेव्हा ते वाटणं शिष्टसंमत समाजापेक्षा वेगळं नसतं. ज्यांच्याजवळ कोणतीही वेगळी क्वॉलिटी नसते, अशीच माणसं विचित्र वागतात. ह्या अशा माणसांना फार लवकर सगळ्याचा कंटाळा येतो. ह्यांना कायम कसली तरी ऊब हवी असते. एखादी अनावश्यक पण नवी वस्तू खरेदी करूनसुद्धा ही माणसं अशी ऊब मिळवतात.

"काल माझ्या नवऱ्याने, ग्लास फेकून मारला आणि एक धडा शिकवला. प्रत्येकाच्या नजरेत एक ठिणगी लपलेली असते. त्या ठिणगीची चितेची ज्वाळा
होईतो वाट पाहायची नाही."
"एवढी बिथरलीस?"
"दादा, माझ्यासारख्या बाईला उगारलेला हात पुरेसा आहे. हत्या करायला प्रत्येक वेळी हत्यारच लागतं असं नाही. ह्या काचेच्या तुकड्यात मला सुऱ्यापासून बंदुकीच्या गोळीपर्यंत सगळी शस्त्रं दिसतात."
"असं म्हणू नकोस."
"तसंच म्हणायला हवं. शेवटी शस्त्रं हा ऐपतीचा भाग आहे. वृत्ती महत्त्वाची. ह्या वृत्तीशी मुकाबला करण्याला शक्ती मिळवायला हवी आणि त्यापूर्वी पशुत्वाची पहिली ठिणगी ओळखायची नजर कमवायलाही हवी. तेही लग्न झाल्यावर नाही तर बालपणापासून!"
"ॲबसोल्युटली राईट! पण हे कसं जमायचं?"
"माझ्या मते हे काम आई-वडिलांचं आहे. पाशवी वृत्तीने कुणालाच वागायचा अधिकार नाही. भावाला, बहिणीला, मित्र-मैत्रिणींना, आई-वडिलांना, माणूस म्हणवून घेणाऱ्या कोणत्याही व्यक्तीला. अन्यायाशी प्रतिकार करण्याची ताकद मुलांना, मुलींना लहानपणापासून द्यायला हवी, पण हे कधीच घडणार नाही."
"का?"
"स्वत: आई-बापच त्या पशुत्वाच्या ठिणगीच्या शापातून

मुक्त नसतील, तर स्वत:च्याच मुलांना आपल्याविरुद्ध युद्ध करण्याचं शिक्षण कोण देणार?''

''पण...''

''पशू म्हणजे अगदी जंगली जनावरच असा अर्थ घेण्याची जरुरी नाही. अहंकार हीच पशुत्वाची ठिणगी.''

काही दुखणी जन्मजात असतात. काही तुम्हाला आयुष्याच्या मध्यावर गाठतात. मधुमेह, रक्तदाब वगैरेंसारख्या व्याधी, हिंदी चित्रपटातल्या 'खानदान', 'घराने की इज्जत' वगैरेसारख्या अचानक जाग येऊन उपटतात. तीन ते पाच हजार फूट फिल्म मस्तपैकी काश्मीर, सिमला, बर्फ, झाडांना मिठ्या ह्यात जाते. आणि मग अचानक कोणी एक गॉगलधारी कॅनडाहून येतो आणि घोड्याएवढ्या हिरॉइनचा वाढदिवस साजरा होत असताना तिथं उपटतो. कोणत्या वातावरणात उपटायचं हे त्यालासुद्धा कळत नाही. पियानोपाशी अंगाला झटके देत नाचणाऱ्या हिरॉइनला मग बाप सांगतो, 'मैंने बचपनसे तुम्हारी शादी जिससे पक्की की थी, यह है वही...'' कोणता तरी कुमार. त्याप्रमाणे रक्तदाब, मधुमेहासारख्या व्याधी. झोपडपट्टीप्रमाणे ह्या कायमच्या तुम्हाला चिकटतात आणि पक्की इमारत हलके हलके गिळतात.

हार्ट ॲटॅक वगैरे कंपनीला थांबायला सवड नसते. नेहमीचं बिल, मग नोटीस बिल आणि मग तुमचं कनेक्शनच केव्हातरी तोडणं.

पिढीजात, जन्मत: दुखणं म्हणजे अस्थमा वगैरे. तुमचा श्वास पुरता जाईपर्यंत हे दुखणं केव्हाही 'रास्ता रोको' आंदोलन पुकारणार.

ही सगळी दुखणी परवडली. संवादाची भूक ह्या व्याधीवर उपाय नाही.

रडण्याचं नातं
वात्सल्याशी
जोडण्याऐवजी जी
माणसं ते नातं
दुर्बलतेशी जोडतात,
ती माणसं पाणी
ओघळू देत नाहीत.

निरनिराळ्या लोकांच्या दृष्टिकोनातून आपण
जर स्वत:ला पाहू
शकलो तर
आपल्याला खूप नवे
मित्र आपल्यातच
मिळतील.

लेखक चार सामान्य माणसांसारखाच असतो. त्याच्याकडे समस्येवर उत्तरं नसतात. स्वत:च्या आयुष्यात निर्माण होणाऱ्या समस्या सोडवताना जिथं त्याची दमछाक होते, चुकीच्या कृतीचे फटके तोही खात असतो, तिथं इतरांच्या समस्या तो काय सोडवणार? अन्याय दिसला की लेखक खवळतो. मग तो माणसाने माणसांवर केलेला असो किंवा नियतीने माणसांवर!

अवसर मिळूनसुद्धा माणसात परिवर्तन का होत नाही?
आळस मध्ये येतो की अवसर मिळाला आहे, हेच ध्यानात येत नाही?
आळस मध्ये येतो की अहंकार?
आणखी एक महत्त्वाचा घटकही परिवर्तनाच्या मार्गात आडवा येतो.
'आपण आपल्यात कोणतंही परिवर्तन घडवून आणलं नाही,
तरी आपलं काहीही बिघडत नाही'
असं माणसाच्या ध्यानात आलं की संपलं.
मळलेली पायवाट सोडायचं धाडस कुणी सहसा करत नाही.

एका क्षणात दृष्टिकोन बदलणं हे साधंसुधं स्थित्यंतर नाही. जगातली सर्वांत अवघड गोष्ट म्हणजे विचार बदलणं. इतर गोष्टी केव्हाही बदलता येतात. आज आवडलेली गोष्ट उद्या फेकून देता येते. आवडली नाही तर. पण नवा विचार स्वीकारणं ही खूऽऽप मोठी घटना आहे.

'हा काळा आणि हा पांढरा' अशा दोन कप्प्यांत आयुष्याचे
सगळे रंग भरता येत नाहीत. काळा आणि पांढरा ह्या रंगांच्या

मिश्रणाने, जो 'ग्रे' म्हणजे 'राखी' रंग तयार होतो, त्याप्रमाणे कौटुंबिक जीवनातले अनेक क्षण राखी रंगाचे असतात, म्हणून आपला सतत अर्जुन होतो.

नातवंडांची बाजू घेऊन मुलाला किंवा मुलीला, त्यांचं चुकतंय, हे दिसत असूनही नातवंडांना न्याय देता येत नाही. आपला मुलगा हा त्यांच्या मुलांचा बाप आहे, त्याचा पिता म्हणून जे स्थान आहे, त्याला धक्का लागू नये म्हणून नातवंडांसमोर त्याला चार शब्द सुनवता येत नाहीत. आपण आजोबा असूनही, स्वत:च्या मुलांसमोर मुलगा तुम्हाला उलट उत्तरं किंवा दुरुत्तरं देऊ शकतो.

त्या वेळेला आजोबांची 'आजोबा' म्हणून जी प्रतिष्ठा आहे, ती काटेकोरपणे सांभाळण्याची गरज नसते. आई-वडिलांकडून जो न्याय मिळत नाही, तो आजोबांकडून मिळवू, ह्या भावनेने नातवंडं तुम्हाला बिलगतात. त्यांचा विश्वास सार्थ होता, हे तुम्ही सिद्ध करू शकत नाही. मुलाच्या आधारावर जगायचं असतं. नातवंडांवर अन्याय होऊ द्यायचा नसतो. ह्यासारख्या प्रसंगांना 'राखी' रंग म्हणायचा नाही तर काय म्हणायचं?

पायातल्या चपला काढल्यावर त्याने चपलांना नमस्कार केला. मी पाहत राहिलो. तो म्हणाला, 'ह्या चपलांनी इथं येण्यासाठी मला मदत केली, म्हणून नमस्कार.' मुळातच हे सगळं का करायचं? कृतज्ञ भाव जपण्याचा हा केवळ प्रारंभ आहे. निर्जीव वस्तूंबद्दल तुम्ही हमदर्दी दाखवायला सुरुवात केलीत तर त्यातूनच जित्याजागत्या माणसाचा आदर करणं हा सहजधर्म होईल.

घेणाऱ्याच्या अपेक्षेपेक्षा देणाऱ्याची ऐपत नेहमीच कमी असते.

संसारात आनंदी वातावरण जो ठेवू शकतो, त्याला मी आत्मवान समजतो. मनात शांती असेल वा नसेल, पण वातावरण आनंदी ठेवणं आपल्या हातात आहे. ह्यासाठी दिनरात कोशीस करणारा अंतर्यामी शांत आहे, असं कधीच होणार नाही. संसार ही सर्वांत अवघड कला आहे.

प्रत्येक क्षण हा शिक्षणक्रमाचा आहे आणि ह्या क्रमांतून जात असतानाच परीक्षा

द्यावी लागते. वर्षभर अभ्यास नंतर परीक्षा असा सरकारी कोर्स नाही. अभ्यासक्रमाची टेक्स्टबुकं आणि न फुटणारी प्रश्नपत्रिका एकाच वेळी हातात पडतात. बायको, वेगवेगळ्या वयाचा मुलगा आणि मुलगी, इतर नातेवाईक आणि टाळ्या वाजवणारे प्रेक्षक हे सगळे परीक्षक आणि ह्यातलेच काही पेपरसेटर.

काल बरोबर घेतलेला निर्णय आज चालत नाही. आणि डिग्री-डिप्लोमासारखे प्रकार नसल्यामुळे भिंतीवर लावायला प्रशस्तिपत्रकं नाहीत.

परिवाराच्या चेहऱ्यावर आनंद पाहणं, ही एकमेव कसोटी आणि वेगवेगळ्या वयाच्या, वृत्तीच्या माणसांना एकाच वेळी न्याय देता येत नाही. तुम्ही जेवढे विचारवंत, तुमची स्वत:ची उंची जेवढी विराट, तेवढ्या प्रमाणात तुम्ही आनंद निर्माण करू शकता. ही उंची वाढवण्याच्या खटाटोपात जो सापडतो, तो अंतर्यामी अतृप्त आणि अशांतच असणार. तरीही जो परिवारात आनंदाची रोषणाई करू शकतो, तो आत्मवान.

प्रत्येकापाशी ही शक्ती असते. ज्योत असते. चैतन्य हीच ज्योत. श्वासोच्छ्वास हेच सत्य. फक्त ह्या तेवणाऱ्या ज्योतीला स्वार्थत्याग आणि समर्पणाचं तेल लागतं.

ऐपत हा शब्द फसवा आहे. तो तुम्हाला नेहमी जास्त उंचावर असलेली जागा दाखवतो आणि वरवरची उंची गाठण्याच्या स्पर्धेत दानत विकावी लागते. आदर्श स्वत:चा आणि त्याचा चिमटा दुसऱ्याला ह्या तत्त्वावर अनेक माणसं मोठी म्हणून मिरवतात.

महाराज किंवा सिद्ध पुरुषांचीच उदाहरणं कशासाठी हवीत? आपले मित्र, नातेवाईक, पत्नी, पती, आपली स्वत:ची मुलं, ह्यांच्या समस्या, गाऱ्हाणी, अडचणी ऐकताना आपल्याला काही त्यांच्या पातळीपर्यंत जाता येत नाही. त्यांची समस्या सोडवणं अंतरावरच राहतं. त्या व्यक्तीला काय म्हणायचं आहे, हे शांतपणे ऐकून घ्यायलाही आपल्याला सवड नसते किंवा इच्छा नसते. 'काय करणार? माणसाचा स्वभाव बदलतो का? तुम्ही सहन करायला शिका' असं सांगणं म्हणजे एक तर पळवाट झाली किंवा आपली तेवढी कुवत नाही, हाच त्याचा अर्थ झाला. ऐकणारा माणूसही मग कधी कधी, 'तुम्हाला नुसतं सांगायला काय जातं? चार दिवस माझ्या घरी या आणि 'बायकोच्या' किंवा 'नवऱ्याच्या' सहवासात राहून दाखवा'– असं म्हणतो. ह्या त्यांच्या प्रतिपादनातच आपण त्यांच्या पातळीपर्यंत जाऊ शकलो नाही, असा अर्थ होतो. ह्याच एका कारणासाठी एखादी प्रिय व्यक्ती 'हे जग सोडून गेली', तर 'आत्मा अमर आहे' ह्या आध्यात्मिक पातळीवरचं समर्थन सांत्वनापर्यंत पोचत नाही.

'गड्या, आयुष्य खूप साधं असतं. कधीकधी खूप रटाळ असतं. आयुष्याचा महोत्सव करता आला पाहिजे. श्वास घेणं आणि सोडणं ह्याला जगणं म्हणत नाहीत. प्रत्येक श्वास घेताना आसमंतातल्या सुगंधाचा प्रत्यय आला पाहिजे.'

'म्हणजे नेमकं काय करायचं?'

'परमेश्वराने प्रत्येक माणसाला एक स्वर देऊन पाठवलेलं आहे. अंतर्मनातल्या वीणेवर तो सूर सतत वाजत असतो. बाहेरच्या गोंगाटाकडे थोडं दुर्लक्षकेलं म्हणजे तो सूर ऐकू येतो. तो सूर ऐकू आला म्हणजे जीवन महोत्सवासारखंच होतं.'

पायथ्याशीच राहण्यामध्ये कल्याण आहे, ह्याचा शोध लागला की आयुष्यात धर्माचा उगम झाला असं समजावं. प्रत्येकाची कहाणी वेगळी असेल, पहाड वेगवेगळे असतील, त्याचप्रमाणे दगडही. आपण तेच तेच काम सातत्याने करत राहतो. प्रत्येक वेळेला म्हणत राहतो की, माझ्या हातून काही तरी चुकलं असेल. पुढच्या वेळेला दुरुस्ती करू. पुन्हा यश मिळालं नाही की, माणूस केव्हा तरी थकतो. ह्यात सुख असेल किंवा त्यात सुख असेल, असं म्हणत आयुष्यभर सुखामागे पळत राहतो. शेवटी हाताल वैफल्यच येतं. असा अनुभव आला, म्हणजे तो चिरंतन सुखाच्या शोधामागं लागतो. विफलता हेच अध्यात्माच्या दिशेने टाकलेलं पहिलं पाऊल. म्हणूनच भौतिक सुखाच्या मागे लागलेल्या माणसाला अधार्मिक म्हणता येणार नाही. शाश्वत सुखाचीच ती चुकलेली वाट आहे.

> 'एका माणसाच्या समस्येवर दुसऱ्या माणसाजवळ उत्तरच नसतं. कारण सल्ला देणारा त्या समस्येपर्यंत पोचू शकत नाही. तो स्वतःच्याच वैचारिक पातळीप्रमाणे त्या समस्येकडे पाहतो. समस्येतून जाणाऱ्या माणसाच्या भूमिकेत तो जाऊ शकत नाही. समस्या सांगणारा माणूस अनुकूल उत्तरासाठीच अनेकांना भेटत राहतो आणि त्याला आवडणारा विचार मिळाला की त्या माणसाला ग्रेट मानून खूष होतो. हे सगळं पाहिलं की वाटतं, कोण कुणाला खऱ्या अर्थाने जाणून घेत असेल?

नवीन वाहन घेतलं की, आठ-दहा दिवस आपण स्वतः धुतो. कालांतराने कपड्याचे चार-पाच फटके मारून भागवतो. हेच थोड्याफार फरकाने प्रत्येक बाबतीत.

नावीन्याला सर्वांत मोठा शाप परिचितपणाचा. स्वत:च्या दोन-तीन वर्षांच्या अपत्याचे लडिवाळ चाळे किंवा हालचाली ह्यांतही माणूस किती काळ रमतो? आनंदाला फक्त एकच दिशा असते. ती दिशा 'स्वत:ची दिशा.' म्हणूनच सगळ्या गोष्टींतला रस तत्काळ संपतो किंवा सुखवणाऱ्या एकूण एक गोष्टींच्या वर्तुळाने घेरूनही माणूस अस्वस्थ असतो.

काही माणसं तापट असतात, काही आढ्यतेखोर, काही घुमी तर काही गर्व करणारी, काही ऑर्थोडॉक्स तर इतर न्यूनगंडवाली, धूर्त, लबाड, लफंगी, खोटारडी, नम्र, भिऊन राहणारी, ऐदी, आळशी, सतत उसन्या पैशावर आयुष्य रेटणारी. प्रत्येक माणसाबरोबर एक नवा धर्म जन्माला येतो. खरं तर तो स्वभावधर्म. स्वभावधर्माला परिवार लाभला म्हणजेच त्याचा धर्म होतो. पाठोपाठ संघटना, युनियन आणि युनियन म्हणजे उपद्रव. नाव संघटना पण विघटन हे त्यांचं कार्य. एकटा माणूस धार्मिक असू शकतो, पण त्याला अनुयायी म्हणजे गर्दी लाभली की तो तयार होणारा समाज धार्मिक असूच शकत नाही. तो हिंसेकडेच वळतो.

आपण जेव्हा प्रेमात पडतो, त्या वेळची स्वत:ची अवस्था कशी झालेली असते, हे प्रत्येकाला माहीत आहे. लग्नानंतर काय होतं? दोघांचेही आनंदाचे, सुखाचे रंग

बदलतात. वेगवेगळे होतात. प्रेमाची गरज ही जेव्हा आनंदाची संयुक्त व्याख्या असते, संकल्प एक असतो, एकच मंदिर असतं, तेव्हा पायवाटही एकच असते. ती पूर्ण परिचयाची होते. मग 'थ्रिल' नाहीसा होतो. हाताशी असलेल्या सुखात एक सुरक्षितता असते. पिंजऱ्यातला पोपट किंवा 'फिशटँक'मधले मासे आता कुठे जाणार? अशी अवस्था झाली की, आपण पिंजऱ्यापाशी किंवा माशांकडे किती काळ बघत राहतो?

> 'सर, कंटाळ्यात दोन जाती आहेत. कंटाळा कशाचा आलाय ते नेमकेपणाने सांगणारे आणि कशाचा कंटाळा ह्याचा उलगडाच न होणारे. जे नेमकेपणाने सांगू शकतात ते हॉबी शोधतात. स्वत:ला वाचवतात.'

'भौतिक सौख्य' इतका मोठा शब्दही वापरायचं कारण नाही. अमुक एक काम करण्यात मोठा आनंद आहे किंवा एखाद्या विशिष्ट व्यक्तीशी गप्पागोष्टी केल्याशिवाय चैन पडत नाही. प्रत्येकाच्या वृत्तीनुसार त्याचं 'हरवणं, सापडणं, हुरहुर वाटणं' हे सगळं भावविश्व स्वतंत्र असतं. ह्या अनंत प्रवासात किती तरी मित्र भेटतात. 'ह्या माणसाशिवाय मी जगू शकणार नाही' असं वाटायला लावणारी अनेक माणसं, एक ठराविक कालखंड सुगंधित करून जातात. आयुष्याला गती देतात. 'जगावं, असं काहीतरी एक आहे' असं वाटायला लावतात. काही-काही जणांना एका ठराविक हॉटेलमधलं जेवण आवडतं. नंतर नंतर अतिपरिचयाने म्हणा किंवा आपल्या सुखाच्या व्याख्या बदलतात, म्हणून समजू या, आपण त्याच ठिकाणी फार काळ रमत नाही. तेच माणसांच्या सहवासाच्या बाबतीतही घडतं.
स्वत:च्याच सावलीवर जो भाळला, तो फसला.

'सगळ्या आयुष्याचा अर्थ घालवणारा,
अंतर्मनातल्या वीणेचे तुकडे करणारा
हा एकमेव शब्द. 'जास्त'. दॅट्स
ऑल! जास्त पैसा, जास्त प्रतिष्ठा,
जास्त मोठं घर, जास्त वरचं पद, प्रेम

आणि जास्त सेक्सही! धर्म कोणताही असो, मागणी एकच, जास्त! त्यासाठी राजकारण, युती करायची ती देशासाठी नाही, तर जास्त खुर्च्या हव्यात म्हणून. 'पंजाब, सिंध, गुजराथ' असं देशाचं विस्तीर्ण वर्णन करायचं. पण ह्यांचा भारताचा खरा मनातला आकार दोन फूट बाय दोन फूट खुर्चीइतकाच आहे.'

'तुला भारताचा पंतप्रधान केलं तर तू काय करशील? सेक्युलर राष्ट्र हेच ध्येय पुढे चालवशील का?'

'माझ्या सगळ्या राष्ट्राचा धर्म 'आनंद' असेल आणि ध्येय असेल–

महोत्सव, 'सेलिब्रेशन'! माझ्या राष्ट्राचा झेंडा असेल आकाशासारखा निळा. जमिनी बळकावता येतात, आकाशाचा लिलाव मांडता येत नाही, स्वत:च्या 'फार्म'चे फलक ठोकता येत नाहीत. माझ्या निळसर झेंड्यावर सरस्वतीच्या हातातली वीणा असेल. राष्ट्र ज्ञानी हवं तसंच ते संगीतमय हवं.'

खोटं बोलणं हे एकदा रक्तात मुरलं, हाडं-मांस-मज्जा-रक्तवाहिन्यांप्रमाणे 'ॲनॉटॉमी'चाच एक भाग झालं की, तो खोटेपणा ज्याला त्यालाही कळत नाही. झोपेत आणि जागेपणीचे एकूण एक व्यवहार करताना आपण श्वास घेत आहोत, ह्याचा आपल्याला पत्ता तरी लागतो का? आपल्या एखाद्या खोट्या समर्थनाचा आपल्याला बोधही होत नाही, इतके आपण असत्याशी एकजीव होतो.

'माझ्या जिवाची सगळी लावतोड तुमच्यासाठी होत आहे, त्याचा तुम्हाला पत्ता तरी आहे का? हे सगळं चाललंय ते कुणासाठी?– असा प्रश्न घरोघरी बायका आपल्या नवऱ्यांना विचारतात.

त्याप्रमाणे, 'दिवसभर नोकरी करतोय, त्याशिवाय ब्रोकरचं काम करतोय किंवा

पार्टटाईम जॉब करतोय, क्लासेस चालवतोय. ही सगळी धडपड कुणासाठी करतोय? रक्ताचं पाणी करतोय.' असली विधानं नवरेही करतात.
हा सगळा बकवास आहे. रक्ताचं खरोखरच पाण्यात रूपांतर झालं, तर ते रक्तदानच. प्रत्येकजण जाता-येता RBC/WBC/ टोटल काऊंटच्या तपासण्या करून घेईल. बायकोसाठी जीव गहाण ठेवणाऱ्या नवऱ्यापासून, त्याच्या बायकोने घटस्फोट मागितला तर?
'आत्मनस्तु कामाय सर्वं प्रियम् भवति!' हे नारदाचं वचनच खरं. नवऱ्याच्या आवडीचा पदार्थ त्याला करून वाढण्यात जोपर्यंत पत्नीला आनंद आहे, तोपर्यंतच ती तो पदार्थ करते. एकूण एक नात्याच्या, मित्रांच्या बाबतीत हे एकमेव सत्य आहे.

'यू नेव्हर मीट द सेम मॅन अगेन– म्हणजे काय?'
'अरे राजा, क्षणाक्षणाने सगळं बदलत असतं. जुन्या पेशी मरतात, नव्या येतात. हे इतकं सूक्ष्म असतं की काय सांगू? कसं सांगू? एक तर अति अति सूक्ष्म म्हणून कळत नाही. आणि तो बदल प्रचंड वेगाने घडतो म्हणून कळत नाही. गौतम बुद्धाची भाषा एवढ्यासाठीच फार वेगळी होती.'
'म्हणजे कशी?'
''ते झाड आहे असं तो कधी म्हणायचा नाही. 'ते झाड होत आहे' असं तो म्हणायचा. कुणी विचारलं की तो म्हणायचा, 'माझं विधान पूर्ण व्हायच्या आत काही पानं गळून पडली असतील, जमिनीतील त्याची मुळं पाव इंचाने का होईना पुढे सरकली असतील, एखादा नवा कोंब, नवं पान फुटत असेल.''
'कधी वाचलंस एवढं?'
'पतंजली प्रथम वाचला. नंतर बुद्ध.'
'तुझा व्याप मी खूप दिवस बघतोय. मग हे बाकीचं कसं जमवतोस?'
'जगण्यावर तुटून प्रेम करतो मी. प्रेम केलं की जिज्ञासा जोपासली जाते. का? कसं?– हे प्रश्न सतत सोडवत राहायचं. आपोआप मी साध्या जगण्यातून महोत्सवात जातो.'

वास्तव म्हणजे काय नेमकं? स्वतःची पात्रता. समाजात आपण आपल्याबद्दल जी प्रतिमा उभी केली असेल किंवा आपल्या आणि समाजाच्याही नकळत आपली जी प्रतिमा तयार झाली असेल, ती पुसण्याचं सामर्थ्य पाहिजे. एकांतात, एकाकीपणात, प्रत्येकाने आत डोकावून पाहावं. जाहीरपणे मान्य करण्याचं सामर्थ्य नसेल, तर तीही वास्तवता. स्वतःची स्वतःला

संपूर्ण ओळख असते, कारण माणूस स्वत:पासून पळू शकत नाही.

'बड्या घरच्या मुलींना ऐपतीची अपूर्वाई वाटत नाही. बापापेक्षा जास्त पैसा मिळवून दाखवला नाही तर माहेरचा मोठेपणा कायम ऐकावा लागतो. आपल्या संसारात बायकोचं माहेर सतत हस्तक्षेप करतं. खेडेगावातल्या मुलींना सगळ्याचीच अपूर्वाई वाटते. त्या संसारात स्पर्धा करत नाहीत. दारिद्र्यात दिवस काढलेल्या मुलींचं वय वाढूनही माती ओली असते.

आपण दुकानात जातो तेव्हा दुकानदार साड्यांचे डोंगर समोर टाकतो. अनेक साड्या चांगल्या असतात, पण जिथं आपल्या अंतरंगातला रंग एकजीव होतो तीच साडी आपल्याला आवडते. तीच साडी अंगावर खुलते कधी? बाईच्या चेहऱ्यावरचा आनंद ओसंडून साडीवर उतरला म्हणजे एकूण रंग केवळ सातच नव्हेत याचा उलगडा होतो.

एक विचार नष्ट करायचा, म्हणजे विचारवंतच मारावा लागतो. माणूस किती क्रूर, हिंस्र आहे, ते अशी कुणाची हत्या झाली की कळतं, कालांतराने त्याचे पुतळे उभे करणाराही समाजच असतो. पुतळे उभे राहतात आणि पिंडाला न शिवणारे कावळे, त्या पुतळ्यावर बसून त्याची विटंबना करतात आणि ढोंगी राज्यकर्त्यांना वर्षातून एकदा पुतळ्यांना हार घालण्यासाठी निमित्त मिळतं. समाजकंटकांना पुतळ्याची विटंबना करण्याची संधी मिळते. निधर्मी राज्यात जातीय दंगे होतात. ज्यांचे पुतळे उभारण्यात आले आहेत, त्यांनी हिंसा करू नका, हेच सांगितलं असताना, 'हमारा नेता अमर रहे' असं पुतळ्यांकडे पाहत म्हणायचं आणि एके-४७ पासून 'चॉपर'पर्यंत सगळी हत्यारं वापरायची. सत्ताधाऱ्यांनी अश्रूधूरांची नळकांडी फोडून जनतेच्या डोळ्यांत धूळफेकीची नळकांडी सोडायची.

'व्यवसायासाठी पार्टनरशिप करता येते, पण घर गाठल्यावर कोणत्याही व्यक्तीला प्रथम घरच हवं असतं. भूक, झोप, शरीरधर्म सगळं रूटीन असतं. पण जिव्हाळ्याचा स्पर्श झाला की- गंमत म्हणून शब्द वापरतो रूटीनचं प्रोटीन होतं.

अविचाराच्या अंतिम टोकावर सुखच असतं. सुखप्राप्ती हाच धर्म होतो. किंमत इतरांनी मोजायची. कधी नवऱ्याने, कधी बायकोने, कधी व्याधिग्रस्त वृद्ध आई-वडिलांनी, तर कधी स्वतःच्या मुलांनीसुद्धा, पितृधर्म, गृहिणीधर्म हे फक्त शब्दच उरतात.

स्वतःच्या मालकीचे चोरले न जाणारे खूप क्षण असतात. दुसऱ्याकडे एखादा क्षण मागितला की आपण भिकारी झालो, स्वतःचं सम्राटपण विसरलो असं समजायचं.

दगडाला कधी विषाद झाल्याचं ऐकिवात नाही. याचं कारण दगडाची आणि आनंदाचीसुद्धा कधी गाठभेट होत नाही. विषादाचं आकलन होण्यामागेसुद्धा ते एका आनंदाचं स्मरण आहे. पण कुणाच्या बाबतीत? माणूस जितका प्रतिभाशाली असतो, तितकाच तो नैराश्यवादी पण असतो. पण जड बुद्धी असलेला माणूस कधीही उदास होत नाही. कारण आपण आहोत, त्यापेक्षा कोण होऊ शकतो, या विचाराचा त्याला स्पर्शही होऊ शकत नाही. मी आनंदातच राहू शकतो, मी आनंद निर्माण करू शकतो, असा विश्वास स्वतःच्या बाबतीत ज्या माणसाला आहे, तितका तो अंतर्यामी उद्ध्वस्त असतो. केव्हा तरी सकाळी कोवळी उन्हं पडणार आहेत, प्रकाशाचं साम्राज्य पसरणार आहे. ह्याची ज्याला खात्री आहे, अशा माणसालाच रात्रीचा अंधार जास्त भेडसावतो. ज्याला सकाळच माहीत नाही, त्याला रात्रसुद्धा प्रकाशासारखीच वाटते.

'गुरू आणि सद्गुरू ह्यांत फरक आहे?'
'जमीन-अस्मानाइतका. गावोगावी मठ बांधून राहतात ते गुरू. गुरू होणं हा सध्या धंदा झालाय. सद्गुरू एखादाच!'
'मला फरक सांगाल?'
'अवश्य!'
'एक वर्ग आहे पंडित-पुरोहितांचा. चर्च, मशिदी, देवळं, गुरुद्वारा ही त्यांची दुकानं. भक्तांना गुन्हेगार आणि पापी ठरविल्याशिवाय ह्यांची आरत्यांची दुकानं चालत नाहीत. त्याच्या वरची पायरी 'गुरू' म्हणविणाऱ्यांची. 'माझ्यावर सगळं सोपवा

आणि तुम्ही निर्धास्त व्हा' असा ह्या लोकांचा नारा असतो. त्यामुळे समाज पांगळा होतो. समाजानेच निवडून दिलेले राज्यकर्ते समाजाइतकेच अस्थिर असतात. कडक पोलीस बंदोबस्तात तेही देवळांच्या वाऱ्या करतात. वर्तमानपत्रांत फोटो येतात. समाजाला ह्या तऱ्हेने परस्वाधीन केल्याशिवाय अशा लोकांचं गुरुपद टिकत नाही. सद्गुरूची बाब याउलट. सद्गुरूकडे जर कुणी गेलं तर आतापर्यंत त्या माणसाने काय काय पापं केली याच्याशी त्याला कर्तव्य नसतं. जे हातून घडलं त्यात समोरच्या माणसाला बदल हवा आहे, हे जाणून तो त्याच्या भूतकाळात डोकावत नाही. आपल्या हातातला दिवा घेऊन सद्गुरू शरण आलेल्या माणसाबरोबर काही काळ वाटचाल करतो. नंतर स्वत:चा प्रकाश स्वत: निर्माण कर, असं सांगून त्याच्या हातात दिवा देऊन तो निघून जातो.

सबंध आयुष्यभर आपण अशाच निरगाठी-सुरगाठी मारत असतो. ह्याचं एकच कारण, आपल्या सर्वांच्यात अर्जुनाचाच वावर सातत्याने होत असतो. नोकरी करणाऱ्या माणसाच्या बाबतीत साधे साधे निर्णय घेताना अर्जुनापेक्षा वेगळं काय घडतं? प्रमोशन हवं असतं, पण बदली नको असते. लीव्ह ट्रॅव्हल अलाऊन्स घेऊन खरोखरच पर्यटनाला जावं, की घरातच एखादी वस्तू खरेदी करावी? धाकदपटशा दाखवून मुलांना शिस्त लावावी की गोडीगुलाबीने? तीच गोष्ट, नवऱ्याची सिगारेट सुटायला हवी असेल, तर असहकार पुकारावा, अबोला धरावा, का प्रेमाने जिंकावं? यांसारखे कुठलेच प्रश्न असं की तसं, याशिवाय सुटत नाहीत. मुलांना धाक हवा. पण त्याने दहशत घेऊन लांब जाऊ नये. नवरा चांगला आहे, पण त्याचं व्यसन नकोय. अशा छोट्या छोट्या प्रश्नांशी सामना करतच आपलं आयुष्य संपतं.

'केदार, अचानक एखादं संकट येणं वेगळं.'

'तशा संकटातसुद्धा मजा असते. बुद्ध सांगतो, संकटात असताना आधार शोधू नका. विघ्न किंवा संकट म्हणजे आयुष्य जगण्यासाठी एक अवसर दिला आहे असं समजा. प्रवासात जर एखादा मोठा दगड वाटेत आला तर तिथं थांबू नका. त्या दगडावर उभे राहा आणि स्वत:ची उंची वाढवा. आगीतून जायलाच हवं. त्याशिवाय कचरा जळून जात नाही.'

'तू बडे बापका बेटा.'

'माझे वडील प्रथम सद्गुरू आहेत. नंतर बाप. दाराशी दोन-दोन गाड्या असून मी कॉलेजला बसमधून जात होतो. शेवटच्या परीक्षेच्या आधी वडिलांनी सायकल घेऊन दिली. स्कूटरसुद्धा नाही. अजून डोक्यावर तीन लाखांचं कर्ज आहे. अठरा टक्के व्याज, तेही वडिलांचंच.
'आपकमाई आणि बापकमाई' ह्यातला फरक समजावा म्हणून आणि कुठेही गैरसमज नाही, कटुता नाही. 'माझ्या लहानपणी असं नव्हतं' हे विधान सद्गुरूंनी एकदाही केलं नाही. तुझे अनुभव तू घे, ही त्यांची शिकवण. अँड आय ॲम प्राऊड ऑफ इट. आज मी जे आहे तो माझ्या हातात माझा दिवा घेऊन उभा आहे. निर्भय आहे.'

भावनाप्रधान माणूस संवेदनशील व्यक्तीच्या शोधात असतो. तेच थोड्याफार प्रमाणात बौद्धिक स्तरावर घडतं. निव्वळ शारीरिक सुखाच्या बाबतीतली माणसं आपण सोडून देऊ. भावनात्मक आणि बौद्धिक पातळीवर हवा तसा सहप्रवासी मिळाल्यावर त्याच्या विचारांची आपल्याला संपूर्ण ओळख होते. संपूर्ण ओळख झाली रे झाली की त्यातलं नावीन्य संपलं. मग दुसऱ्या माणसाचा शोध. या पद्धतीनेच माणसं जोडली जातात आणि जोडलेली माणसं मागे पडतात. प्रत्येक नव्या ओळखीच्या बाबतीत ह्या माणसाकडून नवी दिशा मिळेल, नवे विचार मिळतील, या अपेक्षेने माणसं जोडण्याचा छंद कायम राहतो. ह्या शोधातच सौख्य आहे. प्राप्तीत नाही.

'तुझ्यासारख्याला नाकारणारी मुलगी असू शकते?'
'पैसेवाली होती. माझ्यासारखीच शिकलेली होती.'
'मग तर...'
'अहंकार हा तिचा गुरू होता. जिवंतपणी मरण अनुभवायचं असेल तर माणसाने प्रेम करावं. कारण प्रेमात आणि मरणात 'स्व' उरत नाही. मी संपूर्ण समर्पण केलं. ती अहंकार सांभाळत राहिली. ती वाचली. मी आगीतून तावूनसुलाखून गेलो. पुनर्जन्मासाठी तो कचरा जळायलाच हवा होता. तेव्हापासून मी अस्तित्ववादी झालो. त्या नाटककाराच्या स्वाधीन झालो. मला हवं तसं मनाजोगं कथानक मी त्याला सुचवत नाही. तसं करायची केविलवाणी धडपड करण्याच्या नादात, आपण स्वत:ला त्या नाटककारापेक्षा जास्त प्रतिभावंत समजतो. मी त्याला फक्त एकदाच म्हणालो, 'जो तुझे मंजूर वही मुझे मंजूर.' त्या क्षणी मुक्त झालो. सगळं कर्ज फिटलं. हे झालं की आतली वीणा ऐकू येते. रत्नाचं बालपण मी घडवलं का? नाही. ती तशी का झाली हे तिलाही माहीत नाही. तिची नियुक्ती माझ्यासाठी एका

नाटककाराने केली. आपण आपली भूमिका करायची. त्या क्षणी महोत्सवापलीकडे काही मागणीच उरत नाही. प्रतिक्षणी बदलणाऱ्या निसर्गाबरोबर नर्तन राहतं.'

पुष्कळ विचार करून ज्या माणसाला सुख मिळतं, असं त्याला आणि आपल्याला वाटतं, तो माणूस नवीन दु:खाच्या शोधामध्ये असतो. खरं तर, नव्या दु:खाच्या शोधामागे लागताना त्यात सुख आहे, अशी मनामध्ये संकल्पना करूनच शोध घ्यावा लागतो. जोपर्यंत शोध चालू आहे, तोपर्यंतच सौख्य आहे. आपण काही तरी शोधत आहोत, ह्याच सुखामध्ये माणूस हरवतो. प्रत्यक्षात सुख हातांमध्ये आल्यावर ह्यात सुख नव्हतं, हे प्रत्ययाला येतं.

सुरक्षेची जेवढी मागणी वाढवत न्याल, तेवढं असुरक्षित वाटत राहतं. मुळातच आयुष्य असुरक्षित असतं, हे मान्य करावं. रक्षण कुणापासून करणार? कोण करणार? रक्षक ठेवून कुणाचे प्राण वाचले आहेत? म्हणूनच अस्तित्वाच्या हातात सगळं द्यायचं आणि मस्तीत जगायचं. आपण ठरवलं होतं, त्यापैकी बालपणापासून काय काय घडवू शकलो? मागून किती आणि न मागता किती मिळालं, हे फक्त प्रत्येकाने आठवून पाहावं.

आपल्यासमोर छोटी छोटी संकटं येतात. कुणाचा ना कुणाचा आधार मिळतो, आपण सावरतो. आपण सावरलो तरी मनावर उमटायचे ते चरे कायम राहतात. केव्हा तरी सहनशक्तीच्या शेवटच्या टोकावर पोचण्याची वेळ येतेच. स्फोट झाल्यानंतर समाज फक्त आश्चर्य व्यक्त करतो की, 'अरे, अमका तमका प्राणी असा कोसळेल असं वाटलं नव्हतं', पंचवीस-पंचवीस वर्षं संसार केल्यावर कुणी घटस्फोट घेतला की नव्वद टक्के माणसं म्हणतात,
'ह्या वयात? घटस्फोट? मग पंचवीस वर्षं काय केलं?'
पंचवीस वर्षं जास्तीत जास्त सहन केलं. आंतरपाट दूर होताक्षणी अनेकांचा प्रवास घटस्फोटाच्याच दिशेने सुरू होतो. पंचवीस वर्षं संसार केलाच नाही, फक्त सहन केलं. ह्यातूनच अनेकजण दैववादी होतात. पत्रिका, कुंडल्या घेऊन सर्वत्र फिरतात. कुणाला 'मंगळ', कुणाचा 'वक्री राहू' असं काही ना काही ऐकतात. जप करतात, नवस बोलतात. ही अशी सगळ्यांची केविलवाणी धडपड पाहून सगळ्याच माणसांबद्दल अपार कळवळा येतो आणि प्रचीती नसतानाही म्हणावंसं वाटतं, 'सर्वेऽपि सुखिन: संतु.'

''कितीही विचारवंत... विचारवंत असं म्हटलं तरीही बुद्धीची एक सीमारेषा आहे. त्या बॉर्डर लाईनवर भक्तीचीच पाटी असते. बुद्धी थकल्यावर भक्तीचाच प्रांत सुरू होतो. शंख, चक्र, गदा, पद्म ह्यांसारख्या मूर्तींची संकल्पना, माणसाने प्रेमाऐवजी भीतीमधूनच निर्माण केली. आपल्याला सावरणारा, आपल्यापेक्षा कुणीतरी मोठा आहे, हे सांगण्यासाठी त्याने देवाला चार हात बहाल केले. ज्या गोष्टीची मला प्रचीती नाही, त्यावर मी विश्वास ठेवत नाही. साक्षात्कार वगैरे असतो का नसतो हेही मला माहीत नाही. पण ध्यान करणं, गुणगान करणं हे आपल्या हातात आहे. एखाद्या माणसाने आपलं काम केलं तर आपण त्याला 'थँक्यू कार्ड' पाठवतो. त्याप्रमाणे माझं पहाटेचं भजन म्हणजे मी अस्तित्वाला पाठवलेलं 'ग्रीटिंग कार्ड'च आहे.''

फोटोत किंवा तुमच्यासमोर हसणाऱ्या चेहऱ्याचा माणूस उभा राहिला, तर त्याचा अर्थ तो हसणारा माणूस नसून 'हसतमुख' माणूस आहे, तो फोटो त्याच्या चेहऱ्याचा आहे.

'सल्लामसलत करून किंवा वेगवेगळे दाखले देऊन, समोरचा माणूस कधीही बदलत नाही. निसर्गाने प्रत्येक माणूस वेगळाच घडवला आहे, तो कशासाठी? म्हणूनच सांगणारा माणूस जेव्हा समस्या म्हणून काही सांगतो, तेव्हा ऐकणाऱ्याला ती समस्या आहे, असं वाटतच नाही.'

प्रत्येक माणसाला त्याच्या स्वत:इतकं जवळचं कुणीही नसतं. म्हणूनच प्रत्येकजण एकटा असतो. प्रत्येकाची भावनात्मक पातळी वेगळी. बुद्धीची उंची स्वत:ची. पर्वतराशी अखंड आहे/असते, ती पायथ्याशी. शिखराकडे निघालात की खंड व्हायला सुरुवात. प्रत्येक शिखर कमी-जास्त स्वरूपाचं उंच. म्हणूनच ती एकेकटी. एकमेकांपासून अंतरावर जातात. त्यामुळेच ती मोजता येतात.

''समस्या नावाची वस्तूच अस्तित्वात नसते. एक विशिष्ट परिस्थिती निर्माण होते आणि माणसाने तारतम्याने वागायचं असतं. त्याचप्रमाणे एक माणूस दुसऱ्या माणसाच्या संदर्भात एका ठराविक मर्यादेपर्यंत विचार करू शकतो किंवा मदत करू शकतो. म्हणून एवढ्यासाठीच कुणालाही बदलण्याच्या खटाटोपात माणसाने पडू नये. असह्य झालं तर अलिप्त व्हावं, उपदेशक होऊ नये. दुसऱ्याचे प्रश्न

सोडवताना तुम्ही त्याची बुद्धी वापरून, त्या समस्येकडे कधीच बघू शकत नाही. तुम्ही तुमचाच तराजू वापरता. माणूस असाच आयुष्यभर एकटाच असतो. दोन मुलांपैकी एका मुलाला आमटी तिखट लागते आणि दुसऱ्याला सौम्य वाटते, हे चूक की बरोबर कुणी ठरवायचं?''

वेळ पुरत नसला की, तो आपला सर्वांत जवळचा मित्र असतो. मधे लुडबूड करीत नाही. आपण त्याला वापरतो, पण तो स्वत:चं अस्तित्वही प्रकट करीत नाही. पण वेळ जेव्हा उरतो, तेव्हा त्याच्यासारखा वैरी नाही. तो तुम्हाला उद्ध्वस्त करतो. असे मोकळे क्षण प्रत्येकाच्या आयुष्यात येतात. ते क्षण मोकळे म्हणायचे, पण ते क्षण भकास असतात.

पुणे ते मुंबई हे चार तासांचंच अंतर कापायला सहा-सहा, आठ-आठ तास लागतील, एवढी रेल्वेची कार्यक्षमता वाढेल, ह्याची त्या काळात कल्पना नव्हती. वेगवान गाड्यांच्या घोषणा करण्याच्या वेगात जेवढी 'वाफ' वापरली गेली ती खरोखरच गाड्यांसाठी वापरली असती तर? वॅट बिचारा गेला. सुटला. भारतामध्ये वाफेचा किती गैरमार्गाने वापर होतो, हे त्याला कळलं नाही. खरं तर वाफेची खरी ताकद भारतानेच ओळखली. वॅटच्या शोधामुळे फक्त रुळावरच्याच गाड्या धावतात. पण भारतातल्या राज्यकर्त्यांनी जवळजवळ पन्नास वर्षं संपूर्ण देश तोंडच्या वाफेवर चालवून दाखवला आहे.

'कोमलतेत ताकद असते ती ही अशी. पावसाचं पाणी तर आकाशातून पडतं. माती वाहून जाते, नद्यांना पूर येतात, भलेभले खडक झिजतात. पाणी वाहतच राहतं. फुलंही पाण्यासारखीच कोमल असतात. एक दगड भिरकावला तर दहा-बारा फुलं खाली पडतात. ज्या दगडामुळे फुलं वेचायला मिळाली तो दगड कुणी घरी आणत नाही. आपण फुलंच आणतो. ती कोमेजतात. पण एवढ्याशा आयुष्यात तुम्हाला सुगंधच देतात. फुलांचं आयुष्यच अल्प. पाण्यामध्ये सामर्थ्य कुठून येतं, ह्याचा विचार केलास तर तुला कळेल की त्यामागे सातत्य असतं. प्रवाहात एखादा खडक आला तर पाणी त्याच्याशी झुंज देत बसत नाही, थांबत नाही, स्वत:ची वाट शोधून बाजूने निघून जातं. ह्या वाहण्यात सातत्य असल्यामुळेच खडक हळूहळू लहान होत

जातो आणि प्रवाह रुंदावत जातो. सातत्य म्हणजे काळ. काळाचं सामर्थ्य मोजता येणार नाही. अशा जबरदस्त शक्तीची साथ एवढ्याशा दिसणाऱ्या जलधारेच्या पाठीशी असते. तुझ्या संसारात तुझा जोडीदार कसा असेल, त्याची तुला साथ मिळेल की नाही, दोघांच्या संवेदना एकरूप होतील की भिन्न असतील ते सांगता येणं अशक्य आहे. लग्नाची आमंत्रणपत्रिका म्हणजे संपूर्ण संसाराचं चित्र नव्हे, मंगलपत्रिकेतले शब्द वर्षानुवर्षं तसेच राहतात. त्यांचा दगड होतो, म्हणालीस तरी चालेल. संसारातले शब्द रोज बदलत जातात. कोणतेही शब्द ऐकावे लागले तरी जर त्या स्त्रीजवळ त्या शब्दांचं रूपांतर गीतात करायचं सामर्थ्य असेल, तर तिला मी जलधारच म्हणेन. साथीदाराला सुधारण्याच्या खटाटोपात पडू नकोस. त्याच्या दृष्टिकोनातून त्याचं वागणं योग्यच असतं. तिथे डोकं आपटत बसण्यापेक्षा त्याला वळसा देऊन पुढे जाणं चांगलं. जलधार हो, वाहत राहा.'

श्रेयसला प्राधान्य देऊन घेतलेले निर्णय श्रद्धाच वाढवतात. तरीही श्रद्धा ही अत्यंत वैयक्तिक बाब आहे, आपल्या श्वासोच्छ्वासाइतकी. आपली श्रद्धा हा दुसऱ्याचा विश्वासाचा भाग ठरू शकेल, कारण त्याचं आपल्यावर प्रेम आहे म्हणून. कुणाच्याही गफलतीमुळे त्याच्या प्रेमाला धक्का लागला की, तुमच्यावरचा त्याचा विश्वास उडाला.

समोरच्या माणसाचं मार्गदर्शन हे तुम्हाला हव्या असलेल्या किंवा पेलणाऱ्या रस्त्याचं मार्गदर्शन नव्हे. तो स्वत: ज्या मार्गावरून चालत आलेला आहे, त्यातून त्याने काढलेला तो निष्कर्ष आहे. म्हणूनच मला वाटतं, मार्गदर्शन हा प्रकार खऱ्या अर्थाने संभवतच नाही. आपल्या वृत्ती वेगळ्या, आयुष्य वेगळं, पूर्वानुभव वेगळे, समस्या वेगळ्या. मग त्यांची उत्तरं दुसऱ्याजवळ कशी असतील? चार रस्त्यांपैकी बडोद्याला जाणारा रस्ता कोणता, हे दर्शविणारा बाण आणि खालचा मैलांचा आकडा हेच फक्त मार्गदर्शक. इथं तुमच्या वृत्तीचा, अहंकाराचा, अज्ञानाचा प्रश्न येत नाही. ह्या रस्त्याऐवजी दुसरा रस्ता बडोद्याला का जात नाही? हाही प्रश्न विचारता येत नाही आणि परीक्षेत जसे मार्क्स वाढवून मिळतात, तसे इथे मैल कमी करता येत नाहीत. मैलाच्या दगडापाशी 'सब घोडे बारा टक्के'.

पळायला प्रारंभ करण्यापूर्वी मनात जे मुक्कामाचं ठिकाण असतं, त्याचा अगोदर अंदाज घ्यायचा असतो.

हत्या करण्यासाठी कागदी बाणही चालतो, नव्हे, तोच जास्त विषारी असतो. वाग्बाणासारखा. धनुष्यावरचा बाण तुम्हाला कायमची चिरनिद्रा देऊन तुम्हाला मुक्त करतो. वाग्बाण निद्रा घालवतो आणि तुमच्या स्मृती जितकी वर्षं टवटवीत राहतील, तितकी वर्षं तुमची हत्या करीत राहतो. माणूस जेवढा जवळचा, तेवढा त्याचा बाण जास्त जहरी.

'आपण जेव्हा जेव्हा काही ना काही बोलू, तेव्हा तेव्हा त्या बोलण्यातून काही प्रगल्भ विचारांची देवाणघेवाण होते का ते पाहावं. असं प्रत्येकाने ठरवलं तर अनेक आवाज गप्प होतील. कारण नेमकं तेच बोलायचं म्हणजे वाचन आलं, चिंतन आलं, मनन आलं. आपल्या गप्पांतून लावालाव्या किती, निंदानालस्ती किती आणि समृद्धता किती ह्याचा विचार व्हावा.'

आपल्याला स्वत:ला एखादं निरपेक्ष काम करताना, अंतरंगातून शांतीचे झरे वाहत आहेत किंवा नि:स्वार्थीपणाने कुणासाठीही, कोणतंही काम करताना किंवा 'श्रेयस' आणि 'प्रेयस' ह्यांत स्वत:चं काही ना काही प्रमाणात नुकसान होत असतानासुद्धा, तटस्थपणे श्रेयसची निवड करता आली, म्हणजे आपण आपले गुरू होतो. ह्याचाच अर्थ गुरूचं वास्तव्य आपल्यातच चोवीस तास असतं.

आपल्याला त्याचं भान नसतं किंवा भान असूनही आपण 'प्रेयसला' प्राधान्य दिलं की गुरुत्वापासून लांब जातो. कोणतीही कृती करत असताना आपण ती का करीत आहोत, त्यात जिव्हाळा किती, नाटक किती, उमाळा किती आणि नाइलाजास्तव किती, समाजात प्रतिष्ठा मिळविण्यासाठी किती आणि शुद्ध सात्त्विक भाव किती, हे ज्याचं त्याला माहीत असतं. अशा अनेक प्रसंगी स्वत:चं स्वत:ला होतं, ते ज्ञान! 'ज्ञान म्हणजेच गुरू.' ज्याची व्याख्या करता येते, त्याला 'माहिती' म्हणतात.

'परमात्मा तुमच्यातच आहे' असं म्हणतात.

'कुठे शोधिशी रामेश्वर अन्।
कुठे शोधिशी काशी!'

ह्या कवितेत पाडगावकरांनी 'हृदयातल्या उपाशी राहिलेल्या परमेश्वरावर' अचूक बोट ठेवलेलं आहे. मग जसा परमात्मा

बाहेर शोधायचा नसतो, तसा गुरूही! असं जर असेल तर मी
स्वत: कायम गुरुपदावर का राहू शकत नाही? संभ्रम आणि
द्वंद्व हेच ह्याचं कारण!

'पट' आणि 'पटल' ह्यांत हाच फरक आहे. पटल दूर करतो, तो गुरू.

गुणवत्तेचं भांडवल वाममार्गासाठी करण्यात, ह्या देशात खूप चतुर माणसं
आहेत. म्हणूनच माणसं श्रीमंत होत गेली आणि देश आहे तिथेच राहिला.
आपल्या देशात पैसा प्रचंड प्रमाणावर आहे. अपघातानेच तो कुणाकडे आहे हे
कळतं. धूर्त लोक प्रामाणिक माणसांच्या शोधामध्ये असतात. तेच माझ्या
नवऱ्याच्या बाबतीत झालं. ते स्वत: थोडे स्वार्थी आणि लबाड असायला हवे
होते. म्हणजे अशा माणसांपासून दूर राहिले असते. 'काय सेवा करू?' अशी
भाषा वापरणारी माणसं स्वत:ची सेवा करून घेणारी असतात, ते ह्यांना कळलं
नाही.

निसर्ग प्रत्येक कलाकृती संपूर्ण घडवूनच पाठवतो.
कोणतीही व्यक्ती अपूर्ण नसते.
पूर्णत्वातून पूर्णत्वच निर्माण होतं आणि तरीही मागे पूर्णत्वच उरतं.
म्हणूनच निसर्गात बदल संभवत नाही.
प्रत्येक व्यक्ती आपापल्या परीने परिपूर्णच असते.
पूर्णातून अपूर्णत्व निर्माण झालं तर तुम्ही त्याला पूर्णत्व देणारे कोण?
अपूर्ण व्यक्ती ही अपूर्ण म्हणून पूर्णत्वालाच पोचलेली असते.

खरोखर धर्म म्हणजे नेमकं काय? निधर्मी ह्याचा अर्थ तातडीने सांगू
शकेन. निधर्मी म्हणजे ढोंग. भारताची राजनीती. पण धर्म म्हणजे
काय? विस्तवात जाणिवेने किंवा अजाणतेपणी हात घाला, भाजणारच.
वारा वाहणारच. समुद्र म्हणताक्षणी भरती आणि ओहोटी ह्यांतून
सुटका नाही. सुगंधी फुलं, सुगंध पसरू द्यायचा नाही, असं म्हणणारच
नाहीत. धर्माचं नातं माणसांपेक्षाही निसर्गाशीच जास्त आहे.
माणसांकडे फक्त रूढी आहेत. त्याही समाजाच्या विकासाऐवजी
विध्वंसासाठी जास्त आहेत. बुद्ध, जैन, मुसलमान, ब्राह्मण, मराठा

सगळी थोतांडं आहेत. एक जीव जेव्हा जन्माला येतो, तेव्हा त्याला त्याचा धर्म माहीत असतो का? त्याला फक्त भूक समजते. झोप आली की झोपतो. मॉडर्न अमेरिकन डायपर्स वापरले, तरीही निसर्गधर्म तो कापडातच करतो. घेणाऱ्याचे कपडे खराब होत नाहीत इतकंच. व्यवहारातले बारा ते अठरा तास जात जास्त वापरली जाते का?– तसं असतं तर बस कंडक्टरसुद्धा बोटं नाचवीत म्हणाला असता,
'एक ब्राह्मण, आठ दलित आणि पाच मुसलमानांकरिता सीट्स आहेत.'
आजचा खरा धर्म 'पद', 'पैसा' आणि 'प्रतिष्ठा' ह्या तीन शब्दांतच टिकलाय. प्रतिष्ठेचा बळी देऊन 'पद' मिळवलं की 'पैसा' आलाच. 'कोणतं सरकार टिकतं ते बघू' ह्या विधानात देशाचा विचार कुठं आहे?

आपण स्वत: कसे आहोत? ह्याचा अभ्यास का नाही करायचा?
खरं तर आपण कसे आहोत, हे ज्याचा तोच शंभर टक्के जाणून असतो. समोरच्या माणसाला जवळ कधी करायचं, जोडायचं-तोडायचं कधी हे हिशोब चालू असतात. स्वत:चे आई-बापही ह्याच हिशोबात बसतात. स्वत:पेक्षा दुसऱ्याला ओळखून घेण्याचा खटाटोप प्रेमापोटी नसून, पुष्कळ वेळेला त्याचा उपयोग किंवा वापर कसा करून घेता येईल, ह्यासाठी असतो. त्याचे 'वुईक पॉईंटस्' समजले की, आपण त्याचे मालक झालो. विजेचा शोध लागला. बस. मामला खतम. बटण दाबलं की, बिचारी मिक्सर चालवते, पंखे फिरवते, वॉशिंग मशिनला चालना देऊन कपडे धुते, टेपरेकॉर्डर, टीव्हीवर मनोरंजन करते. पाणी तापवते. टीव्हीवर रोज कितीही फडतूस कार्यक्रम असोत, विजेप्रमाणे स्थितप्रज्ञ काहीही नाही. ज्ञान प्राप्त झालं की हे एवढं चैतन्य, दोन बारीक तारांत राहून तुमचं गुलाम व्हायला तत्पर. माणसांना आणि यंत्रांना गुलाम केल्याशिवाय त्यांच्या गुणवत्तेचा उपयोग करून घेणं अशक्य.

'माणूस बिघडला' ह्याचा थोडक्यात अर्थ 'तो मी म्हणतो तसं वागत नाही' हाच आहे. दूरदर्शनने तर समाजाच्या चिंध्या केल्या आहेत. वासनांना आवाहन करण्यापलीकडे चित्रपट काय करीत आहेत? कॉलेजमध्ये रॅगिंग का चालतं? अशा सडलेल्या वातावरणातल्या मुलांचं बालपण आणि तरुणांच्या समस्या फार वेगळ्या आहेत. अजून परीक्षेचे पेपर फुटतात. क्रमिक पुस्तकं वेळेवर मिळत नाहीत. कोवळ्या वयातल्या

मुलांच्या पाठीवरच्या क्रमिक अभ्यासक्रमांच्या गोणी पाहिल्या, तर त्याच्या तारुण्यात त्यांना हमखास 'स्पॉण्डिलायटिस' व्हायला हवा. ते सो कॉल्ड ज्ञान पाठीचा कणा मोडतं. काय बिशाद ते मेंदूपर्यंत जाईल. डिग्री मिळवूनही तरुणांना आत्मविश्वास येत नाही ह्याचा अर्थच हा की, ज्ञानवृक्षांची पेरणी होत नाही, झालेली नाही. सगळी बांडगुळं आहेत. जीवनावश्यक वस्तू परवडण्यापल्याड आहेत. सचिवालयासमोर धान्याचे दर किती? हा फक्त फलक आहे. वाण्याच्या दुकानात फक्त वाण्याचीच डाळ शिजते. सचिवालयात कुणाची शिजते, माहीत नाही. घरोघरी पतिपत्नी नोकरीसाठी 'लोकल गाडी' पकडण्यासाठी जेवढा जीव टाकतात, तेवढा पोटच्या मुलांसाठीही टाकू शकत नाहीत. आई-बाप व्हायला वेळ लागत नाही आणि झोपडपट्टीत तर वेळ घालवतही नाहीत. पालक होणं अवघड. जन्माला जीव घालणं सोपं, त्या 'जिवाचं' जीवन घडवणं अशक्य.

आमच्या घरात गडीमाणसं भरपूर आहेत. मला कुठलंच काम करण्याची आवश्यकता नाही, पण माहेरी लागलेल्या कोणत्याच सवयी सोडायच्या नाहीत म्हणून मी घरात जातीने उभी असते. नोकरांनाही वळण लागतं. तुम्ही आपणहून स्वतःचा अधिकार आणि स्वातंत्र्य नोकरांच्या स्वाधीन करता, अशा घरात नोकर कोण आणि मालक कोण हे कालांतराने समजत नाही. एक दिवस जरी स्वयंपाकीण आली नाही तर स्वयंपाकघरातले डबेही परके होतात. स्वतःच्या पोटात काय आहे, हे सांगत नाहीत. ज्यांना ऐपत आहे त्यांनी नोकर जरूर ठेवावेत, पण आपल्या घरातील जास्तीत जास्त माहिती नोकरांपेक्षा स्वतःला असणं आवश्यक आहे.

ज्या ज्या ग्रंथांच्या वाचनाने माझी आतली ज्योत जास्त प्रज्वलित होत आहे आणि प्रकाशाचं आकाश असीम होत आहे, असेच ग्रंथ माझे गुरू आहेत. ज्ञानाची कास धरली म्हणजे भाबडेपणाही कचऱ्यासारखा जळून जातो. डिसेबल्ड मुलं ज्यांच्या

प्रारब्धात असतील त्यांनी ते जर संकट मानलं तर तो दुर्दैवाचा भाग आहे. स्वत:चं आत्मबळ वाढवण्यासाठी आपल्याला मिळालेली ही संधी आहे, ह्या दृष्टिकोनातून त्यांनी त्या मुलाकडे पाहिलं तर अलौकिक संक्रमण ठरेल. ह्या संक्रमणाचा प्रारंभ, आपणच 'स्वत:चा गुरू होणं' इथून सुरू होतो.

ज्योतिर्विद्येचा आयुष्यभर व्यासंग करणाऱ्या माणसांचा मला उपहास करायचा नाही. आपल्या आयुष्यातली अगतिकता, भविष्य सांगणाऱ्या माणसालाही जाणवलेली असते. आपल्याप्रमाणेच त्यांचाही इलाज नसतो आणि माणूस कधी कधी इतका भाबडा असतो की, प्रत्यक्ष समस्या जरी सुटली नाही तरी कोणत्या कारणामुळे ती सुटत नाही याचं आकलन झालं तरी तो समाधानी होतो.

आपला बाप प्रेमळ आहे की तुसडा? परिवारात गुंतलेला आहे की स्वत:पुरतं पाहणारा आहे? तुमच्यावर अन्याय नेमका कोणत्या प्रकारचा झाला? मुळात तो अन्याय होता का? तुझ्या मते तो अन्याय आहे, हे मानूनही बापाचा स्वभाव त्याला कारणीभूत होता की परिस्थिती प्रतिकूल होती? बापाने घेतलेल्या काही निर्णयांमागे मुलाला उपद्रव देणं हा हेतू होता, असं ठामपणे किती बाबतीत म्हणता येईल? तुमच्या स्वत:च्या मागण्या वाजवी होत्या की अवाजवी? आर्थिक मर्यादा किंवा सामर्थ्य ह्याची तुम्हा मुलांना कल्पना होती? थोडक्यात सांगायचं झालं, तर असं सांगता येईल, मुंबईहून पुण्याला स्वत:ची गाडी घेऊन पोचवल्यावर रस्ता किती टक्के अप्रतिम आणि किती ठिकाणी थोडा थोडा खराब होता, हे आपण इतरांना सांगतो. त्याप्रमाणे आयुष्याच्या वाटचालीचा ग्राफ काढ. आनंदाचे क्षण जास्त आहेत, की यातनांचे?

नाळ तोडल्यावर मूल जेव्हा प्रथम स्वत:चा श्वास घेतं, त्याच क्षणी ते समाजाचा घटक झालं. 'मी सांगतो, तसं कर' हे विधान आयुष्यात फार काळ चालत नाही. मुलं पालकांवर जोपर्यंत अवलंबून असतात, तोपर्यंतच हे वाक्य हुकमत गाजवतं, पण त्याच वेळी मुलांच्या मनात 'स्वत:ला जे हवंय' ते कधी करायचं, ह्याचा हिशोब चालू असतो. सगळं बालपण चैनीत आणि लाडात गेलेलं असलं, तरीसुद्धा 'आमच्या मनावर काय काय परिणाम झालेत, ते आम्हालाच माहीत आहे' असं दुसऱ्यांना सांगणारी मुलं मला माहीत आहेत.

बुद्धी थकली, आपल्यावर अन्याय का होतोय ह्याचं उत्तर मिळालं नाही म्हणजे ती

माणसं पत्रिका घेऊन धावत सुटतात किंवा कोणत्या तरी महाराजांच्या मठात गर्दी करतात. आपल्या बुद्धीवरचा ह्या माणसांचा विश्वास उडाला आहे का?– असा विचार मनात येऊनही उपयोग होत नाही. माणूस कितीही बुद्धिवान असला तरीसुद्धा बुद्धीलाही सीमारेषा असते. प्रत्येकाच्या वैचारिक कुवतीनुसार प्रत्येकाची सीमारेषा वेगळी असते. बुद्धी थकली रे थकली की त्या सीमारेषेवर 'भक्ती'चीच पाटी असते. म्हणूनच पत्रिका बघणाऱ्यांचे 'गुरू पंचमातून जातोय, शनी व्ययात आहे, नवपंचमांश योग, रवी चांगला आहे पण शनीचं पाठबळ नाही' ह्यासारखे संकेत मानावे लागतात.

> काही ना काही अपेक्षा बाळगून जी माणसं गुरू शोधतात, त्या सगळ्यांना 'निरपेक्षतेत आनंद आहे' हा सल्ला कसा मानवेल? साध्या नोकरीतही, शुद्ध व्यावहारिक पातळीवर, आपल्याजवळ पात्रता आहे अशा माणसांना प्रमोशनच हवं असतं. ती निव्वळ व्यावहारिक गरज नसते. आपल्या शिक्षणाचं यथायोग्य मूल्यमापन व्हावं आणि त्या शिक्षणाचा गौरव व्हावा ही रास्त मागणी असते. नोकरीतल्या प्रथेप्रमाणे 'सिनियॉरिटी'साठी थांबायची पाळी आली म्हणजे, एक्सप्रेस गाड्यांनी यार्डात पडून राहायचं आणि मालगाड्यांनी पुढे जायचं, हे शल्य सोसत नाही. काही काही डब्यांतून तर मालही नसतो, तरी ते खडखडत पुढे जातात आणि लायक माणसांना रखडवतात. रिकामा डबा आपल्या हिमतीवर कुठलाच प्रवास करू शकत नाही. हे डबे कुणाच्या ना कुणाच्या कृपेवरच पुढे होतात. लायक माणसाने कितीही दरवाजे ठोठावले तरीही आतली कडी निघत नाही. बंद दरवाजांची एकजूट झटकन होते. कारण त्या दरवाजाच्या पल्याड भ्याड माणसांची घरं असतात. उघडा दरवाजा सगळ्यांचंच स्वागत करतो. नोकरी करणाऱ्या माणसांचं सत्तर टक्के आयुष्य उघड्या दरवाजाच्या शोधामध्ये जातं. बंद दरवाजांना दार ठोठावणाऱ्यांची लायकी किंवा योग्यता कशी कळणार? अशा माणसांना ज्याप्रमाणे वरिष्ठ अधिकाऱ्यांनी 'माझं लक्ष आहे. योग्य वेळेची वाट पाहा' असं म्हणणं काय किंवा पेशंटला डॉक्टरांनी 'वेट अँड वॉच' म्हणणं काय, सारखंच!

मरण म्हणजे तिरडीवरून नेऊन स्मशानात जाळणं, तेरावं करून मोकळं होणं असं नाही. ती एक कृती झाली.

तुमच्या आक्रोशाची नोंद न घेतली जाणं– हे मरण. अशी किती प्रेतं किती परिवारात एका बाजूला पडून असतील, हे प्रत्येकाने पाहावं. त्या मरणाचा प्रत्यय perfectionistला आला, म्हणजे आपल्या सदेह अस्तित्वाचं ओझंही परिवारावर टाकू नये, असं वाटून विचारवंत जीव देत असावेत.

मुलाने पहिला नंबर मिळवणं म्हणजे विकास, ही एकच कसोटी. ह्या कसोटीसाठी 'बाप' म्हणून आपण किती कष्ट घेतले? हा प्रश्न कोणता पुरुष स्वतःला विचारत असेल, कोण जाणे! सध्याच्या पालकांना पहिला क्रमांक हवाय. त्यासाठी किंमत मोजायला नको आहे.

तारुण्याचं आगमन चित्रपट पाहून होत नाही. मनालाच धुमारे फुटतात. मनाच्या अथांग आकाशात इंद्रधनुष्य पडतं. हा अंतर्मनातला स्फोट असतो. तिथं निसर्ग उतरतो. सगळ्या निसर्गावर जीव ओवाळून टाकावा, असं वाटायला लावणाऱ्या पेशी लॅबोरेटरीच्या रसायनात बद्ध करता येणार नाहीत.

'गुरू होणं म्हणजे नेमकं काय?' मी तिला विचारलं.
धक्का बसावा अशी व्याख्या तिने सांगितली. ती म्हणाली, 'गरज म्हणजे गुरू.'
'एवढी साधी व्याख्या आहे का?'
'आयुष्यामध्ये अशा असंख्य गोष्टी असतात की ज्या व्याख्येत मांडता येत नाहीत आणि व्याख्येने कुठलीच समस्या सुटत नाही. जोपर्यंत जगायचं आहे तोपर्यंत कोणत्या ना कोणत्या गरजा पूर्ण करतच जगावं लागतं. ज्या मार्गाने गरज पूर्ण होते तो मार्ग म्हणजे गुरू.'

आज संततिनियमनाचं पालन करणारा
फक्त बुद्धिजीवी वर्ग आहे. झोपडपट्टीत
झुरळं परवडली एवढी पैदास आहे.
मुलांचं संगोपन ही बाळंतपणापेक्षा
खडतर गोष्ट आहे. ते तप आहे.
अपत्याला किमान 'रोटी, कपडा,
मकान' द्यायला पालक जबाबदार
आहेत, हे निर्बुद्ध समाजाला पटवणारं

सरकार स्वातंत्र्य मिळाल्यापासून
देशाला लाभलंच नाही. आपण जसे
उघड्यावर, रस्त्यावर झोपतो, तशी
आपली असंख्य पोरं झोपतील, अशा
समाजात, राष्ट्रात विचारांचं पीक कसं
उगवणार?

धृतराष्ट्र जरी आंधळा होता, तरी
त्याच्या प्रजेला डोळे होते. इथं
कोट्यवधी धृतराष्ट्रांवर राज्य करायचं
आहे, म्हणजे किती डोळस राज्यकर्ता
हवा हे सांगायला हवं का?

जन्मांध परवडला.

सत्तांध पेलणं अशक्य आहे.

सत्तेतच हिंसा लपलेली आहे.

'जबाबदारी झटकण्याचा मार्ग सापडला म्हणजे पुरुष सुखी होतात.'
मी निर्भीडपणे विचारलं, 'पुरुष म्हणूनच ज्या गरजा असतात त्याचं काय?'
'ड्राफ्ट काढण्याकरिता ज्या वेळी घरी जाते त्या वेळेला जकात भरली
म्हणजे झालं.'
'यू आर व्हेरी ब्लंट.'
'तसं व्हावं लागलं. पत्नीला स्पर्श करताक्षणी तिला 'कात' टाकायला
लावण्याचं सामर्थ्य नवऱ्याजवळ नसेल तर ती 'जकात'च. मन, भावना,
जिव्हाळा, आपुलकी ह्या स्त्रीच्या प्राथमिक गरजा आहेत. मी स्त्रीधर्माची
प्रतिनिधी आहे. नवऱ्याकडून ह्या गोष्टी मिळणार नाहीत, हे मला लवकर
समजलं. पुरुषाचा 'नवरा' फार पटकन होतो. नवऱ्याचा 'पिता' होणं हे
एखाद्याच घरात घडतं. माझ्या संसारात मी एक वस्तू आहे. वापरली
जाणारी. हे ज्या क्षणी ध्यानामध्ये आलं त्या क्षणी मन मुलाकरता ठेवलं
आणि शरीर नवऱ्याकरता.'

एकदा एका प्रश्नाला एक उत्तर दिलं की संपलं. पण उत्तर मिळालं तरी समाधान
मिळतं असं नाही. महाभारत, गीता दूर राहू दे. आज तुम्ही आम्ही काय करतो?
घरातली एखादी व्यक्ती दीर्घ काळ आजारी असते, तेव्हा आपण वेगळं काय

करतो? डॉक्टरांना आपण तेच तेच प्रश्न विचारतो. 'Wait and watch' ह्या त्यांच्या उत्तराने आपलं समाधान होतं का?

संसारातला साथीदार जेव्हा अचानक किंवा दीर्घ आजाराने जातो, तेव्हा त्याचं आयुष्य संपतं आणि मागे राहतो, त्याचा संसार संपतो. त्या अपुऱ्या संसाराची तूट कोणत्या तरी मार्गाने भरून काढण्याची तो केविलवाणी धडपड करतो. 'हल्ली आई किंवा बाबा विचित्र वागतात'– हेच सतत स्वतःच्या संसारात मग्न असलेली मुलं बोलतात. भरून न येणाऱ्या खड्ड्यात आपला बाप किंवा आई जखमी होऊन पडली आहे, हे ते लवकर विसरतात.

विधवा आई किंवा विधुर बापाचं मानसिक दुःख तर विसराच, पण त्यांच्या शारीरिक व्याधीचं नेमकं स्वरूप जाणून घ्यायलाही त्यांना सवड नसते. शंका उपस्थित करण्याचं किंवा प्रश्न विचारण्याचं काम काही सेकंदांचं असतं. प्रश्न निवारण्यासाठी वृत्ती लागते. वृत्ती असली की वेळ काढता येतो.

आज क्रिकेटसारख्या बेभरवशाच्या खेळासाठी प्रचंड पैसा आहे आणि अगणित रिकामटेकड्या माणसांजवळ उदंड वेळ आहे. सेवेला सॅटलाईट आहे. टांगणीला लावणाऱ्या आणि टांग मारून जाणाऱ्या विजयासाठी टांगलेला उपग्रह आहे. मन आणि बुद्धी प्रगल्भ करण्याचे ग्रह ह्या उपग्रहाच्या भाग्यात नाहीत. माझा क्रिकेटवर राग नाही. उडाणटप्पू खेळाडूंवर आहे. अभ्यास हसत-खेळत करावा. पण त्याच वेळी खेळाचा अभ्यास नको का? मोठमोठ्या कंपन्या स्वतःच्या स्टेट्ससाठी ह्या खेळाडूंना 'स्टाफ'वर घेतात. मस्टरवर सही करायची, एवढंच काम करून, दहा-पंधरा हजार पगार खिशात टाकायचा. मैदानात कर्तृत्व गाजवलंच पाहिजे असंही नाही. कारण IT IS A GAME OF CHANCE.

हे सगळं मान्य. पण हा खेळ फक्त बावीस भिडू आणि दो अंपायर अशा चोवीस माणसांतच झाला, तर मॅचेस होतील का? खेळायचं, ते कुणासाठी, हा प्रश्न त्यांनाही पडेल. आपणही त्या बेभरवशाच्या डावात रंगतो. फटकारा मारल्यावर सिक्सर ठरली, तर बॅट्समन ग्रेट. कुणी कॅच पकडला तर तो उतावीळपणा. हे साध्या खेळाबद्दल. मग लालनपालन केलेली, सगळं आयुष्य ज्यांच्यासाठी वेचलं, ती मुलं संसाराचा खेळ बेपर्वाईने उधळतात, तेव्हा त्यांच्या संसाराचे धिंडवडे पाहून 'हे सगळं कुणासाठी केलं?' –हा त्यांच्या पालकांना पडलेला प्रश्न कोण सोडवणार?

'एका क्षणामध्ये पत्नीची आई होते. नवऱ्याने त्यानंतर 'पिता' व्हावं ही पत्नीची अपेक्षा असते. पण तसं घडत नाही. ह्याचं कारण दिवस गेल्यापासून दिवस पूर्ण

होईलपर्यंत पत्नीने मातृत्वाचा छोटा कोर्स केलेला असतो. एकच विद्यार्थी असलेला वर्ग तिने नऊ महिने सांभाळलेला असतो. मूल आणि आई शाळेतच असतात आणि पुरुष शाळा सोडून अन्यत्र असतो. म्हणूनच त्याला पिता व्हायला वेळ लागतो. त्यात शाळेला कायमचा कंटाळलेला नवरा वाट्याला आला तर संसारामध्ये तो बिनखात्याचा मंत्री असतो.'

जगामध्ये स्त्रियांइतकं मत्सरी कुणी नसतं, असं
समाज जातायेता मानत आलाय. हे जितक्या
प्रमाणात खरं आहे तितक्याच प्रमाणात
तिच्याइतकी सहनशक्तीही पुरुषांजवळ नसते
हेही खरं आहे. स्त्री चिवटही असते अन्
लवचिकही असते. जेवढी नाजूक तेवढी कठोर.
जितकी भावनाशील तितकीच उग्र. अन्याय
सहन करण्याची तिच्याजवळ अफाट ताकद
असते. परिवारात आणि समाजात वावरताना,
ज्या अन्यायांना तिला तोंड द्यावं लागतं तशा
अन्यायांना पुरुष सामोरे जाऊ शकणार नाहीत.
तिला निसर्गाने अशी घडवलेली आहे, म्हणूनच
ती बाळंतपणाच्या यातनांना सामोरी जाऊ
शकते. बाळंतपण हे जसं एका जिवाचा
जीवनारंभ असतो तसाच कधीकधी तो
जन्मदात्रीचा अंतही असतो. मरणाच्या उंबऱ्याला
स्पर्श करून मागे येण्याचं सामर्थ्य पुरुषाजवळ
असतं का, मला सांगा.

किती तरी गोष्टी स्वत:साठी कमी आणि मिरवण्यासाठी जास्त. लग्नाच्या आमंत्रणपत्रिकेपासून देखावाच देखावा.

कुणी एका कुबेरपुत्राने विवाहसोहळा विमानात साजरा केला. वर्तमानपत्रवाल्यांनी ह्याबद्दल एक ओळ छापली नसती, तर एकही वाचक काही महत्त्वाच्या जीवनावश्यक माहितीला मुकला नसता. आज झोपडपट्ट्यांतले सोहळेसुद्धा जम्बो लाऊड स्पीकर्स आणि व्हिडिओ रेकॉर्डिंगशिवाय साजरे होत नाहीत. विमानात लग्नसोहळा म्हणजे गरुडाचे पंख लाभलेली एक झोपडीच. विवाह हा संस्कार आहे. जीवनाची संपूर्ण

जडणघडण आणि पुढची वाटचाल ज्या टप्प्यावर बदलते, तो सस्कार. संस्काराचं नातं धरित्रीशी. संस्कृतीची सोयरिक जमिनीशी. विकृतीला आकाशही ठेंगणं. विमानात लग्न. मग कुठला मंत्रसोहळा? परिवारातल्या आणि परिवारावर जळणाऱ्या परिचितांसमोरचं हे मिरवणं ना?

वर्तमानपत्रवाल्यांनी प्रसिद्धी दिली म्हणून माझ्यासहित काही लाखो वाचकांना हे समजलं. ही सांस्कृतिक बातमी होती, वैचारिक की सामाजिक? निदान संस्कृतीशी फारकत घेतलेल्या राजकीय स्तरावरची तरी होती का?

हेच पत्रकार सामाजिक बांधिलकीचे लगाम, इतर विचारवंतांच्या गळ्यात बांधतात आणि स्वत:च्या वर्तमानपत्रात कुबेरपुत्रांच्या लग्नाच्या विचारहीन वार्ता छापतात.

सोळावं वय धोक्याचं नाही. ते वय असतं चैतन्याचं. सगळ्या जगावर लोभावणारं. जास्तीत जास्त निसर्गाजवळ राहणारं. झाडं, फुलं, झरे, डोंगर, आकाश सगळीकडे झेपावणारं ते वय. बुद्धी आणि तर्क तात्पुरतं बाजूला ठेवणारं. ते निखळ चैतन्य असतं. म्हणून स्वत:च्या अस्तित्वापासून ते सगळ्या विश्वावर लट्टू असतं. अंतर्बाह्य प्रेमाच्या त्या राज्यात बुद्धीला जागा नाही. म्हणूनच कोण कुणाला का आवडतं ह्यावर उत्तर नाही.

'मारू की मरू'– इतका टोकाचा प्रसंग तुमच्या-माझ्या आयुष्यात येणं अशक्य; पण 'हे सगळं करायचं ते कुणासाठी?' ह्या प्रश्नाशिवाय कुणी जगला असेल, असं मला वाटत नाही. प्रत्येक अपेक्षाभंगाच्या क्षणी कोणत्याही वयात, कुठल्याही क्षणी, कुठल्याही वळणावर, माणूस हा प्रश्न विचारतो. कधीकधी ज्या व्यक्तीला त्यामागच्या ज्वाळा दिसतील, अशा माणसाला प्रथम, नाहीतर मामुली परिचयाच्या व्यक्तीला आणि कुणीच भेटलं नाही तर अगतिक होऊन स्वत:लाच.

म्हणायचं मंगळसूत्र! मग त्या मण्यांचा रंग काळा का? ते धवलसूत्र का नाही? मृत्यूचा रंग काळा. जीवन बहरंगी असतं. मरण सगळे रंग पुसून टाकतं. बालपण बहुरंगी, संसार एकरंगी आणि वार्धक्य बेरंगी. बहुरंगी, निर्व्याज, अवखळ, निगर्वी बालपणाचा अंत झाला हे सातत्याने बाईच्या लक्षात राहावं म्हणून ते मणी काळे. लहान मुलं कोणत्याही प्रसंगी बळी जातात. कारण ती प्रतिकार करू शकत नाहीत. प्रेमापेक्षा धाक आणि काही घरातून दरारा ह्याच वातावरणात मुलं वाढतात. ती परावलंबी असतात आणि गुलामीत वाढणारी व्यक्ती अशांत असते. मुलांशी थंड

डोक्याने संवाद करायला पालकांना सवड नसते. मग उरते हुकूमशाही. हुकूमशाहीपायीच हिंसेची जोपासना होते आणि संधी मिळताच मुलं त्यांच्या मूळ रूपात प्रकट होतात.

'माझा' हा विचारच हिंसा आहे. 'माझा' हा शब्दच 'परका' ह्या शब्दाला जन्म देतो. ज्या ज्या माणसांना मी 'मित्र' मानतो, जवळचा मानतो, त्यांच्याभोवती मी आपोआप एक वर्तुळ आखतो. तसं वर्तुळ आखताक्षणी मी उरलेल्यांना वर्तुळाच्या बाहेर टाकतो. 'आप्त' आणि 'परके' ह्यांच्यामध्ये मारलेली रेषा म्हणजेच हिंसा.

रतिसुखाच्या वेळेला बाईला अंधार सोबती वाटतो. पुरुषांना उजेड हवा असतो. बाईने डोळे मिटून घेतले की ती 'चिन्मया'पर्यंत पोचते. पुरुष 'मृण्मयात'– मातीच्या शरीरापाशी थांबतो. तो चैतन्यापर्यंत पोचत नाही.

भ्याड माणसांचा कळप आपोआप तयार होतो.

वैद्यकीय व्यवसायातल्या माणसाला नग्नतेचं काही वाटत नाही. स्पर्शही मेलेला असावा. पण ती माणसंही प्रेमात पडतात. लॅबोरेटरी आणि शास्त्र ह्यांच्या कचाट्यातून जे जे निसटतं, तेच काव्य, भावना, सुगंध, हवं तर चैतन्य म्हणा.
पुरुष आक्रमक असतो असं म्हणतात. वास्तविक स्त्रीच्या शरीरात छपून राहिलेल्या मीलनोत्सुक भावनेचे मोती शोधून त्याचा हार गुंफला की स्त्रीही भरतीच्या लाटेसारखी किनारा शोधून काढते, हे अनेक पुरुषांना कळत नाही.
भित्र्या माणसांना स्वार्थ अचूक समजतो. दुःख त्याचं नाही. स्वार्थावर रसिकतेचं तोरण लावायचं कौशल्य हवं; तेही त्यांच्याजवळ नसतं.

माणूस फक्त कार्याचा प्रारंभ करू शकतो. विवाहपत्रिकेवर 'मंगलपत्रिका' असं छापू शकतो. 'संसार' मंगल करायला फार वेगळी गुणवत्ता लागते. श्रीगजाननाचं आणि कुलदेवतेचं चित्र पत्रिकेवरच राहतं. त्यानंतर 'पत्नीला' 'अनुकूलदेवता' बनवण्याची पात्रता कितीजणांकडे असते? पात्रता नसेल, किमान प्रयत्न? प्रारंभच हातात असतो. शेवटचा निर्णायक क्षण प्रारंभीच ज्यांना दिसतो, असे द्रष्टे मोजकेच. यश

मिळालं की 'जितं मया' म्हणायचं, अपयशाचं कारण शोधायला 'निमित्त' किंवा खापर फोडायला व्यक्ती शोधायची.

'माणूस ओळखायचा असेल तर गप्प, शांत रहावं. तुम्ही वादविवाद करीत राहिलात तर वास्तू तामसी होते. खरं-खोटं करणं, रुजवात करायला गेलात की माणसं बेमालूम खोटं बोलतात. पोटच्या पोरांच्या गळ्यावर बिनदिक्कत हात ठेवून, नफ्फडपणे थापा मारतात. पुन्हा तसंच वागतात. स्वत:चं बोलणं दुसऱ्याच्या तोंडी घालतात. ह्या सगळ्या खेळात आपण जितकं खोल जाऊ, तितका घोळ वाढतो. आपल्याही काही विधानांची त्यात भर पडते. शेवटी सगळी धडपड कशासाठी? माणूस समजावा ह्यासाठी का? तर आपलं आयुष्य सोपं व्हावं म्हणून. माणसं आपोआप एक्स्पोज होतात. एखादी जखम उघडी ठेवली की त्याच्यावर आपोआप नवी कातडी येते.'

आयुष्य कोणत्याही सिद्धांतावर चालत नाही. आयुष्य म्हणजे आखून दिलेली पायवाट नव्हे किंवा रेल्वेचे रूळ नव्हेत. ते गंगेच्या प्रवाहाप्रमाणे सुसाट वाहतं. वाट आणि उतार गवसेल तसं. त्याच्यासाठी पूर्वनियोजित आखून दिलेला मार्ग नाही. म्हणून आयुष्यालाही दिशा नाही. आपण ठरवलेल्या दिशेनेच जात राहू, मुक्कामाचं ठिकाण जे निश्चित करू, तिथंच पोचू, ही शाश्वती नाही.
फाटकात उभं राहून तू हे सगळं बोललीस. अगदी महत्त्वाचं, जिव्हाळ्याचं असं बोलणं फाटकापाशीच होतं नाही का? केशराच्या काड्या, क्वचित वेलदोड्याची पावडर सरबताच्या पेल्याच्या तळाशी रहाते तसं. त्याशिवाय घराला भिंती असतात. भिंतींना कान असतात. फाटकाजवळ काहीच नसतं. ते घरांना बंदिस्त करतं, पण फाटक ओलांडलं की विश्व तुमचंच.

मैत्री, विवाह, संसार ह्यांचा प्रारंभ जसा होतो, तसाच त्याचा शेवट अपेक्षेप्रमाणे होत नाही. आयुष्य ही एक अज्ञात यात्रा आहे. भाग्योदयासाठी आपण जो प्रारंभ करतो, त्याचा शेवट भाग्यातच होतो, असं नाही.
असं का होतं?
आपल्याबरोबर आपल्या जीवन-यात्रेबरोबरच एक अज्ञात शक्तीही प्रवास करीत असते. त्या शक्तीनेही एक हातचा राखून ठेवलेला असतो, हे आपल्याला माहीत नसतं.

आतल्या गाठीची माणसं जशी असतात तशी हल्लीच्या दारांजवळ पोटात जाणारी कुलुपं असतात.

पत्नी गेली की विश्व हरवलं. सूर
नुसता सूरच राहतो. उरलेल्या
आयुष्याचं संगीत होत नाही. सूर
म्हणजे संगीताची जननी. बासरी ही
नुसती भोकं असलेली बांबूची नळी
असते. ओठांतून फुंकर, प्राणाचं
चैतन्य देणारा गेला की बासरीचा
पुन्हा बांबू झाला. एका टोकाला
कापडाचा तुकडा लावलेली ती
झटकणी होते. प्रेम करणारी इतर
कितीही माणसं भोवती गोळा झाली
तरीही तो निव्वळ ऑर्केस्ट्रा होतो.
काही काळ मनोरंजन होतं, इतकंच.
पत्नी म्हणजे बासरी. त्याहीपेक्षा मी
म्हणेन पुरुष म्हणजे बांबूची नळी.
प्राणांची फुंकर घालून ओठाला
लावणारी पत्नी गेली की नवऱ्याची
झटकणीच होते.

आपल्या मनाचा कोपरान् कोपरा आपण कधी पिंजून काढत नाही. प्रत्येक दुकानदार आपलं दुकान वर्षातून एकदा 'स्टॉक टेकिंग' साठी बंद ठेवतो. माणसानेही मनाचे सगळे दरवाजे बंद करून 'स्टॉक टेकिंग' करायला हवं. राखेचं आवरण पांघरलेले किती तरी निखारे सापडतील. एखाद्या प्रसंगाने, व्यक्तीमुळे ती राख उडते आणि त्या निखाऱ्याचा चटका समोरच्या माणसाला बसतो. आपल्याच तोंडून ते शब्द निसटतात, तेव्हा त्याची धग आपल्यालाही जाणवल्याशिवाय राहत नाही.

तुम्हाला छळणं हा एखाद्याचा हेतू आहे; पण तुमचं काडीचं नुकसान झालं नाही तरी त्याला बरबाद करा आणि तुमचं भरून न येणारं, आयुष्यातून उठवणारं एखादं कृत्य दुसऱ्या माणसाकडून झालं, पण तसं व्हावं हा त्याचा हेतू नव्हता, उद्दिष्ट नव्हतं, ह्याची खात्री पटली तर त्याला क्षमा करा.

संग्राम म्हणताक्षणी रथ, धनुष्यबाण असं काही लागत नाही. शब्द शस्त्रापेक्षा जास्त जखम करतात. मंत्रशक्तीच्या जोरावर अस्त्रं परत आणता येतात, पण संहार झाल्यावर. 'मी माझे शब्द मागे घेतो' असं आपण म्हणतो, पण आशयाची बुलेट कायम समोरच्या माणसाच्या मनात राहते.

जड वस्तूंना पण भावना असतात. सगळं विश्व त्रिगुणात्मक आहे. रजोगुण, तमोगुण, सत्त्वगुण. ह्याबाहेर कुणी जाऊ शकणार नाही. ॲटममध्ये सुद्धा प्रोटॉन, इलेक्ट्रॉन, न्यूट्रॉन हे तीनच घटक सापडले. वर्षानुवर्षं एखादा दगड एकाच जागी पडून असतो. का? तिथं तमोगुणाचा अतिरेक आहे. कुणीतरी तो उचलून लांबवर भिरकावतो. म्हणजे काय करतो? तर स्वत:च रजोगुणाची शक्ती त्याला अर्पण करतो. रजोगुणाचा शेवटचा अंश ज्या स्थानावर संपेल तिथं तो दगड पुन्हा स्थिर होतो. तमोगुण आहे म्हणून घरातलं फर्निचर आहे तसंच राहतं. ती चैतन्याचीच रूपं आहेत.
आपल्याला कोणत्याही दिव्य शक्तीची गरज नाही. निसर्गाने दिलेल्या दृष्टीचा तरी आपण उपयोग करतो का? गीता दूरच राहिली. सिगारेट, दारू ह्यांसारखी व्यसनं आपण धृतराष्ट्रासारखी गुरू करतो आणि धोक्याच्या जाहिराती नजरेसमोर आल्या, म्हणजे गांधारीसारखी पट्टी बांधतो. ह्या व्यसनांपायी कॅन्सर वगैरे होणारी माणसं दुसरी आहेत, आपण नव्हे– असं समजतो.
हेच आंधळेपण.
विचारहीनता.

युद्धाच्या प्रसंगी मन जास्तीत जास्त शांत ठेवावं लागतं. संघर्ष आणि क्रोध ह्याही वेळेला मन शांत हवं. हे विधान विनोदी वाटेल, पण त्यात एक गर्भितार्थ आहे. विलक्षण संताप आला की, त्याचा निरीक्षणशक्तीवर परिणाम होतो. हवी असलेली वस्तू समोर असून दिसत नाही. लहान मुलांना मारताना आपण त्याच्या शरीरावर कुठं हात उगारीत आहोत, ह्याचं भान राहत नाही. डोळे, कान अशी नाजूक इंद्रियं जवळ असलेला मुलांचा गालच जवळचा वाटतो, कारण तेव्हा स्वत:ला वाकायचेही

श्रम घ्यावे लागत नाहीत. काही मुलं एका कानाने बहिरी झालेली माझ्या ऐकिवात आहे. आपला हात किती लागतो, हे मारणाऱ्या बापाला कळत नाही. पण निरीक्षण आणि क्रोध एकाच वेळी हे संभवत नाही. पत्नीवर हात उगारणारे नवरे कमी आहेत का?

तुम्हाला आयुष्यात जे भेटतात ते पंडित आणि पुरोहित असतात, तुम्ही पापी आहात हे तुमच्या मनाला ठसवल्याशिवाय त्यांची दुकानं चालत नाहीत. मग एका सत्यनारायणाच्या पूजेत ते तुमचा अकाऊंट क्लिअर करतात. साधुवाण्याची बुडलेली नाव जर आपोआप वर आली तर गौतम बुद्धाचा बुडलेला पुतळा का नाही वर आला? तुमचा स्वतःचा आयुष्याचा अनुभव हाच तुमचा गुरू. कारण प्रचीतीचं झगझगीत तेजोवलय त्याच्या पाठीशी असतं.

तुम्ही-आम्ही सगळेजण भिकाऱ्यासारखे आहोत.
संसार हे आपल्याला ओझं वाटतं.
आपण ते कायम डोक्यावर घेतो.
म्हणून स्वतःची पत्नी, मुलं, नातेवाईक हे सगळं आपल्याला झंझट वाटतं.
जीवन ही न मागता लाभलेली पर्वणी आहे.
संसाराचा भार घ्यावा, तो पालखीसारखा.
पालखीमधल्या आराध्यदैवतेचं नाव असावं 'समर्पण'.
त्या पालखीत तुम्ही अहंकाराला जागा दिलीत की संसाराचं झंझट झालंच.
नियतीने तुम्हाला जीवनरथ जन्मापासून बहाल केलाय.
आनंदाच्या दिशेने तुम्हाला तो वळवता आला पाहिजे.
मैलाचा दगड म्हणजे मुक्कामाचं ठिकाण नव्हे. बाणाने दाखवलेली दिशा म्हणजे प्रवासाची समाप्ती नव्हे.
ह्या दोन्ही गोष्टी तुम्हाला योग्य मार्ग दाखवतात आणि किती अंतर कापायचं आहे ह्याचा इशारा देतात.
म्हणूनच संसाराचं गाठोडं पायाशी ठेवून, त्या गाठोड्यावर उभे राहा.
त्यामुळे तुमची उंची वाढेल आणि उंची वाढल्याशिवाय अमर्याद आकाशाचं दर्शन होत नाही.
एकदाच डोक्यावरचं गाठोडं खाली ठेवा.
त्याच्यावर उभे राहा.
मोकळा श्वास घ्या, म्हणजे स्वतःचं अस्तित्व वगळल्यास सगळ्या दुनियेकडे झंझट म्हणून पाहण्याची कला अवगत होते.

कोणत्याही माणसात बदल होईल ही अपेक्षा नको,
उपदेश नको, म्हणजे प्रवास 'झंझट' न वाटता ती आनंदयात्रा ठरेल.

HAMLET IS A TRAGEDY OF OVERTHINKING, WHEREAS
MACBETH IS A TRAGEDY OF OVER-AMBITION.
ह्या ठिकाणी 'ओव्हर' हा शब्द जास्त महत्त्वाचा. अतिविचार केला म्हणजेच योग्य
कृती घडते असं नाही. विचारसाखळीतला कृती करायला लावणारा शेवटचा दुवा
चुकीचा ठरू शकतो. त्याचप्रमाणे एका झटक्यात एखादी कृती केली आणि
अपयश आलं, तर 'हा अविचाराचा परिणाम' असा शिक्काही तयार ठेवायचं कारण
नाही. आयुष्यात यश अनेकदा जाता-जाता मिळून जातं आणि एकदा यश मिळालं
की, माणूस जास्त खोलात जात नाही. यशस्वी माणूस विचारवंतच मानला जातो
आणि तो आपल्या यशाचं श्रेय नियतीला देत नाही. आपली दूरदृष्टी, अचूक
योजना, निर्णय घेण्याची क्षमता अशी अनेक पिसं टोपीत खोचायला तो अधीर
झालेला असतो.

माणसाला नेमकं काय हवंय? संपूर्ण आयुष्य संगीतमय करता येणार नाही
का? एखाद्या मैफलीसारखं रंगवता येणार नाही का?
आपल्या जन्मापूर्वी हे जग होतंच. आपण मेल्यानंतरही जगाचा कारभार तसाच
चालू राहणार आहे. ह्या अवाढव्य रंगमंचावर आपली 'एन्ट्री' मध्येच केव्हातरी
होते आणि 'एक्झिटही.' हे नाटक किती वर्षांचं, ते माहीत नाही. चाळिशी,
पन्नाशी, साठी, सत्तरी... सगळं अज्ञात. धडधाकट भूमिका मिळणार की
जन्मांधळेपणा, अपंगत्व, बुद्धीचं वरदान लाभणार की मतिमंद?
भूमिकाही माहीत नाही.
तरी माणसाचा गर्व, दंभ, लालसा किती सांगावं? कृष्णाने बासरीसहित
आपल्याला पाठवलं, पण त्या सहा छिद्रांतून संगीत जन्माला येत नाही.
षड्रिपूंचेच अवतार प्रकट होतात.
स्वतःला काहीही कमी नाही. स्वास्थ्याला धक्का लागलेला नाही. तरी माणसं
संसार सजवू शकत नाहीत.

कुणावर तरी प्रेम बसणं. त्यानंतर मनात निर्माण होणारी हुरहुर,

त्यापाठोपाठ काहूर ह्या सगळ्या अवस्था डोळ्यांसमोर उभ्या राहिल्या.

लग्नाला एकच दिशा असते, प्रेमाला अनेक.

लग्न केलं म्हणजे एकमेकांत प्रेम निर्माण होईल ह्या चुकीच्या धारणेवरच समाज
उभा आहे.

प्रेम हे आकाशाइतकं उत्तुंग आणि विशाल आहे,
तर लग्नसंस्था जमिनीला घट्ट धरून उभी आहे.

म्हणूनच लग्नानंतर प्रेमाचं नातं निर्माण झालं नाही तर
पायाखालची जमीन सरकायला लागते.

नैसर्गिक धरणीकंप अधूनमधूनच होतात,
अनेक घराघरांतून होणाऱ्या धरणीकंपांची नोंद
कुठल्याही वेधशाळेत घेतली जात नाही.

त्या जमिनी तिथल्या तिथेच थरथरत राहतात.

प्रेम निसर्गाने निर्माण केलंय आणि लग्नसंस्था समाजाने.

म्हणूनच अनेक भगिनींच्या पायात समाजाने घातलेल्या
बेड्या त्यांना गळ्यात मंगळसूत्र म्हणून बाळगाव्या लागतात.

पायातल्या बेड्या थेट गळ्यापर्यंत आल्यावर,
न आवडणाऱ्या साथीदाराबरोबर संसार करताना प्राण कंठाशी का येणार नाहीत?

काही काही घरांतून ह्या मंगळसूत्रांचे गळफास होतात.

पण 'मरेपर्यंत फाशी' अशी मुक्ती मिळत नाही.

प्रेमातून संसार फुलला पाहिजे,
त्याऐवजी संसारातून मुलांची पैदास होते आणि
त्यालाच आम्ही प्रेम समजून कवटाळत राहतो.

प्रेम ही चैतन्याची खूण आहे.

ते फुलतं आणि वरमाला बनवावी लागते.

म्हणून केवळ अंतरपाट दूर केल्याने
अंतर्मनाचं मिलन होईल ह्याची शाश्वती नाही.

'शुभविवाह' इथंच आम्ही थांबलो आहोत.

शुभसंसार ह्याच्याशी कितीजणांना कर्तव्य आहे? दोघांपैकी एकाने अरेरावी वाढवायची,
दुसऱ्याने सहनशक्ती. आमच्या संसाररथाला स्वार्थ आणि अहंकार असे दोन
उधळलेले अश्व आहेत. कृष्णासारखा सारथी नाही.

आधुनिक शोधांपैकी 'कुंकवाच्या टिकल्यांचा शोध' ज्याने लावला त्याचा खरं तर

सत्कार करायला हवा. 'कुंकू' चित्रपटातलं कुंकू म्हणजे त्या समाजातली सौभाग्याची खूण, प्रथम बोटावर घेऊन कपाळावर लावली जात असे. कुंकवाची टिकली कंपासने आखल्याप्रमाणे बोटाने बरोब्बर गोल करण्यात काही वेळ तरी आरशासमोर जात होता. त्या काही क्षणात कदाचित आत्मावलोकन करण्यासाठी उसंत मिळत होती. आज ही असली भानगड नाही. पर्समधून सेकंदात टिकली काढली चिकटवली की झालं! स्वत:कडच्या टिकल्या संपल्या की मैत्रिणीकडून घ्यायच्या. न टिकणाऱ्या वस्तूलाच टिकली म्हणायचं हे 'नांदा सौख्यभरे' ह्या आशीर्वादाचं विडंबन आहे.

कसंही वागलं तरी चालतं, हे एकदा ठरवलं की झालं. स्वत:चा जीव रमवणं हा मंत्र जोपासला की संसाराचं तंत्र कोण बघतो? बायकोला यंत्रासारखी राबवायची. ती जाते कुठं?
नवऱ्याला सोडेल, पण मुलांच्या बेड्या पायांत अडकवल्या की कुठं पळेल?

काही संसार पाहिले की वाटतं, हे सुबत्तेचं आणि रिकामपणाचं लक्षण. ह्या सर्व महाभागांना लक्ष्मीचा विनियोग आणखी योग्य कारणासाठी करता आला नसता का?– अर्थात लक्ष्मीबरोबर त्यासाठी सरस्वती प्रसन्न व्हावी लागते. पैशाचा प्रश्न सुटला की, आयुष्य खूप सोपं होतं, ह्यात वादच नाही; पण तो वाजवीपेक्षा जास्त प्रमाणात चांगला सुटला की ही चित्रं दिसतात. लक्ष्मी आणि ऐपत ह्यांचा ह्यापेक्षा वेगळा उपमर्द आणखी कोणता असेल?

सहवासाने प्रेम निर्माण होतं– असं सांगणाऱ्या परिवाराला लहानपणापासून सहवास लाभलेल्या बहीणभावंडांत प्रेम का नाही, ह्याचं उत्तर शोधायची गरज वाटत नाही. टेबल आणि खुर्ची कायम एकमेकांच्या जवळ असते म्हणून त्यांच्यात प्रेम आहे असं समजायचं का? टेबलाची उंची कायमच खुर्चीपेक्षा जास्त असते आणि हवी. म्हणून ते पहिल्यापासूनच 'चढून' बसलेलं, स्वत:ला वरच्या लेव्हलचं मानणारं. त्याला खुर्चीच्या यातना समजतील का? खुर्चीची वेगळीच तऱ्हा. खुर्ची हे अहंकाराचंच प्रतीक आहे. सामान्यातल्या सामान्य माणसालाही ती कोणता दर्जा देईल ह्याचा भरवसा नाही. ती समाजकंटकाचाही समाजसेवक बनवते. ह्यातला सेवक शब्दही चुकीचा आहे. मूळच्याच हिंसक वृत्तीला खुर्ची राजाश्रय देते आणि विचारवंतांना तिचा सेवक व्हावं लागतं. संवेदनाच जाणून घ्यायच्या असतील तर खुर्ची आणि टेबल समान पातळीवर हवीत. पण खुर्ची आणि टेबल हा आहे

व्यवहार. समान पातळी म्हटलं की भारतीय बैठक हवी. तीसुद्धा समाजात रूढ झालेली आहे; पण पुन्हा भारतीय बैठक म्हणजे समान विचारांची बैठक नव्हे. म्हणूनच घराघरांतून संसाराचा प्रवास डबल बेडपासून सुरू होतो आणि टेबल-खुर्चीपाशी येऊन थांबतो. डबल बेड आहे म्हणून मनं एकरूप होतील का? हे पाहण्याची गरजही कुणाला वाटत नाही. मंद प्रकाश देणारा नाईट लॅम्प लावायचा, तो स्वच्छ प्रकाशातला पशू दिसेनासा व्हावा म्हणून. म्हणजे 'मरेपर्यंत फाशी', पण सकाळी आयता चहाचा ट्रे समोर करायला पत्नी हयात.
कोणत्याही मुलीने स्वप्नाळू राहता कामा नये. कवितेचा छंद सोडून तिने व्याकरण शिकावं. संसार म्हणजे व्याकरण. व्याकरणात पदं कशी चालवावीत हे शिकवतात. संसारात वेगवेगळी पदं नाहीतच. पत्नीपद आणि मातृपद.

आपण स्वत:चा जो विचार करतो, तो आत्मचिंतन, आत्मपरीक्षण ह्याचा विचार न करता केवळ आपल्या सोयीचा, सुखाचा विचार करतो आणि त्यासाठी इतरांचा वापर करतो. घरातला रांगता जीवही त्याला अपवाद नाही. त्याला खेळवायचं, ते स्वत:च्या आनंदासाठी. मुलगा तापाने फणफणला असताना त्याला मांडीवर घेऊन आई रात्रभर जागरण करते, शिवाय दुसऱ्या दिवशी कामावर जाते आणि बाप डाराडूर झोपतो, हेही चित्र परिचयाचं आहे.
पत्नीचा साथीदार होण्याऐवजी तिचा वापर करणारा पुरुष म्हणजे पत नसलेला पती.

घटस्फोटाच्या उंबऱ्यापाशी अनेक संसार थांबले आहेत. माहेरचा उंबरा ओलांडताना, मन कितीही कावरंबावरं झालेलं असलं तरीही दुसरा उंबरा स्वागत करण्याकरिता आतुर झालेला असतो. सासरचा तो उंबरा अनेकजणींना ओलांडता येत नाही. कारण त्यानंतर स्वागत करण्याकरिता तिसरा उंबरा नसतो. पुणे-मुंबई शहरात माझ्यासारख्या शिकलेल्या, माझ्याहून देखण्या, योग्य सन्मान मिळाला तर कोणतंही क्षेत्र गाजवणाऱ्या अशा अनेक गृहिणी तिसरा उंबरा न लाभल्याने दुसऱ्या उंबऱ्याच्या आतच झिजून झिजून आयुष्य घालवतात. पहिला उंबरा ओलांडताना स्वत:चं बळ जास्त वापरावं लागत नाही. सगळ्या शरीरात पृथ्वीवरच्या सगळ्या नद्या उतरतात, समुद्राची ओढच जबरदस्त असते. हा पहिला उंबरा ओलांडला की तो त्या क्षणी 'माहेरचा उंबरा' होतो. नद्या कितीही गोड असल्या, तरीही समुद्राचं खारेपण त्यांच्यात उतरतंच. सगळ्या निसर्गाचं माधुर्य चाखत, त्याचा स्वीकार करीत नद्या वाहतात. समुद्र एकाच जागी राहून-राहून खारट होतो. सगळ्या नद्यांचं माधुर्य लाभूनही त्याचा खारटपणा जात नाही. तरीही, अनेकजणींना ते खारट जहर सोसावं

लागतं. आयुष्यभर का? तर तो उंबरा ओलांडल्यावर स्वागत करायला त्यांना मिळत नाही तो तिसरा उंबरा!

अनेक जोडप्यांना संसाराचं भावगीत करता आलेलं नाही. शास्त्रीय गायक स्वत:चं घराणं जपतात, इथपर्यंत ठीक आहे. कारण त्यांनी त्यासाठी आयुष्य वेचलेलं असतं. पण इतर घराण्यांना ते जेव्हा क:पदार्थ मानायला लागतात, तेव्हा त्यांच्यामधला दुर्योधन प्रकट होतो; पण काही काही संसार पाहिले, म्हणजे हिंदी चित्रपटातली भुक्कड माणसं 'खानदान की इज्जत' राखताना हास्यास्पद वाटतात, त्याप्रमाणे अनेक परिवारातली माणसं पूर्वज आणि परंपरा असलं काही भकायला लागली की, स्वार्थ आणि निष्क्रियतेव्यतिरिक्त दुसरं चित्र दिसत नाही.

वार्धक्यातलं सर्वांत मोठं दु:ख म्हणजे ते तुमच्या सदिच्छेची अडवणूक करतं. सद्भावनेलासुद्धा ऐपत लागते. शारीरिक आणि आर्थिक.

समोरच्या व्यक्तीने तुमच्यासारखं का व्हायचं?- भीमपलास म्हटलं की निषाद कोमलच. कोमल निषाद तीव्र केला की, मालकंसचा चंद्रकंस झाला. जे रागदारीच्या बाबतीत, तेच माणसांच्या; पण संसार म्हणजे रागदारी नव्हे. ते भावगीत आहे. जो सूर गोड वाटेल, त्याचा स्वीकार व्हावा. भगवद्गीता हेही भगवंताचं गीत आहे. तर्कापेक्षा भक्तीनेच त्याचं स्वागत करायचं आहे; पण अर्जुन जसा तर्कावर तर्क उपस्थित करत राहिला, तेच आपण आयुष्यभर करतो.
आपली नजर सतत बाहेर, दुसऱ्यावर. जागेपणातले जास्तीत जास्त क्षण दुसऱ्याचा विचार. ह्याऐवजी आपण स्वत:चं मन वाचायचा प्रयत्न केला तर?

'ज्यांना ज्यांना आपल्याकडून मदत झाली, त्या सगळ्यांनी कायम आपल्यासमोर नतमस्तक राहावं हीच माझी अपेक्षा नाही. आपल्या उपकाराचं ऋण आयुष्यभर लोकांनी लक्षात ठेवावं ह्याची आवश्यकताच नाही. ह्याउलट मी सगळ्यांना सांगतो, पुन्हा जेव्हा कधी गरज पडेल तेव्हा प्रथम माझ्याकडे या. रस्त्यावर दिवे लावलेले असतात. एका दिव्याचा प्रकाश विरतो कुठे आणि पुढच्या प्रकाशाचा उगम कुठे होतो त्या जागेवर रेघ मारून दाखवा असं सांगितलं तर ते शक्य होईल का? पहिल्या दिव्याने प्रकाश दिला आणि पुढचा मार्ग स्पष्ट झाला ह्याचे उपकार वाटून प्रवासी पहिल्याच दिव्यापाशी त्याची पूजा करत उभा राहिला तर? म्हणूनच 'पुन्हा

गरज पडली की झक मारत माझ्याकडेच येईल' असं जी माणसं बोलून दाखवतात ती सेवाभावी नव्हेत. ती आपल्या अहंकाराचं दर्शन करतात.'

प्रत्येक माणूस दुसऱ्या माणसाला स्वत:सारखं करण्याच्या खटाटोपात असतो. संघर्षाचं हेच कारण आहे. पत्नीची पतीबाबत त्याच दिशेने वाटचाल. नवऱ्याची तीच अपेक्षा. आई-वडिलांचा मुलांबाबत संघटतिपणे तोच प्रयत्न. तो संघटित असेल, तर थोडा तरी कौतुकाचा भाग आहे; पण एकमेकांतच दोन ध्रुवांइतकं अंतर असेल, तर मुलांची मनं पायदळी तुडवली जातात. हीच घायाळ मनं लहानपणचे घाव जपत मोठी होतात आणि प्रचंड कडवट, तिरसट, उदास किंवा स्वार्थी, बेपर्वाईखोर होतात.

'आपल्या समाजात दोनच प्रकारची माणसं आहेत. मेडिकलची पदवी घेतलेले डॉक्टर्स आणि मेडिकलची काहीही माहिती नसलेले, म्हणजे डिग्री नसलेले कन्सलटंट्स.'
'तुम्ही सगळ्यांचं ऐकता?'
'सांगणाऱ्याच्या पोटी सदिच्छा असते आणि आपल्या मनात आशा असते.'

राजकीय पातळीवरचे प्रश्न आपल्या आकलनापलीकडे आहेत. शेवटी हे प्रश्न आपल्यापर्यंत पोचतात, ते वर्तमानपत्रांतून. त्यातल्या सत्यासत्यतेची तरी कुठं शाश्वती आहे? कोणतं ना कोणतं वृत्तपत्र कोणत्या ना कोणत्या पक्षाला, नाही तर उद्योगपतींना विकलं गेलं आहे. ते खरं तर News papers नाहीत तर Views papers आहेत. एखादा प्रचंड मोठा भ्रष्टाचार प्रथम उघडकीला आला की, तो मथळ्याचा विषय होतो. चौकशी समिती नेमून काही प्रतिष्ठितांची चार-पाच महिने सोय होते. हळूहळू त्या Headlinesची पीछेहाट होते, चौथ्या पानावर तिचा Tail piece होतो आणि रोज नव्या भ्रष्टाचारासाठी मथळ्याची जागा रिकामी ठेवावी लागते. तरीसुद्धा राज्य चाललं आहे. न्यूटनच्या मूव्हमेंटच्या तत्त्वाप्रमाणे आपल्या देशाची लोकंसख्याच इतकी प्रचंड आहे की, तिच्याच गतीने राज्य आपोआप चाललं आहे.

देवाण-घेवाणीचा हिशोब त्या वरच्या शक्तीच्या वहीत तयार असतो. आपल्याला तो कायम चुकीचा वाटतो कारण त्या वहीची पुढची पानं आपल्याला वाचता येत नाहीत. आपण मागू ती गोष्ट आपल्याला स्वतःच्या वेळापत्रकाप्रमाणे हवी असते. हे वेळापत्रक आपण फक्त मनाचे लाड पुरवले जातील अशा पद्धतीनेच आखलेलं असतं. कॅलेंडरवरचे सगळे चौकोन सुट्टीचेच असतात. भिंतीवरच्या कॅलेंडरकडे रोज बघत असतानासुद्धा सहा दिवस कष्ट केल्यावरच एक सुखाचा रविवार हातात पडतो ह्याचा आपल्याला विसर पडतो. स्वतःच्या नावाचा वार असूनसुद्धा, सूर्याला सुट्टी नसते.

शत्रूची व्याख्या काय?
शत्रुत्व पैदा होण्यासाठी प्रथम परिचय हवा. त्याचं मैत्रीत रूपांतर व्हायला हवं. मग केव्हा तरी किरकोळ अपेक्षा पूर्ण झाल्या नाहीत, म्हणून मतभेद किंवा 'अतिपरिचयात अवज्ञा' असे शत्रुत्वाचेही टप्पे असतात.

प्रेम हा मनाचा हुंकार असतो. बुद्धी, तर्क, दूरदृष्टी ह्या गोष्टींना इथं थारा नाही. तो हिशोब झाला. दुकानातली अनावश्यक पण देखणी, मोहात पाडणार वस्तू पाहताक्षणी 'पॅक करा' असं आपण म्हणतो तेव्हा ऐपत, त्याहीपेक्षा, 'ह्याची आपल्याला गरज आहे का?'– हा विचार आला की संपलं. साध्या वस्तूच्या खरेदीच्या बाबतीत आपण पैसे उधळतो तेव्हा त्यातली साठ टक्के किंमत आपल्या टेम्प्टेशनची असते.

आपलं कुटुंब महाभारताचा भाग नाही का?
लग्न-विवाह हा एकच विषय खूप मोठा आहे. आजही देशस्थ, कोकणस्थ, कऱ्हाडे, सी.के.पी., एस. के. पी. हे भेदभाव नाहीत का? समोरची व्यक्ती ही आपल्यासारखीच जितीजागती आणि सुशिक्षित माणूस आहे, ह्याचा कितपत विचार होतो? सौंदर्याच्या बाबतीत प्रत्येकाच्या अपेक्षा वेगळ्या असतील, ते मी समजू शकतो. गरिबी आणि श्रीमंतीचे राक्षस अजून मध्ये येतात. परंपरा, संस्कार, मानपान, देवाणघेवाण अशा किती क्षुद्र गोष्टींभोवती आजही आपण वावरत आहोत? कशाच्या आधारावर आपण स्वतःला माणूस म्हणवून घ्यायचं?

आपल्याला आयुष्य का दिलं जातं? प्रेम करण्यासाठी आयुष्य हा एक अवकाश आहे आणि प्रेम म्हणजे ज्या व्यक्तीच्या डोळ्यांत स्वत:चं बिंब पाहायला मिळेल अशी व्यक्ती मिळवणं आणि त्यासाठी प्रथम स्वत:च्या डोळ्यांच्या काचा स्वच्छ ठेवणं. डोळे म्हणजे अंत:करण. डोळे म्हणजे त्या विशाल मनाच्या खिडक्या समज. कुणीही त्या झरोक्यातून डोकावून पाहावं. त्याला तिथं अवकाश दिसावं. आपल्यालाही इथं जागा आहे हे त्याला कळावं. ह्या दृष्टिकोनातून आत बघ. स्वत:ला पाहा. तुझं आयुष्य तू तुझ्या चौकटीच्या बाहेर पडून जगूच शकणार नाहीस.'

अपेक्षाभंगाचा क्षण, झटका ह्याहून वेगळा असतो का? आयुष्य आजवर किती जगलो, ह्या आकडेमोडीत काही अर्थ नाही. प्रकाश आणि अंधाराचा खेळ कॅलेंडरवरच्या चौकोनांसाठी. आपल्या आयुष्याच्या वाटेवर कायम अंधारच असतो. क्षणाला क्षण घट्ट चिकटून असतानाही पुढच्या क्षणी काय घडणार आहे, हे आपल्याला माहीत नसणं म्हणजे अंधारच नव्हे काय? जेवता-जेवता ठसका लागणं, चालताना ठेच लागणं इतक्या किरकोळ बाबींपासून, एखाद्याने पत्नीला चहा करायला सांगणं आणि एक कप चहा तयार व्हायच्या आत त्याने जगाचा निरोप घेणं इतक्या महान घटनांपर्यंत, पुढचा क्षण अज्ञात असतो.
अपेक्षाभंगाचा क्षण हा प्रकाशाचा किरण. आपण अंधारातून चालत आहोत, ह्याची जाणीव हा किरण करून देतो.
प्रकाशाचा हा किरण धरून ठेवता येणं ही इतर अनेक कलांपैकी श्रेष्ठ कला; पण ती कला आहे, हेच आपल्याला ज्ञात नाही. म्हणूनच आपण तेवढ्यापुरते सावध होतो आणि पुन्हा अंधारातली वाटचाल चालू ठेवतो.

स्वत:चा चेहरा ओळखण्यासाठीही आरशाची मदत घ्यावी लागते. आरशाइतका विश्वासू ट्रस्टी जगात दुसरा कोणी नाही. आपणही आरसा व्हायचं. त्यात मनाचं प्रतिबिंब पाहायचं. क्रोध, स्पर्धा, हेवा, मत्सर, प्रेम सगळी रूपं पाहायची. आपण आपल्या मनाचं ट्रस्टी व्हायचं. अफरातफर करायची नाही. मग खरं मन प्रकट होतं. बायको, मुलगा, आई, बाप सगळी नाती स्पष्ट होतात. कुणी किती जागा अडवली आहे ते पाहायचं.

रामायण म्हणजे आदर्शवाद. तिथं मस्तक मनापासून किंवा नाटकीपणाने झुकवलं की संपलं. सगळ्या देशाची स्वातंत्र्यानंतर लंका झाली असली,

तरी पांढऱ्या टोपीने 'रामराज्य' डिक्लेअर केलं की काम झालं. प्रभू रामचंद्रांनी बालवयात जसा 'चंद्र हवा' म्हणून हट्ट धरला होता, त्याप्रमाणे रामायण चंद्रासारखं शीतल आहे. आदर्श प्रत्यक्ष आचरणात आणायचे नसले की शीतलच असतात.

कृष्णाबद्दल किती लिहावं? त्याहीपेक्षा कसं लिहावं? इथंही पुन्हा कृष्णापेक्षा मोठं झाल्याशिवाय कृष्ण समजणं अशक्य. मीरेइतका समर्पण भाव धारण करता आला, तर मीच कृष्णमय होईन. असं अद्वैत झालं तर कृष्ण समजणं आणखी अशक्य. द्वैत असेल, तरच भक्ती संभवते.
कृष्ण खरंच होता का? तीसुद्धा व्यासांची निर्मिती असेल तर त्या प्रतिभेला, चैतन्याला, एका वाळूच्या कणाएवढा लेखक म्हणून पदस्पर्श करावा.
'रथचक्राच्या तळी मृत्यूचा मान मला द्यावा' असं गदिमांच्या नायिकेसारखं म्हणावंसं वाटतं. देवकीपोटी जन्म, वाढला यशोदेजवळ आणि सेवा केली पांडवांची आणि तरीही, आजच्या खासदारांप्रमाणे त्याने 'पक्ष बदलला' असं म्हणता येत नाही. लहानपणी चोऱ्या केल्या, पण कोणतंही इंडियन पीनल कोड न लावता आपल्याला असं काही जमलं नाही, अशी रुखरुख लागावी, अशा चोऱ्या. ताक केल्यावर रवी चाटायला मिळावी, हा आमच्या भाग्याचा हायलाईट.
शृंगार केला, पण त्याचं व्यभिचारात रूपांतर झालं नाही. कपट केलं, कारस्थानं केली तरी त्याचा तिरस्कार वाटला नाही. कारण काय असेल? ह्यात कुठंही स्वार्थ नव्हता. दांभिकता नव्हती. प्रत्येक कृतीमागे समाजाचं हित हाच शुद्ध हेतू होता. लिप्त आणि अलिप्त ह्यातल्या सीमारेषेवरही बोट ठेवता येणार नाही, एवढं असीम रूपडं.

'आपण सगळ्याचा विचार का करायचा? फक्त स्वत:चा करायचा. शास्त्रवचनांचा अगोदर अभ्यास करून कधीच आयुष्य जगायचं नसतं. प्रत्यक्ष अनुभवातून गेल्यानंतरच शास्त्रात ती उत्तरं आधीच प्रकट झालेली निदर्शनास येतात. उपनिषदासारखे ग्रंथ हे कसोटीचे दगड आहेत. आपल्या सोन्यात तांबं किती आहे हे अनुभवातून गेल्यावर त्या कसोटीवर घासून पाहायचं. प्रचीतीचा आनंद प्रत्येकाचा स्वयंभू असतो. तो दुसऱ्याला सांगितला की त्याची बातमी झाली. म्हणूनच प्रत्येकजण एकटा असतो. संपूर्ण असतो. त्याच्यात बदल संभवत नाही. ह्या अर्थाने ओशो 'स्वभाव हाच धर्म' मानतात.

‘पती पत्नीवर प्रेम करीत नाही. त्याचं स्वत:वर प्रेम असतं. पती पत्नीचा माध्यम म्हणून उपयोग करतो. तो पत्नीला स्वत:चा दागिना समजतो. पत्नीसाठी तो जान कुर्बान करायला तयार असतो. कुठपर्यंत? ती त्याची आहे तोपर्यंत. तिचं मन परपुरुषाकडे आकर्षित झाल्याचं समजलं तर? पत्नीसाठी स्वत:च्या जिवावर उदार झालेला पती त्याच पत्नीचा गळा दाबायला निघेल. प्रेम आणि घृणा यांची क्षणात अदलाबदल होते. केवळ एका क्षणात प्रेमाऐवजी घृणा, वैर, क्रोध निर्माण होत असेल तर ते कसलं प्रेम? प्रेमाची व्याप्ती प्रचंड आहे. आपलं ह्या जगातलं अस्तित्व विनाकारण नाही, हे दुसऱ्याच्या डोळ्यांत पाहिल्यावरच कळतं. माणूस म्हणून जगतो. कोणत्याही आपत्तींना सामोरा जातो. आपल्यावर प्रेम करणारी व्यक्ती उरली नाही की आपलं जगणं संपलं. एखाद्याने अचानक आत्महत्या केली की समजावं, तो निष्प्रेम आयुष्य जगू शकत नाही.’

मी भगवद्गीता, महाभारत वाचलेलं नाही; पण मी माझ्यापुरती एक व्याख्या केली आहे. प्रत्येक माणूस म्हणजे महाभारत. महाभारत शब्दाला समांतर शब्द ‘षडरिपू’ आणि माणसाला त्या शक्तीचा शोध घ्यावासा वाटला, ध्यास लागला की ‘भगवद्गीता’ सुरू झाली, असं समजावं.

कितीही विचारी विचारी माणूस म्हटलं तरी एका ठरावीक सीमेपलीकडे विचार करू शकत नाही. विचार म्हणजे तरी नक्की काय? सत्तर ते ऐंशी टक्के माणसं निव्वळ नित्याचं आयुष्य जगतात. संपूर्ण दिवसाचा दिनक्रमच तुमच्या हालचाली ठरवतो, असं नाही, तर विचारांची दिशाही ठरवतो. सकाळचा चहा, दाढी, आंघोळ, मुंबईच्या माणसांच्या बाबतीत नेहमीची गाडी पकडणं, ह्यासारख्या गोष्टींत विचारांना थाराच नाही. रीत म्हटलं की विचारातून मेंदू मुक्त. काहीतरी ‘विपरीत’ करायचं असलं म्हणजेच विचार करावा लागतो.
काही समस्या सल्लामसलतीने सोडवता येतात. ते सल्ले आपण ऐकतोच असं नाही. ऐकायचं बंधन नसल्यामुळेच आपण सल्ले मागत फिरतो आणि अनेकांचं डोकं उठवतो. विचारणाऱ्याचा गोंधळ वाढतो.
सल्ला देणाऱ्यांचा अहंकार.

महाभारतातल्या प्रत्येक व्यक्तीपेक्षा व्यास श्रेष्ठ होते. म्हणूनच महाभारताची निर्मिती झाली आणि व्यासांनी आमच्यासारख्या लेखकांसाठी एकही

विषय ठेवला नाही.
एकच व्यास.
उरलेल्यांचा लिहिण्याचा हव्यास.
त्यात मीही आलोच.
पण तो हव्यासच असल्यामुळे तीस वर्षांत बावन्न पुस्तकं लिहूनही माणूस समजला नाही. मीही मला अजून अज्ञात आहे.

'संसार हा एक कोर्स आहे. न संपणारा अभ्यासक्रम. ह्याचं टेक्स्ट रोज बदलणार. रोज परीक्षा द्यायची. ह्याला करिक्युलम नाही. डिग्री नाही, डिप्लोमा नाही, गाईड नाही. आपण एका न संपणाऱ्या कोर्सला बसलो आहोत. आपण परीक्षकासारखेच एकमेकांशी वागलो तर कसं होणार?' सगळ्या कुटुंबातून पतिपत्नी परीक्षकाप्रमाणे एकमेकांची गंमत बघत राहतात. कोण कसं चुकतं. मग मीही कशी जिरवतो किंवा जिरवते ते पाहा. सगळीकडे एकच. आजपासून आपल्यापुरतं हे बंद. संसार रोज एक प्रश्नपत्रिका देईल. ऐनवेळी. अगोदर न फुटणारी. ती दोघांनी सोडवायची. ह्याच एका कोर्समध्ये पेपर सोडवताना कॉपी करायची परवानगी आहे.'
आपला प्रत्येक श्वास जसा वर्तमानकाळातल्या ताज्या क्षणांशी इमानाने नातं ठेवतो, तितक्याच प्रमाणात वृत्ती कोऱ्या ठेवून, संसारातला प्रत्येक क्षण जोखायचा.
भूत, भविष्याची वजनं वापरून वर्तमानकाळातला कोणताही क्षण तोलता येत नाही. पाच पंचेंद्रिये आणि ज्ञानेंद्रिये हीच मोजमापं.
Nobody is perfect हे सूत्र मनात हवं. शुद्ध हेतूबाबत कधीच शंका नसावी आणि खूप चांगलं चांगलं करण्यावागण्याची इच्छा असूनही, मधल्या Steps चुकू शकतात, ह्यावर श्रद्धा असावी.
Who is wrong ह्याऐवजी What is wrong ह्याचाच शोध घ्यायचं दोघांनी ठरवलंत तर संसार बहरलाच पाहिजे.
तुमच्या भाषेत सांगायचं तर, सरळ पायऱ्या चढून शिखर गाठणं म्हणजे Who is wrongच्या मळलेल्या पायवाटेवरून जाणं.
What is wrongचा शोध घेणं म्हणजे ट्रेकिंग. हेच ट्रेकिंग अखंड चालो.

कोणत्याही लेखन-कथनातल्या नव्या साक्षात्काराक्षणी मी गोंधळलेला असतो. सावध नसतो. त्याच भावनेपोटी वाटतं, कोण्या एका बेसावध क्षणी एक शक्ती तुम्हाला स्पर्श करते. त्या निसटत्या स्पर्शाने, अनेकांचं मनोरंजन होईल अशी काहीएक निर्मिती घडते. ज्या क्षणी हे घडतं त्या

क्षणी तुमचं अस्तित्व कुठे होतं, हेही तुम्हाला सापडत नाही. मग बेसावध क्षणी घडलेल्या निर्मितीचं श्रेय माझं कसं? अणुरेणूत वावरणाऱ्या त्या शक्तीने, एकाला स्पर्श केला तो अनेक रूपात वास्तव्याला असलेल्या स्वतःच्याच अस्तित्वाच्या मनोरंजनासाठी.

'संधी' हा प्रकारच पाऱ्यासारखा. म्हणजे कसा?– तर दोन मित्र गप्पा मारीत बसले होते. तेवढ्यात दार वाजल्याचा एकाला भास झाला. तो म्हणाला, "मला दोन वेळा दार वाजल्याचा भास झाला."
त्याचा मित्र म्हणाला, "दोन वेळा? मग ती संधी नसेल."

काळ फक्त माणसाचं वय वाढवतो. आठवणींना वार्धक्याचा शाप नसतो.

कोणत्याही मागणीचा विचार केला तर ती त्या क्षणाची मागणी होती, हे नक्की. आयुष्यातले पुष्कळसे निर्णय काळ आणि क्षणच घेतात. क्षण आणि मन एकजीव होऊन काय करायचं ते ठरवतात. यश मिळालं की श्रेय घ्यायला अहंकार सोकावलेला असतोच.

बाह्यरूपावर काय आहे, असं म्हणण्यात काही अर्थ नाही. अंतरंगाचा विचार करायची वाट बाह्यरूपावरूनच जाते. 'दिसण्यात काय आहे? माणसाचं मन पाहावं' हा युक्तिवाद बुद्धीचा. तो मनाचा कौल नाही.

ज्यांचा परिचय झाल्यावर आपल्याला आपलं जगणं समृद्ध झाल्यासारखं वाटतं, ती सगळी चैतन्याची रूपं. ज्यांची नावं ऐकल्या-आठवल्यावर आपल्याला सुरक्षित वाटतं, ते सगळे अवतारी पुरुष. अवतारी पुरुष म्हटलं की रुद्राक्षांच्या माळा दिसायला हव्यात असं नाही. उलट अशा काही व्यक्तींकडे मी आजवर, माहिती समजताक्षणी, श्रद्धेने गेलो आहे. तेव्हा वेदान्त ऐकवण्यापलीकडे, चिरंतन तत्त्वं ऐकवण्यापल्याड त्यांनी काहीही केलं नाही. 'प्रयत्न चालू ठेवा किंवा मार्गशीर्ष महिना जाऊ दे, ग्रीष्म उलटू दे. मग बघा' ह्यापलीकडे काही सांगितलेलं नाही. मला अशा सगळ्या साधकांच्या वैयक्तिक साधनेबद्दल काहीही शंका घ्यायची नाही. त्यांनी अप्रत्यक्ष दिलेल्या आशीर्वादावरसुद्धा काही संकटांचं परस्पर निर्दालन झालं

असेल; पण व्यवहारात येणारी संकटं आणि समस्या निवारण्यासाठी जे वेगळं रसायन लागतं, त्याला 'मित्र' म्हणतात. ऐन वैशाखात 'वर्षा' ऋतूची शाश्वती आणि गारवा फक्त मित्रच देतो. कसलेही हिशोब न ठेवता जो गणिताप्रमाणे शाश्वत, नेमकेपणा देतो, तो मित्र.

स्वत:चा वेळ खर्च करणारा, त्या कुणा महाराजांकडे वेळ आणि वार मागून घेणारा तुमचा मित्रच देवमाणसासारखा असतो. फार कशाला, तुमच्या विद्ध मन:स्थितीत, भीषण एकटेपणी, एकाकी अस्थिर मनाच्या अवस्थेत, एकांतात एखाद्या व्यक्तीचा नि:शब्द वावरही तुम्हाला किती बळ देतो, ते जीवनाचा साथीदार गेल्यावर कळतं.

रामायणाच्या काळात, अयोध्याकांडापासून, युद्धकांडापर्यंत, एकूण किती कांडं आहेत हे माझ्या ध्यानात नाही. गेले काही दिवस, वर्तमानपत्रांतून रोज वाचावं लागतंय, ते वासनाकांड रामायणात नव्हतं. हे वासनाकांड रातोरात निर्माण झालेलं नाही. पात्रता नसणाऱ्यांना मिळणारी पदं, पक्षांच्या जोरावर निवडून येणारे अशिक्षित खासदार, आमदार, नगरसेवक, क्वचित काही मंत्रीही, शुगर लॉबी, लॉ आणि ऑर्डरमध्ये सरकारी हस्तक्षेप, ठिकठिकाणी उघडलेले बीअर बार्स आणि त्याहीपेक्षा जास्त परिणाम वर्षानुवर्षं होतोय, तो सेक्स आणि व्हायोलन्सने सडलेल्या, किडलेल्या हिंदी चित्रपटांचा. पोलीस कमिशनर, मंत्री ह्यांची निर्लज्ज नाचक्की पाहून, सेन्सॉर बोर्ड तर सोडाच, पण

आत्तापर्यंत एकाही आय.जी.पी ने
चित्रपट बंद पाडलेला नाही.
अखख्या महाराष्ट्राची, भारताची वीणा
तुटून गेली आहे आणि कायद्याच्या
तारा ढिल्या पडल्या आहेत.
भ्रष्टाचाराच्या तारा ताणल्या गेल्या
आहेत, पुन्हा एक बुद्ध हवा आहे.
पण तोही हतबुद्ध होईल.

आपल्या बालपणी भेटलेल्या अलौकिक माणसांबद्दल भरभरून लिहिलं, की मला वाटतं, 'चला, आपण त्यांना अजरामर केलं.' पण वाचक तेवढा भाग कोरडेपणाने वाचून पुढे जाणार. त्यांचे डोळे पाणावणार नाहीत. हे अटळ आहे, तरी त्याचा त्रास होतो आहे. प्रत्येकाच्या मनात, प्रत्येकाने ही अशी स्मारकं जपलेली असतात. ग्रेव्हयार्डमधल्या कोणत्या स्मारकापाशी प्रत्येकजण हा असा पटकन् गुडघे टेकून अश्रुपात करून येत असेल हे सांगणं मुश्कील आहे.

आपण एखाद्याचा मोठेपणा झुगारूनच द्यायचं ठरवलं, तर ते काय अशक्य आहे का?– त्याला फार धाडस किंवा अक्कल लागते का?
त्यासाठी फक्त नफ्फडपणा लागतो. आज वकील, डॉक्टर, प्राध्यापक, व्यापारी, समाजसेवक, चित्रपट, नाट्यव्यवसाय, राजकारण, न्याययंत्रणा ह्या सगळ्या व्यवसायात शुद्ध चारित्र्य राहिलंच नाही, असं आहे का? जकात नाक्यावरही कात टाकलेली साधी, सरळ माणसं नाहीत का? रेल्वेपासून पोलीस खात्यापर्यंत युनिफॉर्मचा गैरवापर न करणारी माणसं कमी असतील का?
पण तशी माणसं भेटावी लागतात. ह्यांच्या माना पद, पैसा, प्रतिष्ठा मानणाऱ्या गेंड्यांच्या-नव्हे- झेंड्यांच्या गळफासात गेल्या असतील, तर ते कुठे जातील?– एका रेल्वे अपघाताची नैतिक जबाबदारी स्वत:ची मानणाऱ्या लालबहादूर शास्त्रींचा जमाना कधीच संपला. शास्त्री गेले तेव्हा त्यांच्या खात्यावर किती पैसे होते, हे त्या वेळच्या समाजाला माहीत आहे. त्या शास्त्रींना दोन वेळा 'कोटी 'कोटी' नमस्कार.
परिवर्तन ही अंतर्मनाची प्रक्रिया आहे. तुम्ही एखाद्या माणसासमोर शंभर आदर्श ठेवा, दासबोधाची पारायणं करा किंवा अनेकजणांची उदाहरणं द्या, त्या माणसावर 'ढिम्म' परिणाम होणार नाही. तो जे पटल्यासारखं दाखवतो, ते intellectual

appreciation असतं. सद्‌वर्तनाची जशी एक नशा असते तशीच दृश्कृत्याची पण एक चटक असते. कैफ असतो. ज्या मनात ह्या दोन्ही गोष्टींचा उगम होतो, तिथंच जागृतीचा, awarenessचा कोंब फुटावा लागतो.

देखणी माणसं सगळ्यांनाच मोहात पाडतात. पण एखाद्या देखण्या माणसाबद्दल आपलेपणाची भावना कधी निर्माण होते?– तो प्रेमळ असेल तर. लाघवी, नम्र, मनमिळाऊ असा वैष्णवजन असेल तर. उन्मत्त सौंदर्यावर कोण लुब्ध होईल?

नेहमीच्या गोष्टी करणारा माणूससुद्धा अगतिक झालेला असतो. त्याचा पुनरुक्तीचा आनंदही विटलेला असतो. पण त्याऐवजी काय करावं हेही त्याला कळत नाही. तो एक अगतिक सद्‌वर्तनी किंवा निवृत्त भोगीच असतो. ह्याच अवस्थेत बुद्ध भेटावा लागतो. कुणी सांगावं, आजच्या विसाव्या शतकातही अनेकजण बुद्धाची प्रतीक्षा करीत असतील. एखाद्याचं संपूर्ण परिवर्तन होईलही. 'करून करून भागला आणि देवपूजेला लागला' ह्या वचनाला घाबरून, ते कंटाळलेल्या मार्गावरूनच चालत असतील. खरं तर सगळ्या गोष्टी करून पाहिल्यावरच, शांती न मिळाल्यावर जो भक्तिमार्गाकडे वळतो, तो कायमचा वळतो. तोपर्यंतचा त्याचा प्रवास चिरंतन शांतीच्या दिशेनेच होत असतो. त्याला हसायचं कारण नाही, अनेकजण पद-पैसा-प्रतिष्ठा ह्या पायऱ्यांवरच धडपडणार– यम, नियम, आसनापासून समाधीच्या पायरीकडे नुसते बघत, फास्ट लोकलकडे बघत, ठिकठिकाणी रखडणाऱ्या गाडीनेच प्रवास करतात. ह्याच कारणासाठी सत्पुरुष व्यक्तीच्या, गतकाळातल्या चारित्र्याची चिरफाड करणाऱ्या वृत्तपत्रीय भाष्याला मी महत्त्व देत नाही. प्रेस कॉन्फरन्ससाठी बोलावलेल्या पत्रकारांपैकी दारूच्या बाटल्या घरी नेणारे महाभाग मला माहीत आहेत.

कोणतंही वाहन चालवण्यात आपण एक्स्पर्ट झालो की जाणीव संपली. ते वाहन म्हणजे अगदी दोन चाकांची सायकल असो, पण पायाचा अंगठा तुटलेला असावा, त्यापायी थोडी सूज आल्याने त्या एकाच पायात फक्त चप्पल नाही. अनवधानाने नेमका तोच पाय रस्त्यावर टेकवायचा नाही, पण सायकलवरूनच घरी जायचं असं असलं की आपण प्रत्येक क्षणी सायकलच चालवत असतो.

पशू माणसापेक्षा श्रेष्ठ आहेत, कारण ते इन्स्टिंक्टवर जगतात. बेदम वजन वाढलंय, म्हणून एखाद्या घारीला उडता येत नाही किंवा एखादा मासा बुडाला असं कधी ऐकलंस का?

भरभरून देण्याची दानत असलेल्यांची थैली रिती पडू नये.

बुद्धकालीन दिवस खऱ्या अर्थाने समृद्धीचे असावेत. बुद्ध दोन-दोन महिने, आपल्या दोनशे-अडीचशे शिष्यांसह गावा-गावांतून मुक्काम करीत असे आणि त्यांच्या उदरनिर्वाहाची, पाहुणचार करण्याची क्षमता गावकऱ्यांकडे असायची. मातृभूमीची सेवा करणं, म्हणजे तिची खरी मशागत करणं, हे शेतकऱ्यांना खऱ्या अर्थाने माहीत होतं. धरित्रीची सेवा केली की तिच्या कृपेच्या वर्षावाखाली शेतकरीं चिंब होत असत. शेतीसाठी कर्ज काढून, ते सरकारी कर्ज कालांतराने माफ करायचं अशी प्रथा नव्हती. कारण त्या काळात भंपक लोकशाही नव्हती आणि म्हणून निवडणुका नव्हत्या. मातृभूमीवरचं अलोट प्रेम, त्या काळातले राज्यकर्ते भूखंडामागून भूखंड विकत घेऊन व्यक्त करीत नव्हते. भूमिपुत्र स्वतःचं बलिदान करून भूमातेचं रक्षण करीत होते. फाळण्या नव्हत्या म्हणून सीमारेषा आणि त्याचं रक्षण हा प्रकार नव्हता. जमीन विकली जात नव्हती, तिची शान लिलावात काढली जात नव्हती, म्हणून धरित्रीचा पुत्र संपन्न होता. पाटबंधारे नावाचं खातं अस्तित्वात नव्हतं म्हणून जमिनीचं नातं सरळ सरळ आषाढघनांशी होतं. नद्यांच्या पाण्यावर माणसांची सत्ता नव्हती. त्या पाण्याचं नातं आणि सोयरिक थेट जमिनीशीच होती. त्या काळात प्रकल्प नव्हते, तर संकल्प होते. निसर्गाचे संकल्प. त्या संकल्पात रंग उतरायचे ते आकाशाचेच. कोणत्याही झेंड्याचे नव्हेत. म्हणून बुद्ध आणि शिष्यगण कोणत्याही गावात राहू शकत होते. यजमान आणि मेहमान, दोघंही समृद्ध होते. शोषण नव्हतं. स्वागत केलंच पाहिजे, असा सूर नव्हता. पोषण शब्दामागे 'ऊ' लागली नव्हती. संतमहात्मे गावोगावी चालून जात. रस्ते चालण्यासाठी होते, 'रोखण्या'साठी नव्हते. थोडक्यात म्हणजे, निसर्गानेच निर्माण केलेला माणूस निसर्गाच्या मार्गात, वैयक्तिक स्वार्थासाठी आडवा येत नव्हता आणि म्हणूनच विसाव्या शतकातल्या साध्या हवालदारापासून थेट खासदार-आमदार, मंत्र्यांप्रमाणे त्या काळातला माणूस आडमाप वाढत नव्हता.

त्या काळात ऐष करणारी माणसं नव्हती, असं नाही. पण त्यांचे सुखोपभोग स्वतःच्या कमाईवर किंवा वडिलोपार्जित इस्टेटीवर चालत. स्मगलर्स, बिल्डर्स, व्यापाऱ्यांकडून पेट्या ह्यांचा आधार लागत नव्हता.

परतीच्या प्रवासात गाडीने कल्याण सोडल्यापासूनच अंगावर मुंबईच्या हवेचा दमवणारा थर जमायला लागतो. हे जाणवलं होतं कधीच, पण विधिलिखितात तीळ-तांदूळ ह्या खाऱ्या पाण्यात भिजवलेले होते. ह्या शहराचा वेगच इतका प्रचंड आहे की हवेतील थकवा अस्वस्थ करण्यापूर्वीच दोन निवडणुकांचा कालावधी लोटतो. हा वेग हाडीमासी एकदा मुरला की रक्तातली पेशी न् पेशी स्वास्थ्याचं आयुष्य विसरून जाते. हिमशिखरापेक्षा समुद्राची साद तुम्हाला ओढ लावते. 'छे, काय भिकार हवा' ह्या कॉमेंटमधली चीड हळूहळू कमी होऊन ते शोभेचं वाक्य होतं. विषाची चटक लागली की तेच अमृत व्हावं असं मुंबईकरांचं होतं.

प्रश्न छोटा असतो आणि उत्तर अवघड नसलं तरी मोठं असतं. प्रश्न वर्तमानकाळातला असतो. उत्तरात संपूर्ण भूतकाळ सामावलेला असतो. काही पानांना शाई जास्त लागलेली असते तर ह्या ग्रंथातली काही पानं पुसट झालेली असतात. काही फाटून हरवलेली असतात. काही बाईंडिंगमधून सुटलेली असतात. अशी पानं मग आपण पुन:पुन्हा पुस्तकात लोटत असतो. त्यांनी दिल्या घरी नांदावं म्हणून.
भिकेसाठी प्रत्येक मोटारीपुढे गळा काढून हात पसरणारं भिकाऱ्याचं सहा-सात वर्षांचं पोर आणि साठी उलटलेला म्हातारा, एका मोटारीपुढून दुसऱ्या मोटारीसमोर जातो तेव्हा ट्रॅफिक लाईट जितका पटकन बदलतो तितका पटकन् त्याच्या चेहऱ्यावरचा भाव बदलतो. ट्रॅफिक सिग्नलपाशी आपली गाडी मिनिटभर थांबली, तरी हा अभिनय शिकवणारा गुरू प्रात्यक्षिक दाखवून जातो.

काळ कोणताही असो, आपण आहोत त्यापेक्षा आपली प्रतिमा उज्ज्वल आहे, असं भासवण्याच्या खटाटोपात प्रत्येकजण असतो. 'क्ष' व्यक्ती प्रसिद्धिपराङ्मुख आहे, याचीच एवढी प्रसिद्धी होते की त्याच्यापेक्षा प्रत्यक्ष प्रसिद्धी परवडली. ती प्रसिद्धिपराङ्मुख आहे हे मुळातच कळलं कसं?

'सोनार, शिंपी, सुतार, अप्पा यांची संगत नको रे बाप्पा' ह्या यादीमध्ये आता बिल्डरचाही समावेश करायला हवा. दिलेल्या वेळात काम पूर्ण न करणं, ॲग्रीमेंट्स, डॉक्युमेंट्सच्या बाबतीत गिऱ्हाइकाला अंधारात ठेवणं किंवा लटकत ठेवणं हा नेहमीचाच घोळ. बांधकामाला उशीर होत गेला की जागेची किंमत वाढत जाणं, हे सध्याच्या महागाईच्या दिवसात अपरिहार्यच!

आपण ह्या प्रांतात संपूर्ण अनभिज्ञ. वाळू, विटा, सिमेंट, प्लंबिंग ह्यांपैकी नक्की कशाचा भाव वाढलाय, हे कळणं मुश्कील. जागेची तीन चतुर्थांश किंमत करून झालेली असते. जागा तर लवकरात लवकर राहायला हवीच असते. तीन प्राथमिक गरजांपैकी निवारा ही गरज इतकी प्रमुख असते की त्यात हात अडकल्यावर पैसे भरत राहणं, एवढंच आपल्या हातात राहतं. तिथेही साठेखत, खरेदीखत ह्यासारखे व्यवहार आपल्याला कळत नाहीत. पुष्कळदा जागा तयार असूनही ती आपल्याला नेमक्या कोणत्या कारणासाठी मिळत नाही याचा पत्ता लागत नाही. मग तो बिल्डर एकदम परका असो किंवा जिव्हाळ्याचा असो, तो तुम्हाला मित्र या नात्यानेही भेटतो आणि प्रेमाचा वर्षाव करतो, पण बिल्डर ह्या नात्याने व्यवहार पूर्ण का करत नाही, हे कधी सांगत नाही.

हे झालं खाजगी बिल्डरच्या बाबतीत. सगळे पैसे भरूनसुद्धा बांधकामावर बोट ठेवायला जागा राहणार नाही, अशी निर्दोष वास्तू तुम्हाला मिळत नाही. कामातल्या त्रुटी आपण सांगायला सुरुवात केली तर 'त्यात काय! ते साधं आहे. दोन दिवसांत ते करून टाकू' असं म्हणत आपल्यासमोरच हाताखालच्या माणसाला तशा सूचना दिल्या जातात. एक महिन्याने पाहावं तर परिस्थिती 'जैसे थे.'

अशी अवस्था जिथे खाजगी बांधकामात होते, तर हाऊसिंग बोर्डाबद्दल बोलायलाच नको. हाऊसिंग बोर्डामध्ये आपला लकी नंबर लागला तर जागा विकत घ्यायची आणि तीच जागा आपल्याला हवी तशी पुन्हा बांधून घ्यायची. वर्षानुवर्षे महाराष्ट्रात हे चाललेलं आहे. पगारातली पै न् पै साठवून, प्रॉव्हिडंड फंडातून कर्ज काढून किंवा शक्य असल्यास नातेवाइकांकडून पैसे उसने घेऊन माणूस छप्पर मिळविण्याचा प्रयत्न करतो, ते गळकं असलं तरी! आणि ह्यांच्याच जिवावर बिल्डर्स एअरकंडिशन्ड कारमधून हिंडतात.

महावीर आणि बुद्ध ह्यांची कथा वेगळी. सुबत्तेतली वैय्यर्थता जाणून ते विरक्त झाले. त्याग करण्यासाठी प्रथम भरपूर कमवावं लागतं आणि त्यापेक्षा उच्च, महान टप्पा म्हणजे, वैभवातली शून्यता समजावी लागते. सरकारी बंगले, पद गेलं तरी न सोडणाऱ्या आणि आठ-आठ लाख रुपयांचं भाडं न भरणाऱ्या राज्यकर्त्यांच्या जमान्यात, 'वैभवातली शून्यता' समजावी अशी त्यांच्याकडून अपेक्षा कशी करावी?

कोणतीही महत्त्वाकांक्षा न बाळगणाऱ्या माणसाला वैफल्य येण्याचा अधिकार आहे का?

'आमची बायको आम्हाला नेहमी एक प्रश्न विचारते, तुम्हाला आणखी एक बाई आवडते तर आम्हाला आणखी एक पुरुष आवडला तर?'

'असा प्रश्न सगळ्याच बायका विचारतात.' मी म्हणालो.

'दाजी भाटवडेकर, तुम्ही या प्रश्नाला काय उत्तर देता?' कुणीतरी अडलेल्या माणसाने विचारलं.

दाजी मिश्किलपणे त्या माणसाला म्हणाले,

'हा काय स्पर्धेचा विषय होऊ शकतो का? मी तिला सांगतो, समज आपण दोघं फिरायला निघालोत. वाटेत मला लघुशंकेला लागली. आता जर तू असं म्हणालीस, तुम्ही जाता, मग मी गेले तर?- लागली असेल तर....'

आजच्या काळात तर व्यसनांनाच दर्जा मिळाल्यामुळे आयुष्य सोपं झालं आहे. आज ड्रिंक्स न घेणारा 'कंट्री' मानला जातो आणि फॉरिन, इम्पोर्टेड घेण्यापेक्षा 'कंट्री' घेणारा धाडसी मानला जातो. व्यसनी माणसांचं प्रमाण कमी असूनही गडकऱ्यांनी 'एकच प्याला' लिहिलं ते व्यसनाचे दुष्परिणाम दाखवण्यासाठी. प्रेक्षक ते नाटक दारू सुटावी म्हणून पाहत नव्हते, हा भाग वेगळा. बालगंधर्वांना साध्या नऊवारी, फाटक्या साडीत पाहण्यासाठी आणि संगीतासाठी लोक धावत असत.

सल्ला हा नेहमी देण्यासाठी आणि घेण्यासाठी असतो. ऐकण्यासाठीही असतो असं मी मानत नाही. 'तुम्हाला काय जातं सांगायला? माझ्या जागी जर तुम्ही असतात तर...' वगैरे वगैरे सांगून दिलेला सल्ला योग्य होता पण त्याप्रमाणे वागणं अशक्य होतं हेच नंतर पटवलं जातं. माणूस नेहमी समानधर्मीयाच्या शोधात असतो. स्वतःच्या मनोवृत्तीची जोपासना करणाऱ्याचा त्याला आधार वाटतो आणि त्याच वेळेला ह्या परिस्थितीतून आपल्याला कुणीतरी मुक्त करावं, असंही त्याला वाटत असतं.

प्रत्येक माणसाची आयुष्यभर एकच धडपड असते. आपण जसे आहोत त्यापेक्षा वेगळी प्रतिमा समाजात उमटावी. एक काळ असा होता की, समाजात व्यसनी माणसांचं प्रमाण अत्यल्प होतं. क्वचित कोणी ड्रिंक्स घेतही असत. त्याचा बाजार झाला नव्हता. आपल्या घरातील ज्येष्ठ मंडळी ड्रिंक्स घेतात हे घरातल्या बालगोपाळांच्या गावीही नव्हतं. मग समाजातल्या प्रतिमेला धक्काही लागायचं कारण नव्हतं. आज

घरातल्या सहा-सात वर्षांच्या बालगोपाळांनाच सोड्याच्या बाटल्या आणण्यासाठी पिटाळलं जातं. पाहुण्यांना कौतुकाने सांगितलं जातं, 'ही इज व्हेरी स्मार्ट. रस्ता परफेक्टली क्रॉस करतो.' बालगोपाळही स्मार्टली स्वत:साठी फ्रुटी आणतात. बाप त्याला 'टिप' देतो.

'अस्सल'चा व्यासंग न करता केवळ नकलेचा 'संग' ढाल मिळवून द्यायला पुरेसा असतो.

ज्यांनी काहीतरी करून दाखवलंय, त्यांनी रुबाब दाखवू नये, पण दाखवलाच तर नाइलाज आहे, कोणत्या तरी शक्तीचा वरदहस्त ते विसरतात, असं म्हणायचं. पण कर्तृत्व सिद्ध व्हायच्या आत जी मुलं घरात गुरगुरतात, ती यश मिळाल्यावर काय करतील?

कवितेप्रमाणे पॅसेंजर्सनाही वृत्त असतं. काही ओव्यांसारखी सात्त्विक वाटतात. काही शार्दूलविक्रीडितासारखी सारखी चढउतार करतात. काही पॅसेंजर्स मुक्तछंदासारखे घुसतातच.

आयुष्यातील पहिली पंचवीस वर्षं सोडूनच द्यायची. कोणत्या कुटुंबात जन्म, कोणतं गाव, कोणती शाळा, शिक्षक, प्राध्यापक, यश, व्यवसाय, आयुष्याचा साथीदार... प्रत्येकाने मागे वळून पाहिलं तर हीच स्टेशनं. इलाखे वेगवेगळे.

आणि मग मर्यादांनी वेढलेल्या ह्या प्रवासात, एका माणसाला अनुभव येऊन येऊन किती येणार? आयुष्यात किती माणसं भेटणार? त्यातली साधी किती? सोज्वळ किती? मिडिऑकर किती? विद्वान पण आढ्यताखोर किती?

असे अनेक प्रश्न मला पडतात आणि तरीसुद्धा वाटतं, विचारांचा मागोवा घेण्याचा ज्यांना ज्यांना छंद आहे त्या सगळ्यांना ज्ञानभाराने नम्र झालेला एक तरी महाभाग भेटला असेलच.

विचारांचाच मागोवा घेणारे समाजात किती लोक आहेत, हा प्रश्न बाजूला ठेवणं भाग आहे. पण अशी विनम्र असलेली, ज्ञानी माणसं, सगळीच्या सगळी भेटणं अशक्य. मलाच असं नव्हे, तर कोणत्याही एका व्यक्तीला.

कर्तृत्वाला प्रयत्नांचे अश्व जुंपायचे असतात. एकच दिशा ठरवायची असते. निग्रहाचे लगाम हातात ठेवायचे असतात आणि सातत्याचा चाबूक स्वत:वरच उगारायचा असतो. असं केलं तरच 'व्यक्ती'च्या गावापासून 'व्यक्तिमत्त्वा'च्या

महानगरीपर्यंतचा प्रवास होतो. निग्रहाचे लगाम सोडले की अश्वाचा 'वारू' होतो. 'वारू' आणि 'वारा' ह्यांचं एक नातं असावं. ते कोणत्याही दिशेने जातात.

मला स्वत:ला मृत्युलेख लिहायला आवडत नाही. एखादी व्यक्ती जगाचा निरोप घेऊन जाते. आपण त्याच्यासाठी मनसोक्त केलेला अश्रुपात त्याच्यापर्यंत पोहोचत नाही आणि आपल्या दु:खाची तीव्रता इतरांना समजत नाही. म्हणूनच अशा अनेक आवडणाऱ्या व्यक्ती विद्यमान आहेत तोपर्यंत त्यांच्यावर लिहावंसं वाटतं.

जो त्याग केल्यामुळे त्याची आठवणही मागे राहत नाही, मग रुखरुख तर दूरच तेवढीच आपली शक्ती समजावी.

भीमसेन गातात म्हणजे काय करतात?
तर फळा रंगवून काढतात.
पुसत नाहीत. धूत नाहीत. तर चक्क नव्याने रंगवतात. फळा नुसता पुसला तरी मागच्या तासाची काही अक्षरं अस्पष्ट राहतातच. धुक्यातली झाडं जशी दिसतात तशी ती अक्षरं, मागच्या तासाचं संपूर्ण विस्मरण घडवत नाहीत. फळा धुतला तर त्याच्यावर एक पांढरट पदर पसरतो. पण नव्याने रंगवला की त्याच्यावर काढलेलं प्रत्येक नवं अक्षर मुद्राच उठवतं.
मजकुराचा शिलालेख होतो. भूतकाळ उरतच नाही.
त्याप्रमाणे भीमसेनजी भूतकाळच पुसून टाकतात. त्यांच्या षड्जाबरोबर मैफल नव्याने जन्माला येते.
तिला 'कोऽहं'चा विसर पडतो.

मोर फक्त भरून आलेल्या ढगांसाठी नाचत नाही, त्याप्रमाणे कलावंत केवळ मैफलीसाठी फुलत नाही. ह्या दोन्ही चमत्कारांना एक तिसरा साक्षीदार असावा लागतो. एक त्रयस्थ सावध जाणकार लागतो. तहानलेला जीव आणि तहान भागवणारा जीव ह्यांना लांबून पाहणारा एक जीव लागतो.
पण तोही कसा पाहिजे? त्याला तहानेची आर्त समजली पाहिजे आणि ती भागवणाऱ्याची क्षमताही ओळखीचा हवी.
जाग आल्याबरोबर कुणाला जपाची माळ लागते तर कुणाला सिगारेट. धूर आत

घेणं आणि बाहेर सोडणं हीसुद्धा सूक्ष्म जपमाळच झाली. मी सिगारेट सोडा असंही म्हणत नाही आणि जप करू नका असंही म्हणत नाही. ओशो सांगतात, सिगारेट ही वाईट नाही, जपमाळही वाईट नाही. घातक आहे ती 'आदत'. तुम्ही आदत सोडा. त्या क्षणी तुम्ही मुक्त व्हाल.

'सारे जहाँसे अच्छा, हिंदोस्ता हमारा' असे उद्गार स्क्वाड्रन लीडर राकेश शर्माने उपग्रहातून भ्रमण केल्यावर काढले. आपणही 'बरोबर' म्हणायचं. ते म्हणताना रशियाला विसरायचं. कारण एकूण सगळा रुबाब असा होता की भारतानेच रशियाला 'ॲस्ट्रोनॉट'चं स्पेलिंग शिकवलं. स्वतःच्या देशाचा अभिमान जरूर धरावा. पण कधी? पोस्टातली पत्रं वेळेवर पोचतील, मुलांच्या शाळाप्रवेशासाठी आई-वडिलांना ऊर्ध्व लागणार नाही, झोपडपट्टीतील सैतानांना कुटुंबनियोजन समजेल, रास्ता रोको आंदोलनात संबंध नसलेल्यांची अडवणूक होते हे नेत्यांना समजेल, सामान्यातल्या सामान्य माणसाला पाण्याच्या प्रत्येक थेंबाचं महत्त्व समजेल, बांधकामात अफरातफर म्हणजे अनेकांच्या मृत्यूचं उत्तरदायित्व आपल्यावर ह्याची जाणीव जेव्हा क्रूर सैतानांना होईल आणि आपण देशाचं रक्षण कोणती संस्कृती जपण्यासाठी करत आहोत हे सैनिकांना समजेल त्या दिवशी 'सारे जहाँसे' म्हणताना रक्तवाहिन्यांना रक्त आवरेनासं होईल.

स्वातंत्र्यदिनानिमित्त होणारी रोषणाई पाहावी आणि घरी आल्यावर देवघरातलं इवलंसं निरांजन पाहावं. काय मोठं? काय छोटं? सभागृहाने पाडलेला टाळ्यांचा पाऊस आणि विंगमध्ये गेल्यावर सहकाऱ्याने नुसता खांद्यावर ठेवलेला हात, ह्यातलं श्रेष्ठ काय? जास्त भूक कशाची?
दोन्ही सारखंच.
सभागृहाजवळ संजीवनी मंत्र असतो तर

सहकाऱ्याचा स्पर्श म्हणजे परीस. स्थळ बदललं की माहात्म्य बदलतं. एक म्हणजे आकाशातली पुष्पवृष्टी आणि दुसरं म्हणजे मंगलकार्यातलं गुलाबपाणी.

कुणी डायरेक्ट शिवी दिली तर आपल्याला आजही ती सहन होणार नाही. प्रत्यक्ष शिव्यांपर्यंत जाण्याची गोष्ट तर सोडूनच द्या, पण एखाद्या प्रसंगी एखादी व्यक्ती इतरांना विचित्र वाटेल असं का वागते ह्यामागची कारणपरंपरा आपण समजून घेत नाही. अनेक माणसं परस्पर एकमेकांत आपल्याबद्दल काहीही बोलतात. कंड्या पिकवतात. कधी ना कधी ते आपल्यापर्यंत पोचेल अशी व्यवस्थाही करतात. इकडचं तिकडे करण्यात धन्यता मानणारी असंख्य रिकामटेकडी माणसं हाताशी असतातच. तोच त्यांचा जीवनातील आनंद असतो आणि हीच वेळ आपण शांत राहण्याची असते. ज्याच्याजवळ जे देण्यासारखं असतं तेच तो दुसऱ्याला देतो. ते न स्वीकारणं म्हणजेच जीवन जगण्याची कला.

मी जेव्हा एखादी प्रेतयात्रा पाहतो तेव्हा मला वाटतं, एक भलंमोठं पुस्तकच कोणीतरी जाळायला नेत आहे.

माणूस जन्माला येतो तो कोरी पानं घेऊन. त्या पुस्तकाला प्रथम रॅपर्स चढवली जातात. एकदा हे बुक-जॅकेट चढलं की पोशाखी जगात मुखपृष्ठाकडे पाहूनच ग्रह करून घेतले जातात. पुस्तकाची पुष्कळशी पानं इतरांसाठीच राखून ठेवलेली असतात. स्वत:ला हवा तोच मजकूर लिहिण्याचं भाग्य कोट्यवधी माणसांत एखाद्याचंच.

अशाच अनेक पुस्तकांपैकी मी एक पुस्तक.

त्यांतली एकमेकांना 'स्टॅपल' मारून, काही पानं जखडून ठेवली होती. 'अपमान ठेवावा मनात, मान सांगावा जनात' असं म्हणतात. पण कधीकधी मानाचे प्रसंगसुद्धा सांगता येत नाहीत.

ती पानं मी आज उघडली.

हा ग्रंथ कुणीतरी नेण्यापूर्वी.

माणसाचं मन फार चलाख असतं. सल्ला मागण्याकरता ती सतत माणसं हेरत असतात आणि त्यातला जो सल्ला स्वत:ला सोईस्कर वाटेल, तोच स्वीकारतात. त्यात स्वत:च्या स्वार्थाची भर घालून त्याचं तत्त्वज्ञान बनवतात आणि स्वीकारलेल्या

व्यसनासकट आहे तिथंच राहतात. त्याशिवाय कोणत्या मान्यवर व्यक्तीने मला हे सांगितलं त्याचंही कौतुक करतात.

कथाकथनाचा कार्यक्रम संपल्यावरचे क्षण कसे असतात?

हे आयुष्यातले शून्य क्षण. मुक्त क्षण नव्हेत. शून्यातूनच सगळं निर्माण झालं म्हणतात. पण हे निर्मितिक्षम शून्य नव्हे, हे तुम्हाला उजाड, एकाकी, पोरकं करणारं शून्य. तुमच्यावर जिवाभावाने, उत्कटतेने तुटून पडणारं कुणीतरी सान्निध्यात असणं ही त्या शून्याची गरज. त्याने बोलू नये, काही सांगू नये, काही विचारू नये. स्तुती नको, कार्यक्रमाचं कौतुक नको, त्याने फक्त असावं. त्या शून्य मन:स्थितीत पुन्हा कार्यक्रम सुरू झालेला असतो. उणिवांचा मागोवा घेत उलट्या प्रवासाचा आरंभ असतो. कधी कधी काहीच नसतं. आपण फक्त असतो. कधी कधी हे क्षण चिरंतन स्वरूपाचे पण स्वत:चीच साधना नसल्यामुळे, उत्तर हरवलेले प्रश्न समोर उभे करतात.

हे सगळं काय आहे?

का आहे?

कधी सुरू झालं?

कधी संपणार?

मागं काय उरणार?

किती काळ उरणार?

वरवरची उत्तरं तयार असतात.

हे सगळं काय आहे ह्याचं आकलन तुला होणारच नाही. तू गप्प राहा.

का आहे?– सांगता येणार नाही. कारण तू ह्याचा निर्माता नाहीस.

हे कधी सुरू झालं? तुझ्या जन्मापासून हे सुरू झालं. महापालिकेच्या पिवळ्या कागदावर तुझी जी जन्मतारीख आहे, तो जन्म नव्हे, ती केवळ तू कायद्याने 'सज्ञान' कधी झालास ह्याच्या तपासणीसाठी किंवा उलटतपासणीसाठी आवश्यक असलेली नोंद. त्यातला 'सज्ञान' हा शब्द संपूर्ण अज्ञान दर्शवणारा. कॅलेंडरवरचे छापील चौकोन मागे पडल्याने माणूस सज्ञान होतो काय?

ज्या दिवशी तुझ्या जाणिवांचा प्रारंभ झाला तो तुझा जन्म.

तो दिवस टिपता येईल?–

नो.

नेमक्या कोणत्या दिवशी गर्भ राहिला हेही सांगता येत नाही. तरीही समज, जाणिवा जाग्या झाल्या त्या दिवसापासून हे चक्र फिरू लागलं.

कधी संपणार?
तुझ्या शेवटच्या श्वासाबरोबर.
मागं काय उरणार?– काही नाही. तुझ्या पश्चात तुझं अस्तित्व किती? इतरांच्या जाणिवा जितके दिवस राहतील तितके दिवस. कदाचित तुझं अस्तित्व तुझ्या हयातीतच संपल्याचं तुला पाहावं लागेल.

लोकशाही तत्त्व म्हणून ठीक आहे. पण देशाचा कारभार करायचा म्हणजे शिस्तीचा बडगा हवाच. जिथे संस्कारच नसतात तिथे बडगाच हवा. आपल्या स्वतःच्या घरात ज्यांना आपण रक्ताचे नातेवाईक मानतो तिथेसुद्धा काही गोष्टी मनासारख्या व्हायला हव्या असतील तर घर चालविणाऱ्या माणसाला अधूनमधून रुद्रावतार धारण करावाच लागतो. आपल्या नवऱ्याला किंवा बायकोला किंवा आईवडिलांना आपण अमुक तऱ्हने वागलो तर आनंद होणार आहे, गैरसोय होणार नाही, ह्या समजुतीने वागणारी माणसं फार थोडी. अनेक घरांतून स्वतःचेच नातेवाईक सांगूनसुद्धा ऐकत नाहीत. असं का घडत असावं? आणि तेही स्वतःच्याच माणसांकडून? कारण झोंडगिरीने वागलं तरी ते खपवून घेतलं जातं ह्याची खात्री आहे म्हणून. ह्याच वृत्तीने देशातली माणसं वागतात.

जे रुजलेलं असतं ते प्रकट व्हायला हवं. कारण त्यात काही ना काही अमर्याद शक्ती असल्याशिवाय ते रुजत नाही आणि रुजलं तरी आचरणात येत नाही. शेवटी किती ऐकलं यापेक्षा आचरणात किती उतरलं यालाच महत्त्व नाही का?

'बापू, कसला विचार करताहात?' सुहासने प्लॅटफॉर्मवर आणलं.
'कसलाच नाही.'
खोटी उत्तरं सोपी असतात.
मी माझ्या अस्तित्वाचा विचार करतोय हे सांगून काय उपयोग? अस्तित्व म्हणजे काय? समोरच्या हमालाला 'मी कोण?' हे माहीतही नाही. म्हणजे त्याच्या लेखी मला अस्तित्वच नाही. तो माझ्याकडे बघेल.

कधी?

तर माझ्याजवळ मला उचलता येणार नाही असं सामान, एखादा डाग असेल तर. माझ्यापेक्षा माझ्या डागाला जास्त अस्तित्व. साहित्य, लेखन, कथन, कला कशाशीही त्याचा संबंध नाही. पण तो कायद्याने 'सज्ञान' आहे. अवांतर 'अज्ञान' त्याच्या जगण्याच्या आड येत नाही.

मला तरी सर्वस्वाचं ज्ञान कुठाय?

मीही हमालच. मला फक्त माझं अज्ञान लपवण्याचं कौशल्य प्राप्त झालं. असंख्य 'डाग' झाकण्याचे रंगीत कपडे अंगावर चढवलेले. उरलेले बॅगेत घेतले. हमालाला तेवढाच डाग दिसणार आहे.

अस्तित्व म्हणजे काय?– त्याचा एका क्षणात अर्थ समजला. लोकांचं लक्ष स्वत:कडे वेधून घेण्याचं सामर्थ्य म्हणजे अस्तित्व. अस्मिता नावाचा एक डाग. खरं तर 'अस्मिता' हा पांढरपेशा शब्द.

अहंकार हेच खरं.

'आपल्याला आपली उंची आहे त्यापेक्षा वाढवता येणार नाही. पण त्याच वेळेला आपली जी उंची आहे-शारीरिक, बौद्धिक किंवा भावनात्मक पातळीवरची-ती उंची दुसऱ्या कोणत्याही माणसाला कमी करता येणार नाही. मोठ्या उंचीवरची माणसं स्वत:चा मोठेपणा सोडतात. तसाच तो दुसऱ्याचाही विसरतात. काही मोठ्या माणसांना तर जाहीर कार्यक्रमात दुसऱ्याला क:पदार्थ मानण्याची हौस असते. अशा प्रसंगी त्यांची उंची कमी होते. तुम्ही कमावलेली उंची कमी होत नाही.'

माणसाने सामान्य आणि सामान्यच रहावं. मोठ्या माणसांसमोर नम्रपणा स्वीकारण्याचा मोठेपणा त्यांच्यापाशी असतो आणि ते आहेत त्यापेक्षा लहान कधी होणार नाहीत.'

प्रतिसाद देणाऱ्या श्रोत्यालाच अस्तित्व असतं.

आयुष्य हा एक प्रवाह आहे आणि प्रवाह म्हटलं की उतार हवाच. समाजाची सगळी कामं व्हावीत, म्हणून श्रीमंत, गरीब, मध्यमवर्गीय, कुणी बुद्धिमान, कुणी बिनडोक, हे चढउतार हवेतच. ह्याचा अर्थ ऐपतवाल्यांना सगळं माफ आहे असं नाही. माणसाने मस्तवाल होऊ नये. पण काही ना काही कर्तृत्व प्राप्त झालं, म्हणजे काही अपराध आपोआप पोटात घातले जातात.

सगळ्या कामांची समप्रमाणात विभागणी केली ती समाज उभा रहावा म्हणून. कोणतंही काम करणारा माणूस हलक्या प्रतीचा नसतोच. समाजजीवन समृद्ध आणि प्रवाहासारखं गतिमान करणारं, कोणतंही काम हलकं असेलच कसं? पण आपल्या राज्यकर्त्यांनी त्याला जातीचं रूप दिलं. जाती-जमाती झाल्यामुळे प्रत्येक माणूस दुसऱ्या माणसापासून लांब गेला. हे अंतर जितकं वाढेल, तेवढा प्रवाह खंडित होईल आणि सत्ताधारी लोकांच्या खुर्च्या टिकून राहतील.

आकाशाने मृग नक्षत्र लागल्यावर सरींचा अभिषेक करण्यासाठी कमळाचे द्रोण वापरले की जमीनही कवचकुंडलं काढून देते.

खाजगी असो किंवा सरकारी यंत्रणा असो, सर्वांत वरच्या पदावरचा अधिकारी समतोल विचारांचा हवा. त्याला माणसांची पारख हवी. गुणवत्ता जोडणारी वेगळी नजर हवी. त्याची मर्जी माणसांवर नसावी, कार्यावर, कर्तृत्वावर हवी. कष्ट करणाऱ्या माणसाची तळमळ त्याला समजायला हवी. त्याने कायदा हातात घेऊ नये, पण न्याय-अन्याय त्याला समजायला हवा. 'तुमची बाजू पटते, पण मी काही करू शकत नाही.' ह्याला साधेपणा म्हणत नाहीत. ह्या पळवाटा झाल्या. वरिष्ठ अधिकाऱ्याने हाताखालच्या माणसांना, यंत्रणेच्या बाहेर न्याय मिळवण्यासाठी घालवू नये.

करमणूक करणं आणि करवून घेणं ह्याचा एक थकवा येतो. एकामागून एक व्हिडिओ कॅसेटस् लावणारे महाभाग किंवा तास न् तास हॉटेलच्या काऊंटरवर बसून एकसुरी रडक्या गझला ऐकणाऱ्यांना मेंटल फटिक कसा येत नाही, ह्याचं मला कुतूहल आहे. ध्वनिमुद्रिकांचा मारा होणार नाही अशा एका हॉटेलची नितांत गरज आहे.

'ॲक्शन शब्दाची माझी व्याख्या वेगळी आहे. ज्या ॲक्शनची 'रिॲक्शन' पशुत्वाकडून माणुसकीच्या दिशेने होते, त्यालाच मी 'ॲक्शन', म्हणजे योग्य कृती म्हणतो. सरकारी यंत्रणेत, महापालिकेत, अशा माणसांना शिक्षा करायची म्हणजे त्यांची बदली करणं, हाच उपाय समजला जातो. तो माणूस नव्या ठिकाणी तसाच वागणार. बदलाने वृत्ती बदलत नाहीत. त्यापेक्षा वृत्तीत बदल घडवणं आवश्यक

नाही का? वृत्ती बदलणं शासनाच्या फायद्याचं आहे.'
'कसं काय?'
'शासनाचा पैसा आता लायक, रूपांतरण झालेल्या माणसासाठी खर्च होईल. त्या माणसाचाही उत्कर्ष होईल. ॲक्शन म्हणजे शिक्षा अशीच व्याख्या का करायची? ॲक्शनचं नातं त्याऐवजी 'सुधारणा' शब्दाशी जोडावं, म्हणजे आकस राहत नाही. चौकशी समित्या नेमाव्या लागत नाहीत, फायलींचे ढिगारे वाढत नाहीत.'

आध्यात्मिक शब्द वापरले की, विकारांना विचारांचं स्टेट्स मिळतं. त्या चालीवर अपेयपानाला 'संध्या करायची आहे' म्हटलं जातं. संध्येतल्या चोवीस नावांना मार्ग सारतील एवढे ब्रॅण्डस जिभेवरच असतात. आता फक्त ग्लासांना 'कमंडलू' म्हटलं की झालं.

सर्वांत जास्त दीर्घायुषी कोण?
शाळेतला शिक्षक. शिक्षणाच्या व्यवसायात एखाद्याने तीस वर्षं घालवली आणि प्रत्येक वर्षी त्याच्या हाताखालून पन्नास विद्यार्थी गेले तर एकूण आकडा फक्त पंधराशे होतो. पण प्रत्येक दिवसाचे शाळेचे तास मोजले, वर्ग आणि त्यांच्या तुकड्या मोजल्या, तर किती विद्यार्थी होतील?
ते विद्यार्थी जितकी वर्ष जगतील, तितकी वर्षं त्या शिक्षकांचं आयुष्य.

प्रत्येक यशस्वी ठरलेल्या माणसाच्या आयुष्यात 'वेटिंग पिरियड' असतो. त्या काळातल्या वेदना ज्याच्या त्याला माहीत असतात. पण प्रसूतिवेदनांशिवाय ज्यांना अपत्यप्राप्ती हवी आहे, त्यांच्याबद्दल काय बोलावं? हाच जमाना सध्या वाढतोय.

पुस्तकांपेक्षा माणसं वाचली तर ज्ञान होतं. पुस्तकं माहिती पुरवतात. चालती-बोलती माणसं माहितीपल्याड खूप काही देतात. त्यासाठी माणसं वाचण्याचा कोर्स घ्यायचा नाही. कोर्स म्हटलं की अभ्यासक्रम आला. डिग्री, कॉलेज, विद्यापीठ-आणि विद्यापीठ म्हटलं की सगळे घोळ आले. तेव्हा माणसं वाचण्याचा छंद घ्यायला हवा आणि त्यासाठी जीवनावर भरपूर प्रेम हवं. माणसं वाचायची एकमेव 'फी' हीच. 'जगण्यावर प्रेम.'

पक्ष अथवा पक्षी आपलं दोघांवर फारसं प्रेम नाही. धुवाँधार पावसाचं रौद्र रूप बघून शांत बसलेला पक्षीच लोभसवाणा वाटतो. कारण त्यात मला स्वत:चं प्रतिबिंब दिसतं. कोणत्याही सत्तारूढ पक्षाचं स्वार्थी रौद्र रूप पाहून आणि विरोधी पक्षाचं जाता-येता निष्क्रिय करणारं 'बंद'चं हत्यार पाहून मी त्या पक्ष्यासारखाच भेदरलेला असतो.

शांत राहून स्वत:चं काम करणारा पक्ष आणि पक्षी कधी अस्तित्वातच नसेल का? मुंबईत पक्ष किती? सांगता येणार नाही. अपक्ष हाही एक पक्ष असतोच.

पाहिलेली गोष्ट जेव्हा फक्त 'रेटिना'वरच उमटते तेव्हा चित्रपटगृहातल्या निर्लेप पडद्यात आणि आपल्यात फरक नाही. ती गोष्ट जेव्हा चित्तावर ठसा उमटवते तेव्हा त्याची 'लेणी' तयार होतात.

व्यथा सांगण्यासाठी माणूस श्रोता शोधत असतो, हे निव्वळ अर्धसत्य आहे. ऐकणाऱ्याला आपली व्यथा रास्त आहे असं वाटल्याशिवाय सांगणाऱ्याचं समाधान होत नाही, हे पूर्णसत्य.

अस्मिता टिकवणं आणि दुसऱ्याची जोपासणं ही **निकट गरज** मैत्रीप्रमाणे संसारातही असते. पण मी नेहमी सांगत आलो त्याप्रमाणे, त्यासाठी प्रथम जमेची बाजू प्रथम दिसायला हवी. आयुष्यात माणसं तरतात कधी?

तर जमेची बाजू जास्त असल्याशिवाय माणूस तरत नाही.

ही जमेची बाजू कमी पडत असेल तर वाढवायची असते. ही बाजू वाढवणं म्हणजे, गाणं येणाऱ्याने नाच शिकायचा असं नाही. तुम्ही गाणंच वाढवायचं. तुम्ही स्वयंपाक, स्वयंपाकघर, घरदार ह्यातच रममाण होणाऱ्या असाल तर तेच काम जास्त सुबक करायचं. जगातलं सर्वांत महत्त्वाचं नातं मैत्रीचं. पतिपत्नी, आई-बाप, मुलगा-मुलगी, सून-जावई ह्या सगळ्यांशी मैत्रीचं नातं ठेवावं ही माझी धडपड असते. कारण हे एकमेव नातं असं आहे की तिथं dictatorship नसते.

possessionची भावना नसते तर belongingचा सूर असतो.

हुकूमशाहीचा सूर उमटला रे उमटला की जाणावं दूध नासणार आहे.

आगीचा बंब खोटा कॉल मिळाल्यामुळे कितीही वेळा फसलेला असला तरी पुढच्या वेळेला 'हा कॉल खोटा असेल' असं गृहीत धरू शकत नाही. तो फक्त आगीच्या स्थळी जाताना ठणाणा करीत जातो. परत येताना शांतपणे येतो.

समाजातल्या कोणत्याही व्यक्तीच्या व्यथा ज्याला बघवत नाहीत
त्याला निकटवर्तीयांचे अश्रू पुसता येणार नाहीत का?
पण अश्रू पुसायला कासावीस झालेल्या रुमालाचं तुम्ही
पायपुसणं करायला लागलात तर? साखळी ओढल्याप्रमाणे
जर जाता-येता
अश्रुपात व्हायला लागला तर त्याचा दर्जा टाकीच्या
पाण्यासारखाच होणार.

आपल्याबद्दल एखाद्याला विश्वास वाटतो ही सुखावणारी भावना. आणि अस्वस्थता
वाटते कारण तो विश्वास सार्थ ठरवण्याच्या जबाबदारीची जाणीव.

**'आय प्रॉमिस टू पे'ची घोषणा गव्हर्नरने तशी सगळ्याच नोटांवर केलेली
असते. पण प्रत्यक्षात ते प्रॉमिस ज्याचं त्यालाच निभावून न्यावं लागतं.**

मैत्री म्हटलं की काय असावं, काय नसावं ह्याचं चिंतन करावं. आणि खऱ्या प्रेमाची
व्याख्या Love decides what is wrong instead of who is wrong अशी
आहे.

छोटी ज्योत महत्त्वाची की भोवतालचा अंधार? माणसाने कुठे बघावं? अंधार लक्ष
वेधून घेतो की ज्योत? ज्योतीचं आणि अंधाराचं, दोन्हींचं समर्थन करता येईल.
ज्योत आकाराने एवढीशी. अंधाराची व्याप्ती मोजण्यापलीकडे. पण कधीकधी
ज्योतच अंधारावर प्रकाश टाकून त्याचा पसारा नजरेस आणते.

जोपर्यंत स्वतःच्या वृत्तीचा शोध स्वतःलाच लागलेला नसतो तोपर्यंत ठीक चाललेलं
असतं. सगळ्यांचंच.
तो शोध संपला, नक्की काय हवं होतं ह्याचा शोध लागला की समानधर्मीयांचा
शोध सुरू होतो. कारण स्वतःच्या व्यक्तिमत्त्वाचा, निश्चित गरजांचा पत्ता लागला
म्हणजेच संवादाची भूक वाढत जाते.
'गरजा' आणि 'व्यक्तिमत्त्व' हे शब्द खूप ढोबळ आहेत आणि काटेकोरसुद्धा.
'काहीतरी हवं असणं' असं साधेपणाने म्हणता येईल. स्वतःचं स्वतःला सापडणं

हे महत्त्वाचं. कोणत्याही गरजा कमी लेखायचं कारण नाही.
स्वत:चा पत्ता स्वत:ला सापडला म्हणजे मग वायफळ शब्दांनी भरलेला संवाद
खपत नाही. शब्दही नेमके हवे असतात. नेमकेपणाला सगळंच 'नेमकं' लागतं. हा
अभिप्रेत असलेला नेमकेपणा कधी एकाच व्यक्तीत एकवटलेला असतो. कधी तो
विखुरलेला आढळतो. निरनिराळ्या व्यक्ती निरनिराळ्या कारणांसाठी आवडतात
आणि म्हणूनच प्रत्येकाशी जुळणारे संवादही वेगवेगळे असतात. ह्या सर्व धडपडींतून
चालतो तो पूर्णत्वाचा वेध. ते स्थळ सापडलं की माणसं तिथं स्थिरावतात.

मखमलीचा अंगरखा घातला की बघणाऱ्याचे डोळे दिपतात. पण तो
अंगरखा घालणाऱ्याला आतलं अस्तरच स्पर्श करीत असतं. तशा काही
व्यथा.

ह्या परिस्थितीवर उत्तर असतं का? असलेलं उत्तर वेळ निघून जाण्यापूर्वी मिळतं
का? आणि मिळणारं उत्तर मानवणारं असतं का?
लग्न झालेल्या पुरुषाला दुसरी विवाहित स्त्री आवडणं किंवा एखाद्या स्त्रीला
दुसरा पुरुष आवडणं ही परिस्थिती समर्थनीय नसली तरी अटळ आहे का?
युगानुयुगं, देशोदेशी ह्या कहाण्या घडत आहेत. नियती अथवा परमेश्वर (कुठे
आहे बापडा कुणास ठाऊक!) ह्यांनी पण हे हेरलेलं आहे. विश्वामित्राचा तपोभंग
असो, भस्मासुराचं भस्म करण्याचं काम असो वा सुंदोपसुंदीत दोघांचा बळी
घेणं असो, एकच अक्सीर इलाज–
'स्त्री.'
शब्द जन्माला येण्यापूर्वीपासूनच्या ह्या कहाण्या. त्यानंतर माणूस बोलू लागला.
म्हणून काय झालं? तर परस्त्री का आवडते ह्याचं समर्थन करू लागला.
कहाणीत फरक नाही. म्हणूनच वाटतं, ह्या स्वरूपाच्या समस्येवर उत्तर नसतं.
असतात फक्त कारणं आणि उपाययोजना.

संपत आलेल्या जाणिवेच्या दु:खावर दवा नाही.

भावगीत व सुगम संगीत गाणारा गायक आणि ते गाणं स्वरबद्ध करणारा संगीत
दिग्दर्शक ह्यात जेवढं अंतर असतं तेवढंच अंतर लेखकाने स्वत:ची कथा स्वत:
सांगणं आणि ती कथा इतरांनी सांगणं ह्यात राहणार. प्रत्येक संगीत-दिग्दर्शकाजवळ

गळा असतोच असं नाही. पण संगीताचा सातत्याने विचार असतो. ज्या ज्या गायकांनी निव्वळ आवाज वापरले त्यांचं गाणं तिथंच राहिलं. ज्यांनी गळ्याबरोबर मेंदूही वापरले त्यांचं गाणं टिकलं. आवाज आणि विचार ह्या दोन्ही गोष्टींचा ज्या संगीतकारांच्या बाबतीत संगम झाला तिथं अलौकिक प्रत्यय येतो. श्री. गजाननराव वाटवे अजून ऐकावेसे वाटतात. तीच गोष्ट बाबूजींची. हृदयनाथ मंगेशकरांनी गायलेली लताची गाणी लतापेक्षा सरस वाटतात.
कथाकथन हा पाठांतराचा कलाविष्कार नव्हे. नाटकापासून हा लांब आणि वेगळ्या मंचावर उभा राहिलेला वेगळाच प्रकार आहे. कथनात नाट्य हवं पण नाटक नको. अभिनय हवा पण त्यासाठी अभिनेता नको. विलक्षण स्मृती हवी पण पाठांतर नको. असं काहीसं ते आहे. हातात लायटर प्रत्यक्ष न घेता सिगारेट पेटली पाहिजे किंवा प्रत्यक्ष उदबत्ती न लावता सुगंध पसरला पाहिजे. ह्यासाठी एकच मेहनत.
एकच तपश्चर्या.
आराधना एकाच दैवताची. ते आराध्यदैवत म्हणजे शब्द. आशयाच्या जास्तीत जास्त जवळ जाणाऱ्या शब्दांचा सातत्याने शोध. त्यासाठी नेहमीच छापलेल्या शब्दांऐवजी, बोलल्या जाणाऱ्या शब्दांची शिकार करावी लागते.

वियोगाची दहशत एका क्षणात रंगपंचमीची धुळवड करते.
संध्याकाळच्या संधिप्रकाशातही जो टवटवीत राहिला त्याने दिवस जिंकला.

कलेचा विकास व्हावा हा निखळ हेतू मनात असला की कोणत्याही व्यक्तीच्या विरुद्ध दावा असूच शकत नाही.

कलावंताच्या अस्वस्थ मन:स्थितीबद्दल, आसपासची दुनिया त्याचा फार काळ विचार करीत नाही. कलावंताला फक्त निर्मितीच्याच वेदना असतात आणि त्या त्यानेच निर्माण केलेल्या असतात असं आजूबाजूची माणसं झटपट ठरवतात. आपण अविचाराने आणि अकारण केलेल्या एखाद्या उर्मट, बेपर्वाई हातवाऱ्याने हळव्या मनाच्या माणसाचं विश्व उद्ध्वस्त होऊ शकतं ह्याची जाणीव इतरांना नसते आणि ती जाणीव आपण करून घ्यावी ह्याची त्यांना भूकही नसते.
जवळचीच माणसं असं का वागतात? कारण त्यावाचून त्यांचं काही अडत नाही. त्यांच्या किमान गरजांना धक्का लागत नाही आणि ज्यांना नुसतं जगायचं आहे त्यांचं जगणं किमान गरजांवर भागतं. संवेदनाक्षम मन लाभलेल्या कलावंताला

एकदा 'समजूत घालण्याच्या पलीकडच्या तीरावर' पोहोचवला की बाकी सगळे 'चांदण्यात चालू दे, मंद नाव नाविका' म्हणत नौकाविहाराला मोकळे.
म्हणूनच कलावंताच्या मनातही वर्षातून महिन्याकाठी किंवा दिवसाकाठीही किती वेळा कोजागिरी सांडून जाते ह्याची अगदी जवळच्या माणसांना पण चाहूल नसते.

प्रत्येक श्रोत्याशी स्वतंत्र संवाद होतो. अनेकांशी एकाच वेळी बोलत असतानाही, त्यांपैकी एकेकाशीच बोलण्याची किमया आणि त्याचा आनंद ह्या माध्यमात मिळतो. गर्दीत एकांत मिळाल्याप्रमाणे, रंगमंचावरून जेव्हा श्रोते दिसतात तेव्हा प्रत्येकाच्या वेगवेगळ्या प्रतिक्रिया पाहून एक शब्दातीत गंमत वाटते. संपूर्ण सभागृह जरी खळाळून हसत असलं तरी त्यातही एखाद्याचं हसणं त्या सगळ्यांपेक्षा वेगळं असतं. थ्री-टायरने रात्री प्रवास करायची वेळी आली म्हणजे गाडीचा खडखडाट भेदून एखाद्याचं घोरणं जसं आपलं वेगळं अस्तित्व प्रगट करतं तसं हे हसणं.

अत्यंत महागडी, न परवडणारी, खऱ्या अर्थाने ज्याची हानी भरून येत नाही अशी गोष्ट किती उरली आहे ह्याचा हिशोब नसताना आपण जी वारेमाप उधळतो ती गोष्ट म्हणजे आयुष्य. 'मन रमवणं' ह्या नावाखाली गप्पागोष्टी, दिवसचे दिवस पत्ते खेळणं, पार्ट्या, सिनेमेच सिनेमे बघत सुटणं, निंदानालस्ती, गॉसिपिंग, शॉपिंग, बुद्धीला चालना न देणारी नटनट्यांच्या भानगडींची साप्ताहिकं वाचणं आणि ह्यांपैकी काहीही नसेल तर दिवसच्या दिवस लोळून काढणारे बहाद्दर ह्या समाजात आहेत.

आपला एखादा कथाभाग हजारो श्रोत्यांपैकी सहानुभूतीचा प्रांत कुणाच्या बाबतीत ठरतो, अनुभूतीच्या कुणाच्या तर प्रत्यक्ष अनुभवाचाच भाग कुणाच्या आयुष्याचा ठरतो हे सांगणं मुश्कील. प्रत्येकाच्या जखमा वेगळ्या. त्या जखमा करणाऱ्या व्यक्ती वेगळ्या. प्रसंग वेगळे. त्यापैकी खपली धरलेल्या किती आणि सतत वाहणाऱ्या किती, हे कसं सांगायचं?– अश्रुपात आवरता न आल्याने त्यातल्या काही दिसतात. अन्वय समजत नाही. तर त्या फक्त प्रगट होतात.
पण काही माणसांजवळ हळुवार जागी वार झाला तरीही त्यावर हास्याचा बुरखा चढवण्याचं सामर्थ्य असतं. अशा माणसांच्या जखमा शेवटपर्यंत समजत नाहीत.

सगळ्या चांगल्या चांगल्या माणसांची एकमेकांत ओळख व्हावी आणि सगळीकडे संवादाचा एक प्रचंड वाद्यमेळ निनादत राहावा ह्यासाठी खूप आयुष्य उधळलं. अनेक वाद्यवृंद माझ्याभोवती निर्माण झाले. अनेक वाद्यवृंदांनी मला नेमकेपणाने वगळलंही. वाद्यवृंदांपेक्षा स्वर महत्त्वाचा. संगीतापेक्षा मी जिथं वादकांवर जास्त भाळते, तिथं सुरांपेक्षा असुरांचे फटके जास्त खाल्ले. त्या फटक्यांनी माझ्या मनाच्या अनेक बासऱ्या पिंजून गेल्या पण मैफलीचा सूर अबाधित राहिला.

जित्याची खोड मेल्याशिवाय जात नाही. स्वरांची जखम झालेल्या माणसाची मैफलींची खोडही मेल्याशिवाय कशी जायची? पण आता वाद्यवृंदात मन रमत नाही. आता एखाद्या आर्त सुराची हाक पुरेशी वाटते. त्या उत्कट स्वराची प्रतीक्षा करण्यात खूप वेळ चांगला जातो. तो सूर कसा असेल ह्यांचं रूप स्पष्ट नाही. तो कोणत्या दिशेने येईल? कोणत्या वेळेला? मुलतानी, मारवा, पूरिया, यमन, जयजयवंती, मालकंस ह्यांपैकी कोणत्या रागाचं आणि वेळेचं बोट धरून येईल? तो स्वर मला पेलेल का? षड्ज-पंचमातून गंधाराचा साक्षात्कार होईल का? उत्तर मिळणं अशक्य आहे. मग तोपर्यंत काय करायचं? हेच करायचं. मैफलींचा शोध घेत फिरत राहायचं. कधी मांड तर कधी जोगिया.

कारण ही जित्याची खोड. ह्या जित्याला दुसऱ्या जित्याचीच खोड आहे.

हा जीव म्हणूनच वाचनात फार रमला नाही. कोणताही अभ्यास वा व्यासंग ह्या जिवाला साधला नाही. आजूबाजूची चालती-बोलती माणसं हीच ह्या जिवाची लायब्ररी आणि लॅबोरेटरी, म्हणूनच माणसांच्या ह्या प्रयोगशाळेत हा जीव जितका रमतो तितका अन्यत्र कुठेही रमत नाही.

ऑपरेशन केलं की पेशंट खडखडीत होईल, फक्त ऑपरेशनचा ताण सहन करण्याची शक्ती पेशंटमध्ये येऊ दे, अशा अवस्थेत कित्येकांना इथली यात्रा संपवावी लागते.

आपण कुणाला ओळखू शकलो नाही, आपल्याला कुणी ओळखलं नाही, असले विचार करून अस्वस्थ होऊ नका. ओळखीचं नातं माणसांपेक्षाही प्रसंगाशी जास्त बांधलेलं असतं. आणि प्रसंग नेहमीच अनोळखी असतात. परके असतात. परक्यासारखे येतात. परक्यासारखेच जातात.

एकोणीसशे सेहेचाळीस सालापासून मी मुंबईसारख्या नित्य झगमगणाऱ्या शहरात राहतोय. माझ्या अवतीभवती मी सतत धावणारी माणसं बघतोय. पैसा, प्रतिष्ठा, ऐपत, मोठी जागा, नवनवीन वस्तू, प्रलोभनं ह्या सगळ्यामागे धावण्यात एक

जीवघेणी शर्यत पाहतोय. एकही शांत मन, निवांत चेहरा आणि तृप्त वास्तू अनेक वर्षांत पाहिलेली नाही. आपल्याला काय हवंय हे अनेकांना समजलेलं नाही. ज्यांना समजलंय त्यांना ते मिळालेलं नाही. ज्यांना मिळालंय तेवढ्यावर ते राजी नाहीत. सतत हुरहुर, सतत काहूर. उद्याचा विचार न करता किंवा जो असेल तो उद्या स्वीकारायचा असं म्हणत किती टक्के माणसं 'पड पड कुडी, धरणीवरी' म्हणत दुसऱ्या क्षणी झोपत असतील, कोण जाणे! 'इतकं दमायचं की रात्री झोप आलीच पाहिजे' असं म्हणणारी माणसं नकळत निद्रानाशाचंच भय व्यक्त करतात.

बदली केलेल्या माणसाची कोणतीही सोय आपलं सरकार करीत नाही. लाखो लोकांची घरटी, चुकीच्या धोरणांपायी, गैरकारभारापायी बेपर्वाई वृत्तीने उद्ध्वस्त करणारं हे शासन अजून सुखात नांदत आहे.

संशयाने एकदा समजूतदारपणाची वाट अडवली की माणूस सत्य जाणून घेण्याचा खटाटोपच करीत नाही.

वाईट, वाईट म्हणजे कसा ते सांगा ना! सुंदर स्त्रीकडे हपापलेल्या नजरेने पाहणारा, इतकंच ना? मग पुन्हा तेच सांगते, आपण सुखात आहोत हे जसं चार लोकांना समजावं असं तुम्हांला वाटतं तसंच आपण सुंदर आहोत हेही इतरांना समजावं असं आम्हाला वाटतं.

नेहमीप्रमाणे बोरीबंदरवरच्या रांगा पाहून परत आलो. दिवसाचे चोवीस तास आणि दाही दिशा, माणसं फिरत असतात. भारताच्या लोकसंख्येपैकी तीस टक्के माणसं कायम स्टेशन्सवर आणि गाडीतच राहतात की काय कळत नाही. साठाव्या, सत्तराव्या क्रमांकावर उभं राहायचं. इथंही मी कधी पहिल्या तिसांत आलेलो नाही. तास-दीड तासाने खिडकीपाशी पोचल्यावर तिकिटं शिल्लक नाहीत हे समजण्याची ह्या देशात सोय आहे. इंडिकेटर चांगल्या अवस्थेत असायलाच हवा असं बंधन नाही. सरकार अथवा रेल्वेखातं ह्यांना आपण एकूण यंत्रणा चालवायला किती असमर्थ आहोत ह्याची पूर्ण जाणीव आहे. ती जर नसती तर 'हमे खेद है...'चा टाहो त्यांनी जाता-येता स्पीकरवरून फोडलाच नसता. जाणीव असली की सुधारणा घडवून नाही आणली तरी चालते. कारण नव्वद टक्के जनता सरकारला जाणीव आहे एवढ्यावरच खूष असते. पोटापाण्यासाठी अविश्रांत श्रम करावे लागतात.

त्यामुळे एवढ्यावर खूष राहण्यापलीकडे त्यांच्याही हातात आणखी काही नसतं. उबग येतो तो शब्दांचा. एखाद्या थोर माणसाची हत्या झाली म्हणजे, 'हे कृत्य भ्याडपणाचं आहे', 'ह्या प्रकारची गय केली जाणार नाही', 'माणुसकीला काळिमा', 'मानवतेची विटंबना', 'निंद्य कृत्य' इथपासून 'क्षमस्व', 'व्यत्यय' ह्या शब्दांपलीकडे जाणीव व्यक्त केली जात नाही. राज्यकर्त्यांकडून कृती केलीच जाणार नाही, हे आता सगळ्यांना माहीत आहे. शब्द तरी वेगळे असावेत इतक्या माफक अपेक्षेपाशी 'बंद'ने हैराण झालेला 'कॉमन मॅन' येऊन थांबलाय.

रेल्वेचा प्रवास हा एक मोठ्या प्रवासातला छोटा प्रवास. ह्या काही तासांच्या प्रवासात आपण किती मश्गुल होतो नाही? किती धास्तावलेलो राहतो? चार घटका बसायला मिळावं म्हणून केवढी पळापळ. एक राखीव जागा मिळवण्यासाठी आपण जी धावपळ करतो, ती एनर्जी जर वाचवली तर तेवढ्या शक्तीत आपण उभ्यानेही प्रवास करून जाऊ. पण नाही. गाडीत बसायला मिळणं हा प्रवासी म्हणून आपला अधिकार आहे असं आपल्याला वाटतं. तेवढेच पैसे भरून काही माणसं बसू शकतात आणि काहींना उभं राहावं लागतं ही विषमता आपण पचवू शकत नाही. हक्कावर अतिक्रमण आणि अहंकारावर वार एवढ्या भावना बसायला जागा न मिळाल्याने निर्माण होतात. जिथून निघालो ते स्टेशन प्रवासाच्या प्रारंभी माहीत नाही. शेवटचं स्टेशन कोणतं, ते कधी येणार त्याचा पत्ता नाही. प्रवासात मनाजोगते सोबती मिळतील ह्याची शाश्वती नाही. त्यातूनही माणसं शास्त्रज्ञ होतात, गायक होतात, समाजसेवक होतात, तत्त्वज्ञानी, कलावंत, नट, नाटककार... किती यादी सांगावी? ही सगळी माणसं जीवनाचा अन्वय शोधतात आणि अशाश्वत, अज्ञानाचा प्रवास सुखमय करतात.

माणसाचा, मृत्यूपेक्षा भयंकर शत्रू कुणी असेल तर तो म्हणजे अहंकार!

'ऊस देखील कुंथून खाणारी' काही माणसं असतात. अशा तमाम दोन पायांच्या जनावरांना निर्मनुष्य जंगलातही फुलं फुलतात ते जमीन आपपर भाव ठेवत नाही हे सांगण्यासाठी आणि कोजागिरीचं चांदणं वाळवंटावरही पडतं ह्यातली विशालता समजणार नाही.

माणसाची एक मोठी मजा आहे. त्याच्या मनात एक झाड असतं. वनस्पतिशास्त्राचे कुठलेही नियम न पाळता ते वाढत असतं. निसर्गात त्या त्या झाडाला तीच ती फुलं, फळं येतात. मनातलं झाड मात्र असं बहरतं की, त्याच्यावर असंख्य

प्रकारची, वेगवेगळ्या रंगाची, किती किती पाकळ्यांची फुलं येतात. एक्झोआचं फूल जसं गुच्छासारखं दिसतं, तसाच गुच्छ असावा तो! परंतु प्रत्येक कळी वेगळ्या आकाराची, रंगाची असं वाटतं. अशा या आतून फुललेल्या झाडांतूनच नाती निर्माण होतात की काय? या नात्यांची व्याख्या करता येत नाही. जन्माबरोबर मिळालेली नाती निश्चित असतात, जन्मसिद्ध असतात. अपघातातून, ओळखीने जी नाती निर्माण होतात ती संमिश्र स्वरूपाची असतात. 'आईच्या भावाला मामा म्हणतात' अशासारखी त्यांची व्याख्या करता येत नाही. बरीच कसली तरी सरमिसळ त्यात असते. आणि मुख्य म्हणजे तार कुठेतरी जुळलेली असते.

पारिजातकाचं आयुष्य लाभलं तरी चालेल, पण लयलूट करायची ती सुगंधाचीच.

माणूस माणसाला अद्यपि समजून घेण्याचा प्रयत्न करीत नाही. अगदी किरकोळ घटनांनी वा एखाद्या निसटत्या वाक्याने त्याचं मूल्यमापन करायचा खटाटोप करतात. साध्या साध्या प्रसंगांना, आपल्या ध्यानीमनी नसलेले हेतू चिकटवतात. शब्दांचा विनियोग फक्त इतरांना दुखवण्यासाठी करतात. सुधीर मोघे म्हणतात त्याप्रमाणे,
खंजीर धारदार कबूल. परंतु तो तर केवळ निमित्त असतो. खंजीर पेलणारा हात मात्र न बुजणारी जखम करतो.

मला पुष्कळदा प्रश्न पडतो की एखाद्या नामवंत माणसाचं प्राथमिक शिक्षण कुठे झालं इथपासून अन्य तपशिलात कुणाला स्वारस्य असतं? कलावंताचं आणि रसिकाचं आमने सामने जे तीन तासांचं नातं असतं, त्यातला प्रत्येक क्षण त्याने चिरंजीव करायला हवा. आणि हे त्याने प्रत्येक प्रयोगात केलं पाहिजे. इथं कालची मैफल रंगून उपयोग नाही. तुमच्या नावामागे अभिनयसम्राट, गानकोकिळा, गानतपस्विनी अशा लोकमान्य किंवा पद्मश्री, पद्मविभूषणसारख्या सरकारी खिरापती ह्यांपैकी काहीही असो, रसिकांच्या मनातलं सिंहासन कायम रितं असतं. इथं प्रत्येक प्रयोगात राज्याभिषेक व्हावा लागतो. ह्या सिंहासनासाठी एकदा शपथविधी करून कारकीर्द संपेतो धुमाकूळ घालण्याची लोकशाही नाही. प्रत्येक प्रयोगात रसिकांकडून राजवस्त्रं मिळवायची आणि 'हेचि दान देगा देवा' होईतो शपथविधीचाच सोहळा करावा लागतो.

अहंकार आंधळाच असतो असं नाही.
पंगूही असतो.
अशा काही परिस्थितीत आपण सगळे वाढतो. त्यातही बंगल्यात बालपण गेलं तर चाळीत, वाड्यात, खेडं-तालुका, जिल्हा, शहर असे कितीतरी 'तर' आणि 'स्तर' आपल्याला घडत-बिघडवत असतात. ह्यातल्या जितक्या घटना आपण जाणिवेने टिपल्या असं मानतो, त्याच्या कैक पट अधिक गोष्टी आपल्या सुप्त मनाने नोंदवून ठेवलेल्या असतात. उत्तरार्धात त्यातली कोणती पेशी कार्यरत होऊन ती घटना आपल्यासमोर साकार करील आणि कदाचित आपल्याही वृत्तीला न पेलणारा निर्णय घ्यायला भाग पाडील, हे सांगण मुश्कील. भूतकाळातल्या कोणत्या व्यथेने क्षणात प्रकट होऊन कोऱ्या करकरीत वर्तमानातल्या क्षणावर गारूड केलं ह्याचा पत्ताही लागत नाही. अशा असंख्य दृश्य रेघांनी आणि सुप्त अदृश्य चऱ्यांनी, पृष्ठभाग मलीन झालेल्या पाटीसहित आपण अंतर्पाटापलीकडे उभे राहतो आणि ह्यापेक्षा वेगळ्या रेघोट्यांनी आच्छादित झालेल्या पाटीला अंतर्पाट दूर होताच माळ घालतो. अशा दोन पाट्यांवर 'सावधान'ची अक्षरं कशी उमटणार?

अंगार फुलला तर शब्द ठिणग्यांसारखे उसळतात. शृंगार फुलला तर मात्र शब्द विझतात. तसंच दु:खाला पारिजातकाच्या सड्याइतकी शब्दफुलांची रास टाकता येते. आनंदाच्या प्रसंगी मात्र शब्दांचा बहर कुठे जातो? सगळं झाड थरथरत राहतं ते वेगळं. कदाचित तोच सडा आतल्या आत कोसळत असावा. सगळ्या देहाचीच जर एक पुष्पमाला झाली तर बाहेर सडा पडणार कसा? निसर्गाची ही जी किमया आहे तिथं मी नतमस्तक आहे. तसा मी सगळ्याच चमत्कारांसमोर वाकलेला आहे. पण तरीही काही काही साक्षात्कारांसमोर, नमस्कारांचंही भान राहू नये इतका गोंधळलेला असतो. कुणाला आपण साधा नमस्कार करतो, कुणाला वाकून तर क्वचित कुठे साष्टांग. तसं इथंही होतं. शृंगार आणि अंगार एकाच शरीरात सामावून असलेले हे भाव. पण स्वत:चं अस्तित्व प्रकट करतानाचे दोघांचे आविष्कार किती विरुद्ध?

बारीकसारीक गोष्टींतूनच देवगण, माणूसगण, राक्षसगण प्रकट होत असतो. निरीक्षणाशिवाय, परीक्षणाशिवाय लक्षण-अवलक्षणांचा अभ्यास अशक्य. वेगवेगळ्या भूमिकांतून व्यक्तीचा वावर कसा होतो, हे पाहिल्याशिवाय माणसाचा सर्वांगीण

विचार होत नाही. हे आवश्यक आहे. प्रेमात पडलेली व्यक्ती फार प्रियकर असते. ती 'प्रिय' असेल तेच बोलते. प्रिय असेल तेवढंच बघते, ऐकते, स्पर्शून घेते. 'प्रियकर' म्हणजे आदर्शवाद. 'माणूस' म्हणजे वास्तववाद.

समाजाचा आणि तुमचा सहवास तीन तासांचा.
पण चोवीस तासांचं नातं घराशी. माणूस म्हणून ज्या काही उणिवा असतील, त्याचे काटे घरातल्यांना खुपत असतात. त्यापायी इथं गुलाबही फुलतात, हे घरातील माणसं कधी विसरतात तर कधी नाकारतात. म्हणूनच काही काळ तरी, घरातल्यांना फक्त फुलं दिसली ह्या जाणिवेनं झाड थरारून जातं. तसा घरातला प्रतिसाद मिळाला म्हणून माझं हॉलकडे लक्ष नव्हतं.

कलावंतासाठी जे जे करता येईल ते ते करण्यासाठी समाजातील छोटी-मोठी माणसं फार झटतात. खरं तर छोटी माणसं, मोठी माणसं असं काहीच नसतं. संपूर्ण रामरक्षा मोठी की नुसतं 'राम' हे नाव मोठं?

योग्य वेळी योग्य ड्रायव्हर भेटल्याशिवाय संसाराचा गाडा चालत नाही. आपण आपला संसार चालवतो असं रुबाबात म्हणण्यात काही अर्थ नाही. अनेक ज्ञान-अज्ञात सारथ्यांच्या हातात आपल्या संसाराचे अनंत लगाम असतात. फक्त दुसऱ्या माणसांसाठी नियमांवर बोट ठेवणाऱ्या आडमुठ्या ड्रायव्हर्सपायी आपली साधी साधी कामं कशी रखडतात हे आठवून पाहावं. आणि अचानक एखादा असाच सारथी लाभल्यामुळे रेंगाळलेली कामं कशी हां हां म्हणता झाली आहेत, ह्याचंही स्मरण ठेवावं.

Architecture ह्याची व्याख्या It is an art and science of building अशी आहे. आर्ट आणि सायन्स हे दोन्ही शब्द संसाराच्या व्याख्येत बसवता येतील. संवाद काय करायचा ही कला झाली तर तो कसा करायचा हे शास्त्र झालं. ही बेरीज ज्याला जमली त्याच्या संसारात किल्मिषं 'वजा' होऊन 'बाकी' उरेल तो आनंद, समाधानाचा 'गुणाकार' आणि वैफल्याचा 'भागाकार'.

'कथा सांगताना आणि संपताना तुम्हाला काय वाटतं?'
'मी नतमस्तक होतो.'
'का? कुणासमोर?'
'वरच्या शक्तीसमोर. ह्या कथा त्याच्या असतात. तो एकेका भावाने प्रकट होताना माझा वापर करतो. तो शब्द पुरवतो. समस्यांचा आणि स्वप्नांचाही वर्षाव करतो. काही कथा माझ्या असतात. काही त्याच्या. त्याचा शब्द समोरच्यांनी ऐकावा, इतकं सामर्थ्य त्याने मला द्यावं, ह्या भाराने मी थकून जातो. हे सगळं व्यक्त करण्यासाठी मला कविताच व्हायला हवी. पण जमत नाही. अति उत्कट असं काही असतं तेव्हा कविताच ती उत्कटता पेलून धरू शकते असं कायम वाटतं.'

'शी: शी:! किती गलिच्छ विचार आहेत तुमचे?'
'गलिच्छ म्हण किंवा आणखी कोणतंही नाव दे. पण विचार तेवढेच खरे आहेत. माणसं माणसांना वापरतात. राज्यकर्ते जनतेला वापरतात. फार कशाला एक राष्ट्र दुसऱ्या राष्ट्राला वापरतं. आईबाप मुलांना वापरतात. मुलंही नंतर तेच करतात. नाहीतर ज्यांचा उपयोग संपलेला आहे अशा आईवडिलांची वार्धक्यात ससेहोलपट झाली नसती. कुणी भावनात्मक गरज भागवण्यासाठी, कुणी सुरक्षितपणाच्या नावाखाली, कुणी केवळ आर्थिक लाभासाठी, तर कुणी फक्त विकृत आनंद शमवण्यासाठी. कारणं वेगवेगळी असतात; पण माणसं एकमेकांना वापरतात.'

'विचार करा.'
तुमच्या नोकरीची तुमच्या संसाराला नितांत गरज आहे. हे जर तुम्हाला स्वत:ला पटलं तर तो जीवनक्रम खळखळ न करता स्वीकारा.
त्यानंतर सगळ्या 'प्रायोरिटीज' बदलतील. त्याचंही मग स्वागत करा.
'नोकरी' की 'अपत्य' ह्यातही अग्रहक्क कशाला हे ठरवणं आलं. हा सगळा तिढा अवघड का? तर ह्या वेगवेगळ्या पातळीवरच्या डिमांड्स आहेत म्हणून.
नोकरधर्म श्रेष्ठ की मातृत्वाची भावना?
प्राप्ती की अपत्य?
अपत्यप्राप्ती हा मग एकच शब्द उरत नाही. तिथंही 'प्राप्ती' हा शब्द प्रथम लिहायचा की अपत्य?
अपत्य आणि प्राप्ती दोन्ही साधायचं म्हणजे मूल नोकराकडे किंवा सासू–

Unwilling guardian की willing?
अपत्य झाल्यावर हे कळणार. नाहीतर मग शेजारी, थोडक्यात म्हणजे त्या निष्पाप पिल्लाला 'आई' सोडून कुणीही. बाप परकाच असतो.
'स्त्री' ही क्षणाची पत्नी, अनंतकाळची माता' असं एक वचन. ह्याउलट 'पुरुष हा क्षणाचा पिता आणि अनंतकाळचा...'
मोकळ्या जागेत, पुरुष पिता खऱ्या अर्थाने झाला तर, नाहीतर पती, dictator जो शब्द असेल तो.
शाळा, अभ्यास, संगोपन शुश्रुषेबरोबर नोकरी. त्यातही स्त्रीला म्हणजे बायकोला नवऱ्यापेक्षा पगार जास्त असला तर किती नवऱ्यांना खपतं?
नोकरीमुळे परपुरुष मैत्री...
न संपणारा विषय.
पुन्हा 'नोकरीचा रुबाब दाखवू नकोस' ही अरेरावी आहेच.

स्वतःला होणाऱ्या यातनांसाठी मोठं भांडं वापरायचं पण इतरांच्या संदर्भात, एका अश्रूनेही भांडं ओसंडून जाईल इतकं छोटं ठेवायचं.

एखाद्या व्यक्तीच्या प्रपंचात जेव्हा काही व्यथा निर्माण होतात तेव्हा त्याला इतर व्यक्तीपेक्षा परिस्थिती जबाबदार असते. ही परिस्थिती प्रत्येक व्यक्तीला कमी-अधिक प्रमाणात जाणवते. काहींना जणू भूकंपाचे धक्के बसतात, तर काहींना केवळ वेधशाळेने नोंद केली तरच समजतं. जी व्यक्ती मनाने जास्तीत जास्त संवेदनक्षम असते तिलाच तातडीने त्या वातावरणावर उपाय हवा असतो.
हा उपाय कधी प्रत्यक्ष स्वरूपात हवा असतो तर कधी निव्वळ शब्दांची फुंकर पुरते. स्वतःच्या यातनामय आयुष्यक्रमाची आणि भावनात्मक ताणतणावाची तितक्याच लहरींवर दुसऱ्या कुणाला तरी जाणीव आहे आणि ती व्यक्तीही तेवढीच बेचैन आहे, एवढाही आधार काहींना पुरेसा असतो. अशा आधाराची आवश्यकता निर्माण होणं आणि चार भिंतींच्या घरकुलात तसा हात न मिळणं इथंच कुठंतरी वाळवी लागली आहे, ह्याची साक्ष आहे. घरकुलाच्या बांधकामात कुठंतरी ओल आहे. मी व्यवसायाने आर्किटेक्ट असूनही सांगतो की भिंतीत ही अशी 'ओल' नक्की कुठून येते, हे शोधणं अशक्य असतं. पुनर्बांधणी करणं हाही इलाज योग्य ठरत नाही.
एखादी व्यथा अशी असते.
वाळवीचा बंदोबस्त एक वेळ करता येतो पण बांधकामात 'ओल' कुठं वा का आहे

हे भल्या भल्या तंत्रज्ञांना कळत नाही.
तशी एखादी व्यथा– रुखरुखीची पाळंमुळं किती खोलवर गेलेली आहेत, ते उकलत नाही. मानसोपचार तज्ज्ञ त्याचं अस्तित्व मान्य करतात, पण त्याचं उच्चाटन करू शकत नाहीत.

पुस्तकं वाचून सरगम कळते. पण संगीताचा कान तयार व्हायला सूरच झिरपावे लागतात. तसंच स्वयंपाकाचं. बाईच्या हाताचा गुण पुस्तकांच्या पानांना येत नाही. व्याकरण शिकून कवी तयार होतो का? कवीच्या प्रतिभेप्रमाणे शास्त्र बदलावं लागतं.

ताठ मानेने राहावं. तेव्हा जशा आहात तशाच राहा. आत्मविश्वासाने वावर करावा. आपली प्रेम करण्याची शक्ती कुणीच हिरावून घेऊ शकत नाही. खडकाळ प्रदेशावर पाऊस पडला की तिथं निर्मिती होणार ती शेवाळ्याचीच. काळी मातीच फक्त योग्य प्रतिसाद देते. प्रतिसाद देणारं मन, साद देणाऱ्या मनाइतकं विशाल असतं. बरसणारा मेघ काळी माती आणि खडक ह्याचा हिशोब मनात ठेवून बरसत नाही. तेव्हा जशा आहात तशाच राहा.
आठवणी येतील तर येऊ देत. काहीच चुकवू नये. विस्मरण व्हावं ह्याची केविलवाणी धडपड म्हणजे स्मृतींचेच वाढदिवस साजरे करणं. तेव्हा त्यात शक्ती घालवू नये. आठवणी आल्या तर त्या बेधडक येऊ द्यात. विस्मृती ही सहजवृत्ती होईतो, हा मानसिक छळ होत राहणार, हे गृहीत धरून शांत राहा. आपण प्रेमात हवं ते दान मिळवू शकलो नाही हा गुन्हा होऊ शकत नाही. स्वत:ला गुन्हेगार समजलं नाही म्हणजे शांती मिळवणं कठीण जात नाही.
जनतेने गळे कापून सुखात नांदणारे राज्यकर्ते आठवा. आपण गुन्हेगार नाही, हे ठामपणे मानल्याशिवाय ते मिळालेल्या संपत्तीचा उपभोग घेऊ शकणार नाहीत. तसं शांत व्हायला तुम्हाला जमलं तर आत्मघाताचा विचारही तुम्हाला शिवणार नाही.

आजचं दु:खही तुला आणखीन काही वर्षांनी असंच गोजिरं वाटेल. थांब, तुझं आजचं दु:ख मला कमी दर्जाचं ठरवायचं नाही. न मावणारं दु:ख नेहमीच जीवघेणं असतं. कारण तुमचा जीवच तेव्हा दु:खापेक्षा लहान झालेला असतो. तेव्हा माणसाने नेहमीच दु:खापेक्षा मोठं व्हायचं ध्येय ठेवावं. दु:ख मावल्यावर भांड्यावर वर रिकामी जागा राहील, इतकं मोठं व्हावं.

झोप हवी असताना ती आली नाही, की माणूस जसा कातावल्यासारखा होतो तशी तिची अवस्था झाली होती. आपण बेदम दमलो की आपल्याला गाढ झोप लागेल ह्यासारखे अंदाजही चुकतात, ह्या अनुभवातून ती गेली होती. माणसाच्या शरीराला विश्रांती हवी असतानाही ती त्याला मिळू न देणारी एक कोणती तरी शक्ती असते. निव्वळ थकलेलं शरीर स्वत: स्वावलंबनाने झोपही घेऊ शकत नाही. तिथंही एक अज्ञात दाता असतो.

मन विषण्ण झालं ते मिलिटरी ऑफिसर्सचे क्वार्टर्स पाहून. हाऊसिंग बोर्डाने कुठंही बांधलेल्या इमारती आणि मिलिटरीच्या अधिकाऱ्यांचे बंगले ह्यात काहीही तफावत नव्हती. नव्या बंगल्यांचे दरवाजे नीट लागत नव्हते. खिडक्या गुण्यागोविंदाने मिटत नव्हत्या. गीझर चालत नव्हते. ठिकठिकाणच्या स्लॅब्ज गळत होत्या. सगळ्या देशातल्या नागरिकांची घरं आणि डोक्यावरची छपरं सुरक्षित राहावीत म्हणून प्राण देणाऱ्या सैनिकांनाही हा देश न गळणारी घरं देऊ शकत नाही?

चार मुर्दाड, समाजकंटक कंत्राटदारांना हे राज्यकर्ते विकले गेले आहेत का? पैसा खाण्याची कमाल मर्यादा इथवर जाऊन थांबावी?

जवानांनी आपले प्राण धोक्यात घालायचे ते ह्या असल्या नमकहराम कंत्राटदारांसाठी? ह्या देशासाठी त्यांना बलिदान तरी का करावंसं वाटावं?

अनंताने मनापासून शेकहँड केला. कृती साधी असते. नेहमीची असते. काही सेकंदाची असते; पण त्यातही संजीवनी आणता येते.

काही काही माणसं शेकहँडही भरभरून करीत नाहीत. आपल्या हाताला कुष्ठरोग झालाय की काय, अशी क्षणभर आपल्याला शंका यावी इतकं ते हस्तांदोलन निर्जीव, सुतकी, कोरडं असतं. ह्याउलट सर्वांगाने आलिंगन दिल्याची उत्कटता निव्वळ हातात हात घेऊन प्रकट करता येते.

नमस्कार लिहावा की आशीर्वाद, हा तुम्हाला संभ्रम पडला. मैत्रीचे धागे जास्त जवळ आले, वीणा घट्ट व्हायला लागली की जास्त जास्त संभ्रम वाढतात.

द्वैत म्हटलं की समोर निराळं अस्तित्व आलं. निराळ्या अस्तित्वापाठोपाठ अवलोकन आलं, त्यापाठोपाठ तरतमभाव, छायाप्रकाश, स्पष्ट, अस्पष्ट. थोडक्यात द्वैताच्या सर्व मर्यादा समोर ठाकतात आणि मग अर्थ लावण्याचा खटाटोप सुरू होतो.

'अर्थ लावणं' ही मुळातच एक स्वत:चा रंग धारण करणारी वस्तू आहे. म्हणूनच 'प्रत्येक वस्तू'चा रंग निरनिराळा होऊ शकतो. रंग आला रे आला की पक्ष आला. लागोपाठ राजकारण– राजकारण म्हटलं की तुकडेच तुकडे!

आणि त्यातला खरा विनोद कुठे आहे?– तर हे सगळे पुन्हा भाषा करतात ती एकत्वाची, अद्वैताची. पण जिथं खरं अद्वैत आहे, तिथं संभ्रम कसला?
तर तिथं संभ्रम 'मी' आणि 'तू' ह्यातला. लहान कोण, मोठा कोण? नमस्कार की आशीर्वाद?

अशी कल्पना करा, सकाळी आरामात सात वाजता उठायचं. चहा, दाढी, आंघोळ आठ वाजेपर्यंत. नंतर पंधरा मिनिटं चक्क टिवल्याबावल्या. साडेनऊ वाजता साधारणपणे तुम्ही घर सोडत असाल तर सकाळी सव्वा तास वेळ उरतो. संध्याकाळी साडेसहा वाजेपर्यंत घर. सात वाजेपर्यंत टिवल्याबावल्या. रात्री साडेनऊला जेवण असेल तर दोन तास मिळतात. नऊ ते साडेनऊ जेवण. पुन्हा दहा वाजेपर्यंत अर्धा तास उरतो. दहा वाजता जनगणमन. रोज पावणेचार तास मिळतात. त्या वेळेचा आपण काय उपयोग करतो? कुणाला तीन तास रिकामे मिळतील, कुणाला दोन, कुणाला अडीच. पण त्याचं आपण काय करतो? पावणेचार तासांप्रमाणे वर्षात सत्तावन्न दिवस होतात. एका वर्षात आपण दोन महिने वाया घालवतो. मग उभ्या आयुष्यात असं वेस्टेज किती होईल? कॉलेजचा कोर्स होईल. म्हणूनच 'वेळ मिळत नाही' म्हणणाऱ्या माणसांवर माझा विश्वास नाही.

येणारे विचार सोडून देण्याची तिला आता सवय झाली होती. एका खिडकीतून पाखराने यावं आणि खोलीत क्षण थांबून दुसऱ्या खिडकीतून निघून जावं, तसा कोणताही विचार. पुढच्या क्षणी खोली रिकामी. खिडक्या बंद करून नको असणाऱ्या पाखरांना कोंडायची सवय कधीच गेलेली. खूप लहानपणी. वारंवार छळणाऱ्या एका पाखराला तिने असंच कोंडून टाकलं होतं. हातात टॉवेल घेऊन ती त्या पाखराच्या बरोबरीने खोलीभर पळत होती. पाखरू सिलिंगपाशी, ती जमिनीवर. पाखराला क्षणभर बसू द्यायचं नाही, हा तिचा निर्धार. खोलीतल्या खोलीत उडून जेवढं पाखरू दमलं तेवढीच तीही थकली. शेवटी फिरणाऱ्या सिलिंग फॅनच्या तडाख्याने ते पाखरू एका कोपऱ्यात भिरकावलं गेलं. नंतर सोनालीच्या लक्षात आलं की, जिवंत पाखराच्या आठवणीपेक्षा मेलेल्या पाखराच्या आठवणी जास्त जिवंत असतात आणि एक पाखरू मेलं तरीही पाखरं राहतातच. त्यांचा थवा यायचा की येतोच. त्यापेक्षा खिडक्या उघड्या ठेवायच्या.

काही काही माणसं जन्माला येतानाच 'सुखी माणसाचा' वॉश ॲण्ड वेअर सदरा घालून येतात. 'वॉश ॲण्ड वेअर' असं म्हणायचं, पण ह्या थोर लोकांना वॉशिंगची पण गरज पडणार नाही असे ह्यांचे योग. किंवा तशी गरज पडलीच तर लाँड्रीचं दुकान ह्यांच्या इमारतीत तळमजल्यावर असतं. वरच्या मजल्यावरून नुसत्या टाळ्या वाजवल्या तरी ह्या महाभागांना एकदम 'तव्यावरची पोळी' म्हणतात त्याप्रमाणे गरम गरम कपडा घरपोच मिळतो. ह्यांचा वाणी घरपोच सामानात, साध्या दळलेल्या मिठाच्या ऐवजी चुकूनही 'खडे मीठ' पाठवणार नाही. ह्या सुखी माणसांना 'मिठाला जागणारा' फक्त वाणीच भेटतो असं नाही, तर खुर्च्यांना वेत बसवून देणाराही, दिलेल्या तिथीवर काम करून देणारा भेटतो. पावसाळ्यात ह्यांची घरं नेमकी 'पलंग ठेवला होता' तिथं गळत नाहीत. घराला नवीन रंग दिल्यावर भिंतीला टेकून डोक्याच्या तेलाचे भिंतीवर नकाशे उठवणारे पाहुणे ह्या सुखी माणसांच्या घरी येत नाहीत. डबेवाल्याकडून ह्या मंडळींचा डबा कधी बदलून दुसऱ्या पत्त्यावर जात नाही. सुखी माणसांची मुलं नाकात चिंचोका अडकवून घेत नाहीत. इतकंच नव्हे, तर त्यांना दातांचाही त्रास होत नाही. ह्या माणसांची बुशशर्टची बटणं जशी संपावर जात नाहीत त्याप्रमाणे घाईत असताना चपलेचा अंगठाही 'अचानक' हाफ-डे कॅज्युअल घेत नाही. ह्या पुण्यवंतांना चष्म्याचा नंबर पहिल्याच फटक्यात अचूक देणारा चष्मेवाला भेटतो. ह्या असामी जर कधी सिनेमाला गेल्या तर उंच मानेचा माणूस ह्यांच्याच खुर्चीसमोर येत नाही. इतकेच नव्हे, तर मध्यंतरात ह्यांनी जर शेंगदाणे घेतले तर त्यातला शेवटचा दाणा खवट निघत नाही. रेल्वे स्टेशन ह्या मंडळींच्या घरापासून हाकेच्या अंतरावर असतं तर बसस्टॉप कुजबुजण्याच्या अंतरावर असतो. ह्या महाभागांच्या घराजवळ नुसतीच 'इंडियन एअरलाइन्स'ची बस थांबते असं नाही, तर पोस्टाची मोबाईल बस योजना 'भारत सरकार'ने ह्या जमातीसाठी सुरू केली असावी, अशी शंका येते. सुखी माणसांची सासुरवाडी यवतमाळसारख्या लांबच्या गावी असते, पण बायकोचा मामाच असिस्टंट स्टेशनमास्तर असतो, त्यामुळे तिकीट घरपोच.

एखाद्या व्यक्तीला काळाने हिरावून नेलं की माणूस रडतो. स्वत:ची प्रचंड फसवणूक झाली की त्या दु:खाची जात वेगळी. जिवाभावाच्या माणसाचा अध:पात कशामुळे होणार आहे, ह्याची त्याला वेळोवेळी पूर्वसूचना देऊनही त्याच्या टाळक्यात प्रकाश पडला नाही की, असेच अगतिक अश्रू वाहतात. कारणं काहीही असोत, कधी कधी शुद्ध वात्सल्यापोटी पाण्याचे लोट पापण्यांच्या काठांना भीक घालीत नाहीत. तरीही चित्राली लक्षात ठेव, अश्रूंची टिंगल जन्मदात्री आईसुद्धा करते.

मूळ जगण्याचं प्रयोजन शोधायला हवं. आयुष्य आहे तोपर्यंत जगायला हवं, असं तर प्रत्येकजण म्हणतो आणि तरीदेखील जगण्याचं प्रयोजन शोधण्याचा प्रत्येकाचा प्रयत्न दिसतो. सामान्यांतली सामान्य माणसंही 'मुलांचं शिक्षण होऊ दे, मग नोकरी, टाळक्यावर आता चार अक्षता पडू देत आणि शेवटी नातवाचं तोंड पाहू दे' ह्यासारखी चाकोरीबद्ध अटळ प्रयोजनं आणि प्रलोभनं शोधत असतात. चाकोरी सतत 'कोरी' ठेवायचा प्रयत्न करतात. ह्या माणसांची काहीच चूक नाही. मुलाबाळांनी भरलेला संसार हा ज्या प्रवासाचा प्रारंभ आणि शेवट आहे त्याचा स्वीकार केल्यावर वेगळं आयुष्य वाट्याला कसं यावं? त्यातही सत्तर ते ऐंशी टक्के लोकांना प्रयोजन शोधण्याची गरजच वाटत नाही. Survival For Existence ह्यातच त्यांची इतकी शक्ती खर्च होत असावी की जरा मान उंच करून, दृष्टी पल्याड न्यावी, काही वेगळ्या दिशेचा शोध घ्यावा ह्याची त्यांना भूक नसते. जाणीव नसते. अपुऱ्या जागेत फळीवरचा छोटासा देव्हारा त्यांना आधारासाठी पुरतो आणि वर्षाकाठी सत्यनारायणाची पूजा, उरलेल्या 'ॲरिअर्स'साठी बास होते. सर्व विपरीत घटनांची उत्तरं 'प्रारब्ध' ह्या शब्दात त्यांना मिळतात.
ही तमाम जनता सुखी.
पण ह्यापलीकडे थोडी जास्त जिज्ञासा जागी झाली, आयुष्याचा अर्थ शोधण्याची धडपड सुरू झाली की न संपणारी प्रश्नमाला सुरू.

रामाला दूर नेण्यापुरताच सुवर्णमृगाचा जन्म. सीतेला काय कमी होतं? संपूर्ण आयुष्य गहाण टाकायला लावणारा मोहाचा क्षण एवढास्साच असतो.

रविवारचा दिवस. आज ऑफिस बंद. गप्पा मारायला शेजारी जावं तर रविवारी त्यांच्याकडे व्हिडिओचा धुमाकूळ असतो. सबंध दिवस पटेल फॅमिली मोठमोठ्या आवाजात बोलत असते आणि तेही एकदम दोघं दोघं बोलायला लागतात. अख्खा रविवार चरणं आणि व्हिडिओ लावून लोळून काढणं, गायी-म्हशी जसा एकामागून एक कडबा खात राहतात त्याप्रमाणे माणसं दिवसभर एकामागून एक चित्रपट कसे बघू शकतात? स्थितप्रज्ञांची एक वेगळी जमात तयार होत आहे का?

खोटी मंगळसूत्रं आणि काही अन्य खोटे दागिने प्रवासापुरते वापरणाऱ्या भगिनी असतील. नाही असं नाही. पण त्यांचं प्रमाण किती? खोटे दागिने वापरले ह्याच कारणास्तव एक-दोन भगिनींना गुंडांनी ठोकून काढल्याच्या

वार्ताही कानावर आल्या होत्या.
हे सगळं पाहिलं-ऐकलं की वाटतं, न सुटणारं व्यसन, भले ते मग दारूचं असो वा नटण्यामुरडण्याचं असो, ते सगळंच घातक. उपाययोजना व्हायला हवी ती वृत्तीवरच. शाळा, कॉलेज, वनिता-भगिनी मंडळं, ह्या प्रत्येक स्तरावर, प्रत्येक माध्यमातून, विचारसरणीवरच वेगळे संस्कार व्हायला हवेत. बुद्धिमत्ता, विद्वत्ता, एखादी निसर्गदत्त कला, कोणत्याही विषयातलं प्रावीण्य आणि जन्माला घालतानाच विधात्यानं जेवढं सौंदर्य दिलं असेल त्याची जाणीव– हेच अलंकार वाटायला हवेत. संसारासाठी द्रव्यार्जन करता यावं. परिस्थितीला यशस्वीपणे सामोरं जाता यावं म्हणून आर्थिक भार उचलणारी 'स्त्री' हाच एक चालता-बोलता, मौल्यवान दागिना आहे, अशी अस्मिता स्त्रीवर्गात जागी होईल का? तशी जाणीव आणि जाग यावी, ह्याचं शिक्षण कुठं दिलं जाईल का?

ती आपण होऊन त्याच्याजवळ गेली. तिच्या कमरेभोवती मिठी घालीत त्याने तिची हनुवटी वर केली आणि तिचं चुंबन घेतलं.
तिच्या अपेक्षेप्रमाणे तो स्पर्श होता. ओठांतल्या ओठांत ती पुटपुटली,
'हाऊ क्लिन...'
आपण कटाक्षाने पान, सुपारी, सिगरेटपासून लांब राहिलो. त्या संयमाचा केवळ दोन उत्कट शब्दांत गौरव झाला असं त्याला वाटलं. अनेक वर्षं आपण ह्या सगळ्या सवयींपासून स्वत:लाच वाचवलं असं नाही, तर सर्वस्व द्यायला आलेल्या एका अभिरुचीसंपन्न स्त्रीचाही गौरव केला. तिलाही वाचवलं. किती पुरुषांना हे असलं समाधान मिळतं?

प्रसिद्धी हा प्रकारच तसा फसवा. स्वत:च्या मर्यादांची जाणीव ज्याची त्याला व इतरांना होण्याच्या आत असामान्य ठरण्याचं भाग्य काहींना लाभतं. काहींचं असामान्यत्व आणि 'युगप्रवर्तकता' हां हां म्हणता ओसरते. काहींची आरडाओरड करून सतत टिकवली जाते तर काहींची कधीच मान्य केली जात नाही. हे चमत्कार फक्त टीकाकारांच्या जगतातच घडू शकतात, वाचकांच्या नव्हेत.
खरं तर लेखनाच्या काय किंवा कोणत्याही कलाविष्काराच्या काय, ज्या मर्यादा प्रारंभीच्या काळात गौरवाच्या ठरतात त्याच कालांतरानं त्याला मारक ठरतात. तो मधला काळ म्हणजे लौकिक. ठराविक आकाराचं काही काळ कौतुक. पुढे ठराविक आकार हेच त्या निर्मितीचं बंधन.

''माणसाला फक्त एकच मित्र असतो. तो निघून गेल्यावर आपण वळून पाहतो आणि येणाऱ्या मित्राची, ज्याची गॅरंटी नाही, त्याची वाट पाहतो. तो मित्र आला की तिकडे त्याचं लक्ष नसतं. तोही मित्र जातो. तेव्हा *वळून पाहणं सुरू होतं.* गेलेल्याबद्दल पश्चात्ताप आणि येणाऱ्याची प्रतीक्षा आणि जिज्ञासा.''

भूतकाळ, वर्तमान आणि भविष्य ह्याचं हे काव्यमय विश्लेषण.

वर्तमान सांभाळला त्याने आयुष्य जिंकलं. त्याच्या शब्दकोशात 'पश्चात्ताप' शब्दाला जागा नाही; पण माझ्यासहित सगळे 'उद्या' ह्या शब्दात गुंतलेले.

'उद्या' ह्या एका शब्दाने आणि त्याच्या जिज्ञासेने 'पत्रिका आणि कुंडली' ह्या दोन मुलींना आणि बारा ग्रहांना जन्म दिला. हे बारा ग्रह एका जागी शांत बसत नाहीत. स्वत: भ्रमण करतात आणि माणसांची फरफट. पुढच्या क्षणी काय घडणार आहे, हे माणसाला कळावं, ही जर नियतीची इच्छा नाही, तर आपण त्यात डोकावण्याचा प्रयत्न तरी का करावा?''

जे मिळेल ते स्वीकारण्याची वृत्ती असलेली व्यक्ती कुणालाही पत्रिका दाखवत नाही.

समाज इतका विशाल आहे, लोकसंख्या इतकी अफाट आहे की साधारण चांगलं लिहू शकणारा लेखक, वाचक-रसिकांच्या अभावापायी उपेक्षित (किंवा starved) राहिला असं होणार नाही. जीवन नाना अंगाने फुलत आहे. जग दिवसेंदिवस अधिक देखणं, आकर्षक होत चाललं आहे. नवी क्षितिजं, शोध, दृष्टिकोन– सगळं झपाट्यानं बदलणार आहे. त्या त्या प्रमाणात जीवनाचे पडसाद साहित्यात उमटणं अपरिहार्य आहे. आज आपण जुन्या पद्धतीने जगत नाही. जुन्या संकेतांना मानत नाही. धर्म, रूढी, आचारविचाराबाबतचे आपले विचार नित्य बदलत आहेत. चांगलं आणि वाईट ह्या संदर्भातलं हे विधान नव्हे. काहीतरी नित्य बदलत आहे, एवढंच मला जाणवतंय. वाङ्मयही भाषेसकट पूर्वीचं राहिलेलं नाही. प्रकटीकरणाचं तंत्र बदललं आहे. ह्या सर्व अफाट वेगात, माझंही स्टेशन ठरलेलं आहे. आज इथं काही गाड्या थांबतात. क्वचित एखादी गाडी इथूनच सुटते. पुढच्या काळात आमच्या स्टेशनचं नाव फक्त 'समयसारिणी'त आढळेल आणि ते अपरिहार्य आहे. ह्यात खेद वा वैताग काही नाही. वर्तमानाचाच केवळ विचार करायचा असेल तर माझाही एक वाचकवर्ग आहे, जो नुसता वाचक नाही, तर तो त्याच वेळेला टीकाकारही आहे. पोटापाण्यासाठी नोकरी करावी लागत असल्याने, दिवसातला उत्तम वेळ नोकरीत जातो. सकाळचा व संध्याकाळचा तसा रम्य वेळ ऑफिसात व घरी सुखरूप पोचण्यात जातो. म्हणजे अनुभवविश्वाला मुळातच जबरदस्त बंधन आलं.

आपल्याकडील लेखक, कलाकार ह्यांचं एरवीचं आयुष्य, इतर कोणत्याही चार कुटुंबवत्सल माणसांसारखंच असतं. मुलांची शिक्षणं, आजारपणं, कौटुंबिक कलह, मतभेद, गैरसमज, गाड्यांची गर्दी, प्रवासातली आबाळ, जीवनोपयोगी वस्तू गायब होणं , सरकारी-निमसरकारी कचेऱ्यांतला सावळा गोंधळ, मनाविरुद्ध पत्करावी लागणारी लाचारी, पैसेखाऊ साहेबांचा वरचष्मा... इत्यादी इतरांच्या वाट्याला येणारे अनुभवच आमच्या माथी असतात. ह्या सर्व धावपळीतली विसंगती जेव्हा स्पर्श करून जाते तेव्हा, विनोदी कथा आणि कारुण्य जेव्हा प्रथम जाणवतं तेव्हा so called, गंभीर, समस्याप्रधान कथा– हा माझा लेखनाचा प्रांत. साहजिकच अशा तऱ्हेच्या वाचकवर्गाचा उत्कट आणि विपुल प्रतिसाद मिळाल्यास मला नवल वाटत नाही.

पित्याचं पद न पेलणारा माणूस श्वापदच.

हवेत ऑक्सिजन असतोच. पण माशाला पाण्यातलाच ऑक्सिजन शोषून हवा असतो. मला तूच हवी होतीस आणि एक व्यक्ती नियती एकदाच जन्माला घालते.

"गोवारी समाजातील एवढी माणसं मारली गेली. त्यासाठी 'महाराष्ट्र बंद' करण्याऐवजी सगळ्यांना ओव्हरटाईम करायला लावायचा. दुकानं रात्री बारापर्यंत उघडी ठेवायची. या उत्पन्नातून ओव्हरटाईम, पगारातून पन्नास लाखांचा निधी उभा करायचा आणि जे मारले गेले त्यांना महिना उत्पन्न प्राप्त करून द्यायचं. आज मुळातच रेल्वे वेळेवर कारभार करीत नाही. गाड्या कॅन्सल होतात. वेगळा 'बंद' हवाच कशाला?"

"करेक्ट! आता भन्नाट कल्पना सांग."

"निवडणुका कॅन्सल करायच्या. कोणत्याही पक्षाचा उमेदवार उभा राहिला की तो निवडला गेल्याचं जाहीर करायचं. सगळे निवडून येतील. मग दिल्ली, महाराष्ट्र, विदर्भ, मराठवाडा सगळीकडे स्टेट बँकेप्रमाणे विधानसभेच्या शाखा काढायच्या. सभा घ्या, ठराव पास करा, मायक्रोफोन तोडा, राजदंड पळवा, काहीही करा. सगळे निवडून आले तर हे प्रकार बंद होतील. विधानसभांना त्यांच्या त्यांच्या पक्षांची नावं द्या. जी विधानसभा जास्तीत जास्त लोकोपयोगी काम करील तिला राष्ट्रपती पुरस्कार द्या. मतदान, बोगस मतदान, मतमोजणी, फलक, बॅनर्स– किती खर्च वाचेल! प्रचार नको, लाऊडस्पीकर नको, सगळेच विजयी. मग खरं लोककल्याण कोण करतो ते आपोआप कळेल."

“मी नोकऱ्या सोडत होते हे स्पर्शास्पर्शातले अर्थ कळत होते म्हणून! अनेकांचे स्पर्श होऊन तुला स्पर्शातले अर्थ उमगले नाहीत. पुरुषाचा स्पर्श सहन करणं अभिमानाची बाब आहे, असं मी कधीच म्हणणार नाही. किंवा स्पर्शातले अर्थ कळेपर्यंत स्पर्श घडू द्यावा असंही मी म्हणत नाही. तरी मला वाटतं, तुझ्या-माझ्यासारख्या मुलींनी काही आडाखे बसवायला हवेत. कुठंही गेलं तरी पळसाला पानं तीनच! नोकऱ्या कुठवर सोडत राहणार? कुठंतरी आपण थांबायला हवं. आपल्याबरोबर वावरणाऱ्या किंवा वावरू इच्छिणाऱ्या पुरुषाला थांबवायला हवं. मला एवढं सांग, ठराविक अंतरावर पुरुषाला थांबविण्याची शक्ती स्त्रीजवळ आहे की नाही? मग ह्या शक्तीचा उपयोग तू कितीसा केलास? मी मान्य करते, हे प्रयोग धाडसाचे आहेत. स्वतःची दिशाभूल करणारे आहेत. पण स्वतःची ओळखही पटवणारे आहेत. प्रश्न पुरुषाला ओळखायचा नसून स्वतःलाचा ओळखायचा आहे.”

शेंदूर फासलेला प्रत्येक दगड म्हणजे काय ‘जागृत’ दैवत असतं काय? प्रतिभा जागृत करणारी माणसं आणि प्रसंग निराळेच असतात.

एका मोटारीखाली एक भलीमोठी घूस सापडली. जरा वेळ ती तडफडत असताना तिच्या अंगावरून दुसरी मोटार गेली. मांस बाहेर फेकलं गेलं. त्यानंतर तिसरी. मग चौथी. मग पाचवी. प्रत्येक वेळी तिचं रस्त्यावरचं अस्तित्व हळूहळू नष्ट होत होतं. एक-दोन डबलडेकर्स आणि चार-पाच ट्रक्स गेल्यानंतर तर तिची कातडी डांबरी रस्त्याशी एकरूप झाली. शेवटी शेवठी ती रस्त्याचा पापुद्रा बनली.
दुःखं भूतकाळाशी अशीच पापुद्रा बनून राहतात तेव्हा आपण ‘काळासारखं औषध नाही’ म्हणतो काय?

पुरुष स्त्रीला राबवतो, ही विचारसरणी पूर्वापार चालवत आलो आहोत आपण. पुरुष मुलीला फिरवतो ह्याचा अर्थ काय हो? ते काय साखळीला बांधलेलं कुत्रं आहे काय? हेच तुमचं चुकतं. मुली आपल्याबरोबर हिंडतात, फिरतात, आपल्याइतकी मजा लुटतात. लग्न करणाऱ्या मुली हिंडतच नाहीत. सरळ लग्न करतात. पुरुषांचं पण तसंच असतं. माझंच पाहा, लग्न करायचं म्हटल्यावर होतंय ना लग्न? पण आपली रीतच अशी, लग्नानंतर करायच्या गोष्टी कुणी पूर्वी केल्या तर मुली भाबड्या ठरतात व पुरुष नीच ठरतात. ह्यावर काही तोडगा आहे?

''बायका सातजन्मी तोच नवरा मागतात, याचं कारण माझ्या दृष्टीने फार वेगळं आहे.''
''काय?''
''पहिल्या जन्मी नवऱ्याचे 'वीक पॉईंटस्' समजलेले असतात. कुठे बोट ठेवलं की तो गप्प बसतो याचं अचूक ज्ञान झालेलं असतं. तेव्हा साहजिकच सात जन्म तोच नवरा बरा. निरनिराळ्या ट्रायल्स तरी नकोत घ्यायला.''

निरनिराळ्या लोकांच्या दृष्टिकोनातून आपण जर स्वत:ला पाहू शकलो, तर आपल्याला खूप नवे मित्र आपल्यातच मिळतील.

''जगातली कुठलीच गोष्ट परिपूर्ण नाही. परमेश्वरानं सोनं निर्माण केलं. चाफ्याची फुलं पण त्यानंच निर्माण केली. मग त्याला, सोन्याला चाफ्याचा वास नसता का देता आला? अपूर्णतेतही काही मजा आहेच की!''
''सोन्याकडून सुवासाची अपेक्षा नाहीच मुळी. पण कमीत कमी सोन्याचे गुणधर्म तरी पूर्णत्वाने हवेत की नाहीत? अपूर्णतेत मजा आहे; पण माणूस ते कुठपर्यंत मानतो? जोपर्यंत ती अपूर्णता त्याच्या वाट्याला येत नाही तोपर्यंतच.''

पुरुषाला केवळ प्रेयसीच देखणी हवी असते, असं नाही, तर बहीणही देखणीच हवी असते.

भावाची बहीण म्हणून, आईवडिलांची मुलगी म्हणून, मामाची भाची, काकाची पुतणी, ह्या सगळ्या नात्यांत ती आदर्श असेल, पण म्हणून ती नवऱ्याची आदर्श पत्नी म्हणून राहू शकेलच असं नाही. ते नातं असंच मोठं बिलंदर आहे. ह्या नात्यात थोडंसं ऐकवायचं असतं, पुष्कळसं ऐकायचं असतं. पुष्कळदा नमायचं असतं, काही वेळा थोडा अधिकार गाजवायचा असतो, काही गोष्टींचा निश्चित अट्टहास धरायचा असतो. तितक्याच गोष्टी पुष्कळ प्रमाणात सोडून द्यायच्या असतात. एक ना दोन. अनेक संकेत असतात. हे सगळे संकेत सांभाळताना संसारातील लज्जत लुटायची असताना, दुसऱ्याला लुटू द्यायची असते.

मुंबईसारख्या वेगाने झपाटलेल्या शहरात आयुष्य आखणं सोपं असतं. त्या वेगाला शरण जावं लागतं. या भावनेने जे आयुष्य आखतात त्यांना तो वेग

जाचक वाटतो. त्या वेगाचं हसतमुखाने स्वागत केलं की रोजची दिनचर्या एखाद्या प्रसन्न खेळासारखी वाटते. पुढचा डाव कधी सुरू होतो, असं होऊन जातं.

मार्गदर्शन फक्त एकाच बाबतीत करता येतं. कोणत्या रस्त्याने गेलं तर शॉर्टकट् पडतो, इतकंच मार्गदर्शन करता येतं. मुक्कामाचं ठिकाण प्रवाशानेच पसंत करायचं असतं.

प्रत्येक प्रॉब्लेमला उत्तर असतंच. ते सोडवायला कधी वेळ हवा असतो, कधी पैसा तर कधी माणसं. या तीन गोष्टींच्या टप्प्यापलीकडचा प्रॉब्लेम अस्तित्वातच नसतो.

खरं प्रेम फक्त एकदाच करता येतं. सर्वस्वाचं दान आयुष्यात एकदाच. त्यानंतर जे स्वीकारलं जातं त्याला सर्वस्वाचं जतन म्हणायचं. ते जतन करायला दुसऱ्याची मदत लागत नाही. ज्याचा तो समर्थ असतो. शरीर वार्धक्यापूर्वी थकतं ते मन म्हातारं होतं म्हणून.

छोटी छोटी कामं असली तरी त्याचाही एक क्रम असतो. ती कामं स्मरणात ठेवावी लागतात. त्यासाठी मेंदूतला एक कप्पा कायम अडकवून ठेवावा लागतो. काम झालं तर छोटं पण हुकलं तर खूप पंचाईत!

माणसाला जिवाभावाची सखी एकच. तिचं नाव वेदना. सुख, समाधान, आनंद हे सगळे 'बर्डस् ऑफ पॅसेज'. वेदना मरेपर्यंत सोबत करते तर आपण तिचाच राग करतो.

मोलकरणीचं प्रकरण हा काही निराळाच स्वतंत्र अभ्यासाचा भाग होता. लहान मुलांचं मानसशास्त्र अवघड असलं तरी कळतं, पण गडीमाणसांचं मानसशास्त्र, त्यांच्या वंशाला जाऊनही कळणार नाही.

खऱ्या अर्थाने जी माणसं मोठी असतात त्यांची उंची न सांगता समजते. जी माणसं आपली उंची किती हे स्वत:च सांगत फिरतात ते जास्त बुटके दिसू लागतात. फूट आणि इंच ह्या जुन्या मापात उंची सांगण्याऐवजी अशा माणसांना सेंटिमीटर्स जवळचे वाटतात.

घरातली सर्वांत महत्त्वाची वस्तू– मालकीण– ती बाहेर पडली की घराची सार्वजनिक बाग होते.

सगळ्यात वाईट 'कट' कोणता?
बँकेवर दरोडा घालणं हा? खऱ्या देशसेवकांचे खून करणं हा? स्मगलिंग, बलात्कार, हायजॅक, शत्रुराष्ट्रांशी संगनमत? खरंच कोणता 'कट' देशाला क्षणाक्षणाने गरिबी, लाचारी, उपासमारीकडे नेतोय?
फुकट, हाच तो कट.

तुम्ही नुसते गुणी असून चालत नाही. ते गुण खळखळ न करता मान्य करणारा समाज तुमच्याभोवती जमणं याला महत्त्व आहे. गुणी माणसाचं नाणं वाजणंच कठीण होऊन बसलंय.

पार्टी चालू असतानाच बेल वाजली. पूर्वसूचना न देता कुणीही येणं हाही एक आयुष्यातला अविभाज्य प्रसंग. पण तरीही येणाऱ्या माणसात दोन प्रकार असतात. पहिल्या मैफलीची रंगत वाढवणारे आणि पहिली मैफिल उधळणारे. दार उघडावं हे लागतंच.

मी एका इंग्लिश लेखिकेचं वाक्य वाचलं, ते शिलालेखासारखं कोरलं गेले. ती लेखिका म्हणते,
"मी एक मांजर, एक पोपट आणि एक कुत्रा पाळलेला आहे. कुत्रा मी घरी आले की भाकरीसाठी शेपटी हलवितो, मांजर न सांगता वाटेल तेव्हा घरातून जातं आणि केव्हातरी परत येतं आणि पोपट कर्कशपणे किंचाळत असतो. मग मी लग्न कशासाठी करायचं?"

जादू करून पैसा निर्माण करता येत नाही, पण पैसा असला की कोणती जादू करता येत नाही? जिथं माणसं विकत घेता येतात तिथं वस्तूंची काय कथा?

आपल्या आयुष्यात येणाऱ्या किंवा घडणाऱ्या गोष्टींना आपण 'नाही' का म्हणत नाही? न पटणाऱ्या, न पेलणाऱ्या गोष्टी आपण का स्वीकारतो? आपणच दुसऱ्याला आपल्यावर अतिक्रमण करू देतो. जेव्हा आपल्याला त्याचा वीट येतो तेव्हा उशीर झालेला असतो आणि जेव्हा आपल्याला त्याची चटक लागते तेव्हा इतरांचा इंटरेस्ट संपलेला असतो.

मी लग्न केलं नाही. त्यामुळे माझ्या चारित्र्याबद्दल शंख करायची अनेकांना संधी मिळाली. मी त्या सगळ्यांना फक्त शंखच करायची संधी दिली. त्यांना हवी ती 'संधी' दिली नाही. पुरुषांना 'वश' होणाऱ्या स्त्रीची पुरुष नालस्ती करीत नाही. ज्यांना ती प्राप्त होत नाही तेच तिची बदनामी करतात; आणि निंदानालस्तीत बायकाच बायकांच्या वैरिणी असतात.

> **एखाद्या विमानात गुपचूप बॉम्ब ठेवणारा, बॉम्ब ठेवतानाही सुटतो आणि नंतर तो सापडतच नाही. पण त्या घटनेनंतर कडक होणाऱ्या सुरक्षा व्यवस्थेत कायम सभ्य, निरपराधी माणसाची 'रक्षा' व्हायची वेळ येते. सरळ मार्गाने जाणाऱ्या माणसाला कोणताही उपसर्ग होणार नाही अशी व्यवस्था कोणत्याही यंत्रणेत नसते. प्रथम भ्यायचं ते कंटकांना आणि पाठोपाठ सरकारी कीटकांना.**

भांबावलेला माणूस अस्थिर असतो. अस्थिर माणसाची विचारशक्ती क्षीण बनते. क्षीण विचारांची माणसं एकत्र येत नाहीत. माणसं एकत्रित नाहीत म्हणजे संघशक्ती नाही. संघशक्तीशिवाय आंदोलन अशक्य.

नेतृत्वाचा संबंध पितृत्वापेक्षा कर्तृत्वाशी असायला हवा.

"ज्या माणसांना फक्त ऐकून घ्यावं लागतं त्यांनी पत्रिका पाहूच नये. त्या माणसांना फक्त दोनच ग्रह असतात. शनी आणि मंगळ. बायको म्हणजे शनी आणि साहेब म्हणजे मंगळ. ह्यांनी एकमेकांची तोंडं पाहिलेली नसतात. पण ह्यांची कायम युती असते."

"कुलकर्णी, तुमची रास कोणती?"

"अशा माणसांची रास 'परवड' किंवा 'फरपट.' ह्या राशीचं चिन्ह आहे गोगलगाय. पण पाठीवरचा शंख तिच्या मालकीचा नाही. तिच्या नावाने जे सगळे कायम बोंबलत असतात त्यांचं ते प्रतीक आहे. ते त्या गोगलगायीला मरेपर्यंत पाठीवर वागवावं लागतं."

शांततेमागे तृप्ती असावी
सुतक नसावे.
तटस्थतेमागे जाणीव असावी,
तडफडाट नसावा.

नियती आणि रेल्वे सारख्याच. तितक्याच लहरी. आपलं दोन्हींवर नियंत्रण नाही. आपण फक्त एक रेघ खोडून थर्डचा सेकंड करू शकतो. ते ढोंग आपण पचवलं की नाही? राज्ययंत्रणेला अनुसरून आपण विचारयंत्रणा बदलायची म्हणजे आपलं रक्त जळायचं थांबतं. रेल्वेने उशिराच पोचायचं हे गृहीत धरलं म्हणजे वेळेवर पोचल्याच्या आनंदाला किनारा नाही.

साहेब जमातीला नाव नसतं. साहेब हा साहेब असतो. आणि त्याची रास 'खुर्ची.'
हाताखालच्या माणसांवर तो 'वक्री' होऊन त्यांना 'मार्गी' लावतो.

दुर्मिळ वस्तू माणूस प्राणापलीकडे जपतो. साहेबाकडे पैसा जास्त, वेळ दुर्मिळ. आपल्या देशात ह्याउलट अवस्था. म्हणून आपण पैसा जपतो आणि अमेरिका वेळ जपते.

जागृतीचा पहिला क्षण प्रलोभनांचाच.

नुसतं दुःख होऊन उपयोगी नाही. ते तितक्याच तीव्रतेनं मांडता आलं पाहिजे. दुःखावर काळ हे जरी औषध असलं तरी सांत्वनकारांसाठी ते ताजं ठेवायलाच हवं.

जेवढी परंपरा मोठी तेवढी एकट्यादुकट्याची जबाबदारी कमी होते. तसं झालं की अपयशाचे गोडवे गायला आपण मोकळे.

"सुचणं ही प्रोसेस फार सोपी असते. स्वतःच्या आयुष्यात आपल्याला कोणती सुखं हवीत, कोणते आनंद हवेत ह्याचा शोध घ्यायचा. नेमकं तसंच सगळं समोरच्याला हवं असतं. आपण जितक्या उच्च पातळीवरच्या अपेक्षा करू, देहातीत भावनांचा विचार करू, तेवढं जास्त इतरांसाठी करू शकू. दुसऱ्याचं मन ओळखणं सोपं. स्वतःचा विचार करताना क्षणभर दुसऱ्याचं मन दत्तक घ्यायचं, की झालं!" "हेही कसं सुचतं?"

"प्रत्यक्ष कृती केली म्हणजे. प्रत्यक्ष कृती घडली ह्याची कारणं आपण शोधू लागतो. कधी स्वतःच्या समाधानासाठी. इतरांना सुचत नाही, असं नाही. ज्यांना नुसतंच सुचतं ते फक्त आयुष्यभर 'मला हेच म्हणायचं होतं' असं म्हणत राहतात. सुचल्यावर जे त्याच्यावर चिंतन करतात, पण कृती करत नाहीत ते सगळे फिलासॉफर्स. आणि जे कृती करतात ते संत."

माणूस अपयशाला भीत नाही. अपयशाचं खापर फोडायला काही सापडलं नाही तर?
ह्याची त्याला भीती वाटते.

समोरच्या प्रत्येक व्यक्तीबद्दल माणसाला जिव्हाळा वाटावा अशी अपेक्षा अवास्तव ठरेल. पण स्वतःच्याच व्यवसायाबद्दल विलक्षण आत्मीयता असेल तर समोरच्या माणसाचं समाधान त्याच्यासाठी वेगळं काहीही न करता आपोआप होतं. एखाद्या कामातलं स्वतःचंच प्रेम नाहीसं झालं की त्या माणसावर अवलंबून राहणाऱ्याचे हाल शब्दातीत असतात.

कष्ट न करता सुधारक बनवणाऱ्या गोष्टी झटपट सर्वत्र होतात.

संघर्ष न वाढवता नांदावं कसं हे सहज जमतं. त्यासाठी खूप अक्कल लागते असं नाही. लागतो तो पेशन्स आणि संघर्षाशिवाय जगावं ही तळमळ.

मनस्ताप ही अवस्था अटळ. पण आपणच संघर्ष टाळू शकलो तर....तडा गेलेल्या काचेच्या भांड्याचे दोन्ही तुकडे जागच्या जागी राहतात. त्यातून पाणी पिता आलं नाही तरी त्यात फुलं ठेवता येतात.

प्रत्येक माणसाला आयुष्यभर कुणाचा ना कुणाचा मत्सर वाटत असतो. ज्या सुखाला आपण लायक आहोत ते दुसऱ्या कुणाला तरी मिळतंय ह्याचं एक ठसठसणारं दु:ख तो कायम जवळ बाळगून असतो.

ओझं म्हणजे खांद्यावर दिलेला बोजा. पण कधी कधी दहा बारा हजाराचा एखादा दागिना सांभाळायचा असतो. ते इतरांनाही माहीत नसतं. त्याला जबाबदारी म्हणतात. आयुष्यापासून मघाशी मी सांगितलेली यादी...''

''पुन्हा सांगा....''

''संसार, प्रेम, मैत्री, संगोपन, शुश्रूषा ह्या सगळ्या जबाबदाऱ्या. त्याचं ओझं वाटलं की सहजता गेली.''

''ओझं हीदेखील जबाबदारी नसते का?''

''ओझं दिसतं कारण ते लादलेलं असतं. जबाबदारी स्वीकारलेली असते. ओझं बाळगणाऱ्याला कदाचित मदतीचा हात मिळतो. तसं जबाबदारीचं नसतं.''

कोणत्याही व्यक्तीच्या मृत्यूबद्दल त्याची हळहळ संपली की स्मारकं संपली. राहतात त्या तसबिरी. त्या तसबिरींचीसुद्धा विटंबना करायची असेल तर त्यावरून पोस्टाचे स्टॅम्प करावेत.

काळे शिक्के उमटवण्यासाठी!

दुसऱ्या माणसाला मदत करणं म्हणजे स्वत:चं बळ अजमावणं. शारीरिक, मानसिक, सामाजिक आणि ऐपतीनुसार आर्थिक. परोपकार आत्मबळ वाढवण्याचा राजमार्ग. समझे?

कायम विवाद्य विषय कोणता असेल तर तो म्हणजे पाऊस. तो पडो अथवा न पडो, केव्हाही पडो, कितीही कोसळो, कसाही येवो, तो कायम टीकेचाच विषय झालाय. पुरुष आणि पाऊस, त्यापेक्षा नवरा आणि पाऊस ह्या दोघांनी नक्की कसं वागावं हे त्या दोघांनाही ठरवता येणार नाही. आणि इतरांनाही सांगता येणार नाही. 'अर्ध्या वचनात''ची अपेक्षा तशी आपण कुणाकडून करीत नाही? साहेब, नोकर, भावंडं, मुलं आणि नवरा, सगळे अर्ध्या वचनातलेच हवेत. पुरुष कसेही असोत, त्यांचे 'नवरे' झाले की ते अर्ध्या वचनात हवेत.

आपल्या साध्या, सरळ, चांगल्या वागणुकीवर, चारित्र्यावर इतरांचा विश्वास बसावा ही जशी प्रत्येकाची इच्छा असते तशीच आपण जोडीदारावर अपार विश्वास ठेवतो हे सिद्ध करण्याचा क्षणही माणसाला हवा असतो.

''हसतेस काय? तुला अप्पांची भीती वाटत नाही?''
''सासरा असून नाही. इतका चांगला सासरा मिळाल्यावर त्याला जास्तीत जास्त विश्वासात घेऊन त्याचं प्रेम आणि वात्सल्य मिळवणं ह्यात अपूर्व आनंद आहे. मी किती निर्भयतेने वावरते माहीत आहे ना? ज्यांना हा आनंद मिळवावा असं वाटत नाही, त्यांच्या बुद्धीची कीव करावी. आपलं संरक्षण करणाऱ्या ह्या ढाली आपण उलाढाली करून गमावून बसतो.''

ऐश्वर्य आणि सौंदर्य ह्यांना मदत करायला सगळेच झटत असतात. यथातथा दिसणाऱ्या मुलीची लुना बंद पडणं आणि देखण्या मुलीचं वाहन बंद पडणं ह्यात फरक आहे. घसघशीत ऐपत असणाऱ्या घरचं कार्य असलं की घसघशीत आहेर देतात. देखण्या माणसांचं आणि पैसेवाल्या माणसांचं आयुष्य सोपं असतं. श्वासोच्छ्वास जसा मुद्दाम करावा लागत नाही तसं ह्या मंडळींना मुद्दाम जगावं लागत नाही.

सौंदर्याने समाजातला वावर सांभाळून केला पाहिजे. सौंदर्यानें आपलं अस्तित्व स्वतःपुरतंच ठेवायला हवं. शिंपलीतला मोती, शिंपली उघडली तरच दिसतो. तसंच सौंदर्य निराकाराच्या अवगुंठनात नांदावं.

चार गोड शब्द बोलणं म्हणजे इवल्याशा खारीच्या पाठीवर रामाची बोटं उमटवणं. जिथं इच्छा नसताना, समोरच्या माणसाची पात्रता नसतानाही कौतुक करावं लागतं, तिथे जो माणूस त्याच तोलामोलाचा आहे तिथं प्रश्न कसला? पहिल्या बाबतीत शब्द ढकलावे लागतात. दुसऱ्या बाबतीत ते आपोआप फुलतात.

एखादा प्रश्न विचारताना आपलीच मनोवृत्ती उघडी पडत नाही ना त्याबद्दल माणसाने जागरूक असावं.

नोकरी काय पैशासाठीच असते का? शरीराबरोबरच ती बुद्धीची गुंतवणूक असते.

बोलायला कुणीच नसणं ह्या शोकांतिकेपेक्षा, आपण बोललेलं समोरच्या माणसापर्यंत न पोचणं ही शोकांतिका जास्त भयाण.

पोलिसखात्याने गरजूंना खरेखुरी मदत केल्याचं ह्या देशात तरी ऐकिवात नाही. तक्रार करणाराच इथं गुन्हेगार असतो. युनियनचा पाठिंबा असलेले सुटतात आणि स्मगलर्सना तर हे खातं विकलंच गेलेलं.

चूक किंवा बरोबर ह्यापेक्षा ठासून बोलण्याला वेगळं महत्त्वं असतं. आवाज बंद झाल्यास कारण. शेवटी शिक्षणाचा उपयोग माणूस स्वत:च्या विकासाऐवजी दुसऱ्याचा आवाज बंद करण्यासाठीच जास्त करतो.

कोणतीही व्याधी म्हणजे त्या त्या गोष्टीच्या-अवयवांच्या-अस्तित्वाची जाणीव. एखाद्याला कष्टांचा सराव होतो म्हणून त्याच्या बाबतीत थकवा ही अवस्थाच नसते का? तो थकवा एन्जॉय करण्यासाठी एक अवसर हवा असतो. बेदम काम केल्यावर जो थकवा येतो त्यावर आपलाच मालकी हक्क असतो. आणि मालकी हक्काच्या वस्तूचं अवलोकन करण्यात अलौकिक आनंद असतो.

शिक्षण, पदव्या ह्या गोष्टी चिलखतासारख्या वागवायच्या.
व्यावहारिक युद्धं जिंकण्यासाठी.
संसारात मन आणि माणुसकी हेच महत्त्वाचं.
तिथं ही मोठेपणाची चिलखतं कशासाठी?

नुसत्या वाचनाने माणूस मोठा होत नाही.
वाचलेल्या विचारांना स्वतःचे अनुभव
जोडायचे असतात.
म्हणजे ते ते साहित्य स्वतःपुरतं चिरंजीव होतं.
करमणूक करवून घेतानाही स्वतःला खर्ची
घातल्याशिवाय ती करमणूक भिनत नाही.
'साहित्य हे निव्वळ चुन्यासारखं असतं.
त्यात आपल्या विचारांचा कात
टाकल्याशिवाय आपल्या आयुष्याचा ग्रंथ
रंगत नाही.
आणि लेखकाला हवा असतो संवाद.
त्याशिवाय त्याचं पान रंगत नाही.

✳ ✳ ✳

मोडेन पण वाकणार नाही

वपु काळे

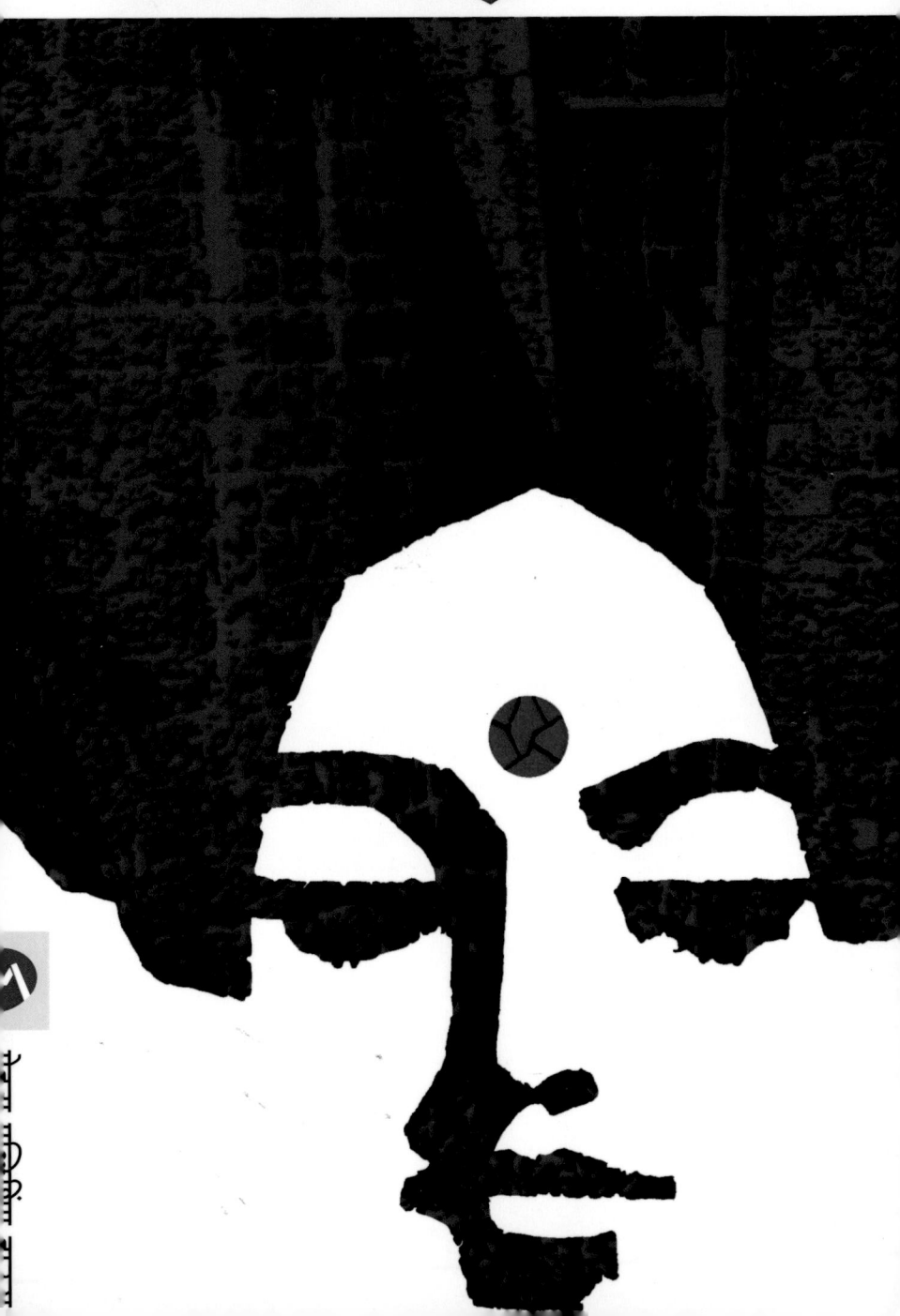